అలా కొందరు

డాక్టర్ భార్గవి

ALA KONDARU
Essays
- Dr. Bhargavi

©Author

First Edition : February, 2024

Copies : 500

Published By:
Chaaya Resources Centre
103, Haritha Apartments
A-3, Madhuranagar
HYDERABAD-500038
Ph: (040)-23742711
Mobile: +91-70931 65151
email: chaayaresourcescenter@gmail.com

Publication No: CRC-113
ISBN No. 978-93-92968-74-7

Book composing & layout - Jessy, Hyderabad

Printed at: Trinity Academy for Corporate Training Pvt., Ltd., Bangalore.

For Copies: All leading Book Shops
https:/amzn.to/3xPaeId
bit.ly/chaayabooks

ముందుగా ఓ మాట

ఈ 'అలా కొందరు'కి ఎలా బీజం పడిందంటే, మాదకద్రవ్యాల మాఫియా సామ్రాజ్యానికి రారాజైన పాబ్లో ఎస్కొబార్ గురించి నేను రాసిన వ్యాసాలు చదివి ఛాయా పబ్లికేషన్స్ మోహన్ బాబు గారు ఒక పుస్తకంగా తెద్దామని మనసు పడ్డారు. అయితే అచ్చంగా అవే వ్యాసాలయితే పుస్తకానికి తక్కువవడం వల్ల అలాంటివే మరికొన్ని వ్యాసాలు కూర్చి వేద్దామనుకున్నాం. కొన్ని వ్యాసాలు ముందుగా రాసినవయితే, ఈ పుస్తకం కోసమే ప్రత్యేకంగా రాసుకున్నవి మరికొన్ని. దానికి తోడు మా అన్వర్ అధిక చక్కని బొమ్మలతో ఈ పుస్తకాన్ని అలంకరించడం ఇంకో అదృష్టం.

ఈ పుస్తకంలో వున్న వ్యాసాలన్నీ వ్యక్తుల జీవిత చిత్రణలే. అదీ యెలాంటి వ్యక్తులూ వారు! తమ జీవితాన్ని తామే తీర్చి దిద్దుకున్నవారూ. యెవరి విస్తరి వారే తయారు చేసుకున్న ఘనులూ. ఇందులో విదేశీయులున్నారు, స్వదేశీయులున్నారు. తారాజువ్వల్లా నింగికెగిసిన వారు కొందరయితే, ఉల్కల్లా నేలకు రాలినవారు ఇంకొందరు. సమాజంలో సుస్థిరమైన స్థానం యేర్పాటు చేసుకుని స్థిరంగా నిలిచి వెలిగిన దీపకళికల్లాంటి వారు మరికొందరు.

ఈ అందరినీ అంతర్లీనంగా కలిపే సూత్రం వారి జీవితాల్లో నిబిడీకృతమై వున్న విషాదం. చలనచిత్ర తారలైన మార్లిన్ మన్రో, రీటాహేవర్త్, మీనా కుమారి, పర్వీన్ బాబీ, గురు దత్, గీతా దత్ వీరందరూ తమ వృత్తిలో యెంత ఉన్నత స్థానానికి యెదిగినా వారు మోసిన ఒంటరితనం తాలూకు వ్యథ మన ఊహలకు అందనిది. అది వారిని కుదురుగా వుండనివ్వలేదు.

సంగీతంలో అత్యున్నత శిఖరాలనధిరోహించిన తొలి రికార్డు గాయని గౌహర్ జాన్ జీవితాంతం ఒక తోడు కోసం తపించి తపించి ఒంటరిగా అనామకంగా మరణించడం మనసును కుదిపేస్తుంది. అద్భుత గాయని అంజనీబాయ్ మాల్పేకర్ జీవితాంతం తనని వేటాడిన పురుషాధిక్య సమాజంతో చివరివరకూ అలుపెరుగని

పోరాటం చేయడం అబ్బురపరుస్తుంది. జర్మన్ గూఢచారిగా పనిచేసిందనే మిషతో ఫ్రెంచి ప్రభుత్వం చేత ఉరి తీయబడిన 'మాతాహరి' జీవితమొక వీడని చిక్కుప్రశ్నగా కనపడుతుంది. ఎప్పుడయినా బలహీనులూ, చిన్నపిల్లలూ, ఆడవాళ్లే రాజకీయాలకు పావులుగా బలయిపోయేది అనేదానికి ఋజువు ఆమె గాథ.

తెలుగు సాహిత్యరంగంలో స్మరించుకోవలసిన వ్యక్తులు 'చక్రపాణి', 'శారద'. చక్రపాణి గారు సినిమా రంగానికీ, పత్రికా రంగానికీ, అనువాద సాహిత్యానికీ చేసిన సేవ మరిచిపోలేనిది. అయితే చిన్నవయసులోనే భార్యను కోల్పోయిన ఆయన చివరివరకూ ఒంటరి జీవితాన్నే గడుపుతూ ఒక్క ఊపిరితిత్తితో అన్ని విజయాలు సాధించడం ఆశ్చర్యాన్ని కలిగిస్తుంది. చక్రపాణి కథ అంటే ఒక మనోనిబ్బరం, ఒక మార్గదర్శకత్వం, ఒక మొండి సాహసం. ఎదగకుండా ఆగిపోవడానికి ఎన్ని సాకులు ఉన్నా, అనుకున్నది సాధించేవరకు ఆగకుండా సాగిన వ్యక్తి ఆయన. తమిళుడైన నటరాజన్ హోటల్ సర్వర్‌గా పనిచేస్తూ దుర్భర దారిద్ర్యంలో మగ్గిపోతున్నా కూడా తెలుగు నేర్చుకుని 'శారద' అనే కలం పేరుతో ఆ భాషలో యెన్నదగిన రచనలు చేయడం తలుచుకుంటే తెలుగు భాష మీద గౌరవం పెరుగుతుంది.

సమ్మోహనకరమైన బాణీలు సృష్టించిన సంగీతదర్శకుడు ఓపి నయ్యర్ యెంత యేకాకిగా బతికాడో, తన కుటుంబానికి కూడా దూరమయి జీవిత చరమాంకం వరకూ పట్టుదలే ప్రాణంగా యెలా నిలబడ్డాడో తెలుసుకుంటే కంట్లో నీరు నిలుస్తుంది. ప్రపంచంలోని అత్యంత ధనవంతుల జాబితాలో నిలచి, అతి విలాసవంతమైన జీవితం గడిపి, వీధికుక్క కంటే దారుణంగా చనిపోయిన 'కొకైన్ కింగ్' పాబ్లో ఎస్కొబార్ జీవితం - మనిషి యెలా జీవించకూడదో నేర్పే ఒక గుణపాఠం. వింత వింత చిత్రాలను చిత్రించే అధివాస్తవిక చిత్రకారుడు సాల్వడార్ డాలీ జీవితం కూడా అతను చిత్రించే చిత్రాల లాగే విచిత్రం గానూ విస్మయం గొలిపేదిగానూ వుంటుంది. పేద రోగులు పాలిట 'దేవుడు డాక్టర్' మా సర్జరీ ప్రొఫెసర్ డాక్టర్ శర్మ గారి జీవితం, డాక్టర్ వృత్తిలో వున్న వారందరికీ ఆదర్శప్రాయం స్ఫూర్తి దాయకం.

ఇలా వివిధ దేశ కాలాల వ్యక్తుల జీవిత కుసుమాలనూ యేర్చి కూర్చి మాలగా మీకు అందిస్తున్నాను అవధరించండి.

– భార్గవి

ఇదీ వరుస

పాబ్లో ఎస్కొబార్ కొకైన్ కింగ్

మనిషి ఆశాజీవి, భవిష్యత్తు మీద ఆశే అతన్ని ముందుకు నడిపే ఇంధనం. అంతేకాదు జీవితంలో యెన్నో సాధించాలనే కలలు కనడం, ఆ కలలని నిజం చేసుకోవడానికి యెంతో శ్రమించడం, యెత్తులకి పై యెత్తులు వెయ్యడం, జిత్తులు చెయ్యడం ఇదంతా మనిషి జీవితంలో ఒక భాగం. కానీ ఆ ఆశ దురాశ కాకూడదు. ఉన్నతంగా జీవించాలని కలలు కనడం తప్పుకాదు కానీ, ఆ కలలు తీర్చుకోడానికి యెన్నుకునే మార్గాలు సరైనవి కాకపోతే అవే అతని వినాశనానికి కారణమవుతాయి.

అందుకే "యెంత విభవము గలిగిన అంతయును ఆపద" అనీ, "దురాశ దుఃఖమునకు చేటు" అనీ పెద్దలు చెప్పిన మాటలు మరిచి పోగూడదు. అవి నూటికి నూరుపాళ్లూ నిజాలని మనకి నిరూపించే ఉదాహరణలుగా కొంత మంది జీవితాలుండటం కూడా ఆశ్చర్యంగా వుంటుంది.

అలాంటి జీవితమే కొకైన్ కింగ్‌గా పిలవబడే పాబ్లో ఎస్కొబార్‌ది. అతను 1980-90 సంవత్సరాల మధ్యలో మాదక ద్రవ్యాల మహాసామ్రాజ్యానికి మకుటంలేని మహారాజుగా వెలిగిపోయాడు. అమెరికాకు అక్రమంగా రవాణా అయ్యే కొకైన్‌లో

యెనభై శాతం ఎస్కొబార్ ద్వారానే సరఫరా అయ్యేది. రోజుకి సుమారు పదిహేను టన్నుల కొకైన్ రవాణా అయ్యేది. ఇలా రవాణా చెయ్యడానికి అతను 142 విమానాలను, 20 హెలికాప్టర్లను, 32 యాక్ట్‌లను, 141 ఆఫీసులను, ఇళ్లను ఉపయోగించే వాడంటేనే ఊహించవచ్చు అతనెంతగా సామ్రాజ్యాన్ని విస్తరించాడో. అతని సంపాదనకు కూడా అంతుండేది కాదు. డబ్బును దాచడానికి గోడౌన్లూ, రహస్య లాకర్లూ కూడా చాలక కొన్నిచోట్ల భూమిలో గోతులు తవ్వి పాతిపెడుతూ వుండేవారు. డబ్బును కట్టలు కట్టడానికి వాడే రబ్బరు బాండ్లు కొనడానికి వారానికి వెయ్యిడాలర్లు ఖర్చయ్యేవి. అలా దాచిన డబ్బులో పదిశాతం ఎలుకలు కొట్టెయ్యడంతో నాశనమయ్యేది. ఇంకా కొంత భాగం చెదలు తినెయ్యడం వల్లో, నీళ్లలో తడిసిపోవడం వల్లో పాడయ్యేది. అయినా 1993 నాటికి ఎస్కొబార్ సంపాదించిన ఆస్తి విలువ సుమారు ముప్పయి బిలియన్ డాలర్లుంటుందని అంచనా. ఫోర్బ్స్ మేగజీన్ లెఖ్ఖ ప్రకారం ప్రపంచంలో అత్యధిక ధనవంతులలో అతనిది ఏడవ స్థానం.

సెంట్రల్ కొలంబియాలో సుమారు 7000 యెకరాలలో అతనొక విలాసవంతమైన ఎస్టేట్ యేర్పాటు చేసుకున్నాడు. దానికి Hacienda Napoles అని ఇటలీలోని నేపుల్స్‌ని తలపించే పేరు పెట్టుకున్నాడు. అందులో లేనిది లేదు, ప్రపంచంలో వుండే అన్ని వింత జంతువులూ జీబ్రాలూ, జిరాఫీలూ, ఏనుగులూ, చివరికి ఆఫ్రికాలో కనపడే హిప్పోపోటమస్‌లతో సహా తన జూకి రప్పించాడు ఎస్కొబార్. (1993 తరువాత ఈ హిప్పోపోటమస్‌ల సంఖ్య విపరీతంగా పెరిగిపోయి కొలంబియా ప్రభుత్వానికొక తలనొప్పిగా పరిణమించడం ఒక విచిత్రం) బుల్ రింగ్, ఏర్‌పోర్ట్, రకరకాల కార్లతో నిండిన ఈ ఎస్టేట్ భూతల స్వర్గాన్ని తలపిస్తూ వుండేది. దీనితో బాటు అతనికి వివిధ దేశాలలో సుమారు 800 ఇళ్లు వుండేవట!

అతని నేరచరిత్ర కూడా సామాన్యమైనది కాదు. అతని వల్ల ఇతర మాదకద్రవ్య మాఫియా గ్రూపులతో జరిపిన పోరాటలలో చంపబడ్డవారు కానీ, అతనిని యెదుర్కొని హతమైన పోలీసు ఆఫీసర్లు కానీ, న్యాయాధికారులు కానీ, బాంబ్ బ్లాస్టింగ్‌ల వల్ల చనిపోయిన సామాన్య ప్రజలు కానీ మొత్తం మీద సుమారు నాలుగువేల మంది వుంటారని ఒక అంచనా.

రోలర్ కోస్టర్ రైడ్‌లాంటి ఉద్విగ్న భరిత జీవితం గడిపి, ప్రపంచంలోనే అత్యంత ధనవంతుడుగానూ, శక్తివంతుడుగానూ పరిగణింపబడిన ఎస్కొబార్ పుట్టుపూర్వోత్తరాల గురించీ, అతని ఉత్థాన పతనాల గురించీ పరిశీలించడం వలన మానవ జీవిత విలువలు తెలియడమే కాదు, మనుషులు యెలా జీవించకూడదో కూడా తెలుస్తుంది.

దక్షిణ అమెరికాలో కొలంబియాలోని, మెడిలిన్ ప్రాంతానికి చెందినవాడు పాబ్లో ఎమీలియో ఎస్కోబార్ గవేరియా. అతని తండ్రి సాధారణ రైతూ, పశువుల కాపరి. అతని తల్లి యెలిమెంటరీ స్కూల్లో టీచర్. ఏడుగురు సంతానంలో మూడవ వాడు పాబ్లో ఎస్కోబార్. అతని చిన్నతనంలోనే నేరచరిత్రకు బీజాలుపడ్డాయి.

స్కూల్లో చదువుతున్నప్పుడే నకిలీ స్కూల్ గ్రాడ్యుయేషన్ సర్టిఫికేట్లు తయారు చెయ్యడం, సమాధుల మీద అంటించిన ఫలకాలను దొంగిలించి వాటిమీద పేర్లు చెరిపేసి విక్రయించడం, సైకిళ్లూ, స్కూటర్లూ, కార్లూ యెత్తుకుపోయి అమ్మేయడం లాంటి చిన్నచిన్న నేరాలు చేస్తూ వుండేవాడు. ఒకసారి కారు దొంగతనం కేసులో పట్టుబడి జైలు శిక్ష కూడా అనుభవించాడు. అయితే అతనీ డ్రగ్ రాకెట్‌లోకి యెలా వచ్చాడు?

పాబ్లో ఎస్కోబార్ జన్మించిన కొలంబియా, లాటిన్ అమెరికన్ దేశాలుగా పరిగణించే ఇరవై దేశాలలో ఒకటి. ఈ లాటిన్ అమెరికన్ దేశాల భాషా, సంస్కృతి ప్రత్యేకంగా వుంటాయి. చాలామంది స్పానిష్ భాష మాట్లాడతారు. లాటిన్ అమెరికన్ మ్యూజిక్‌కి, సంగీత ప్రపంచంలో ప్రత్యేక స్థానముంది. లాటిన్ అమెరికన్ ట్యూన్లు ప్రేరణగా తీసుకుని మన సినీ సంగీత దర్శకులు అద్భుతమైన పాటలు చేశారు. రెండు, మూడు ఉదాహరణలు చెప్పాలంటే 'పాతాళభైరవి'లో జిక్కి పాడిన 'వగలోయ్ వగలూ' పాటకి 'ద లవ్స్ ఆఫ్ కార్మన్'లో రీటా హేవర్త్ పాడిన 'లలలూ లలలూ' అనే లాటిన్ అమెరికన్ ట్యూనే ఆధారం. ఇంకా తమిళ్‌లో 'కాదలిక్క నేరమిల్లై' సినిమాలో యం.యస్.విశ్వనాథన్ చేసిన ట్యూన్ తెలుగులో యథాతథంగా అదే సినిమాలో కాపీ చేసిన పాట 'అది ఒక ఇది లే'. దీనికి 'బేసుమే మోఛో' అనే లాటిన్ అమెరికన్ ట్యూన్ ఆధారం. 'అందాలె తొంగి చూసె' అనే పాట కూడా లాటిన్ అమెరికన్ ట్యూన్ లాగే అనిపిస్తుంది.

అలాగే సాహిత్య ప్రపంచంలో కూడా 'మాజిక్ రియలిజం' అనే ప్రక్రియకొక ప్రత్యేక స్థానముంది. అసలు మాజిక్ రియలిజంలో చెయ్యితిరిగిన రచయిత గాబ్రియెల్ గార్షియా మార్క్వెజ్ కొలంబియాకి చెందినవాడే. అలాంటి ఘనచరిత్ర కలిగిన లాటిన్ అమెరికన్ దేశమైన కొలంబియాలో మాదకద్రవ్యాల ఉత్పత్తీ, వాడకమూ కూడా ఎక్కువే, కొలంబియా చుట్టుపక్కల వుండే చిలీ, పెరూ, బొలీవియాలలో కొకా విపరీతంగా సాగుచేస్తారు (కొలంబియా కాఫీ తోటలకు కూడా ప్రసిద్ధి). ఈ కొకా మొక్క ఆకుల నుండి తయారు చేసే కొకైన్ ప్రమాదకరమైన మత్తు పదార్థం. దీనిని

కొంతమంది కొలంబియా నుండి ఇతర దేశాలకి సరఫరా చేసి డబ్బు సంపాదిస్తూ వుండేవారు.

అప్పటిదాకా చిన్నా చితకా దొంగతనాలూ, కిడ్నాపులూ, హత్యలూ చేస్తున్న ఎస్కొబార్ చూపు కొకైన్ మాదకద్రవ్య రవాణావేపు పడింది. అతను నెమ్మదిగా మత్తు మందులు సరఫరా చేసే వారితో చేతులు కలిపి, ఆ వ్యాపారంలో అపరిమితమైన ధన సంపాదనకు అవకాశముందని గ్రహించాడు. అయితే ఆ వ్యాపారంలో గ్రూపుల మధ్య తగాదాలూ, హత్యలూ కూడా సర్వ సాధారణం. ఎస్కొబార్ ఈ విషయంలో అప్పటికే ఆరితేరిపోయి వున్నాడు.

అతడు ఒక ప్రణాళిక ప్రకారం రిఫైన్డ్ కొకైన్‌ను తయారు చేసి వివిధ మార్గాల ద్వారా అమెరికాకు సరఫరా చేయడం మొదలు పెట్టాడు. అతను 'మెడిలిన్ కార్టెల్' అనే సంస్థను (మెడిలిన్ అనే ప్రాంతంలో) ఏర్పాటు చేసుకున్నాడు. దానికి అతనే అధిపతి. అతనితోపాటు ముగ్గురు నలుగురు భాగస్వాములుండేవారు. ఒఛోవా బ్రదర్స్, జువాన్ డేవిడ్, జార్జి లూయిా, ఫాబియో. కానీ కొకైన్ పండించి, శుద్ధి చేసి, మార్కెట్లోకి పంపి, క్యాష్ తీసుకునేదాకా ఎస్కొబార్‌దే పెత్తనమంతా.

అమెరికాకు దిగుమతి అయ్యే కొకైన్‌లో 80% ఎస్కొబార్ నుండి ఎగుమతి అయ్యిందే. 1980-90 మధ్యలో అతను సుమారు నెలకి 80-90 టన్నుల కొకైన్ సరఫరా చేసేవాడు. ఈ పనికోసం అతను పదిహేను పెద్ద ఏరోప్లేన్లనీ, ఆరు హెలికాప్టర్లనీ, ఒక LEAR JET ప్లేన్‌నీ (కేవలం డబ్బు దాచి తీసుకురావడానికి ఉపయోగించే వారు) కొనుగోలు చేశాడు.

ఈ వ్యాపారంలో అవరోధంగా వున్న పోలీస్ ఆఫీసర్లనీ, న్యాయాధికారులనీ వీలయితే అత్యధిక మొత్తంలో లంచాలతో, లేదంటే తుపాకీ తూటాతో నోరుమూయించే వాడు. ఈ విధానానికి అతను పెట్టిన పేరు 'సిల్వర్ ఆర్ లెడ్'. 'సిల్వర్' అంటే లంచం 'లెడ్' అంటే తుపాకీ తూటా. అంతేకాదు, ఇతర మాఫియా గ్రూపులను బాంబ్ బ్లాస్టింగ్‌లతో కూడా రూపుమాపేవాడు. ఇలా 1975లో అతని ప్రస్థానం మొదలైంది. 1979 ప్రాంతాలలో అపరిమితంగా వచ్చిపడే డబ్బుతో ఎస్కొబార్ పేద ప్రజలను ఆదరించడం మొదలు పెట్టాడు. వారికోసం ఇళ్లు నిర్మించడం, ఫుట్‌బాల్, సాకర్ స్టేడియంలు నిర్మించడం, ఫుట్‌బాల్ మాచెస్‌ని స్పాన్సర్ చేయడం, స్కూళ్లు, చర్చ్‌లూ నిర్మించడం ఇలాంటి పనులతో వారిని ఆకట్టుకున్నాడు. కొలంబియా ప్రజలు అతన్ని 'పేద ప్రజలపాలిటి రాబిన్ హుడ్'లాగా భావించారు. అతనిని దైవంలాగా

కొలవసాగారు. దానితో 1980 ప్రాంతాలలో ఎస్కొబార్‌కి ఒక దురాలోచన కలిగింది. తాను రాజకీయాలలో ప్రవేశించి వెలిగి పోవాలనీ, వీలయితే కొలంబియా ప్రెసిడెంట్ పదవిని అధిరోహించాలనీ! అదే అతని పతనానికి దారితీసిందని విశ్లేషకుల అభిప్రాయం. అతని సొంత కొడుకు కూడా అదే మాట చెప్పాడు.

1982వ సంవత్సరంలో అతను రాజకీయాలలోకి ప్రవేశించాడు. కొలంబియా ఛాంబర్ ఆఫ్ రిప్రజెంటేటివ్స్‌కి ఆల్టర్నేట్ మెంబర్‌గా ఎన్నికయ్యాడు. అయితే అతని నేర జీవితం గురించి అభ్యంతరం లేవనెత్తి అతనిని పార్లమెంట్‌లో అడుగు పెట్టనివ్వలేదు కొలంబియా రాజకీయ ప్రపంచం. అతని మీద వున్న కేసులన్నీ తిరగదోడేందుకు సిద్ధమయ్యారు. అమెరికా కూడా తమ దేశంలోకి మాదక ద్రవ్యాలు సరఫరా చేస్తున్న ఎస్కొబార్‌ని పట్టి తమకు అప్పజెప్పమని కొలంబియా గవర్నమెంట్‌ని కోరసాగింది. కొలంబియా గవర్నమెంట్ ఇరవైమంది డ్రగ్ ట్రాఫికర్లని పట్టి అమెరికాకు అప్పజెప్పింది. అమెరికా జైళ్లలో వాళ్లు పడే అవస్థల గురించి విన్న ఎస్కొబార్ ప్రాణం పోయినా అమెరికాకు చిక్కకూడదనుకునేవాడు. "అమెరికా జైల్లో శిక్ష అనుభవించే కంటే కొలంబియాలో చావడం మేలు" అనేవాడు.

రాజకీయంగా తనకు పార్లమెంట్‌లో జరిగిన అవమానం సహించలేని ఎస్కొబార్ ప్రతీకారం తీర్చుకోవడం ప్రారంభించాడు. సుప్రీంకోర్టు భవనాన్ని M19 గెరిల్లాలకు (లెఫ్ట్‌వింగ్ కమాండర్స్) సపోర్ట్‌గా వుండి బాంబ్ బ్లాస్ట్ చేయించాడు. అనేకమంది జడ్జీలు చనిపోయారు. అతని నేరాలకి సంబంధించిన డాక్యుమెంట్లన్నీ అగ్నికి ఆహుతయ్యాయి. ఇంకొంతమంది జడ్జీలను విడిగా చంపించాడు. అంతేకాక 1989లో జరిగిన విమాన ప్రమాదంలో (Avianca flight 203) కూడా ఎస్కొబార్ హస్తముందనీ అతని ప్రమేయంతోనే బాంబునమర్చారనీ, అందువల్ల వందకుపైగా ప్రాణ నష్టం జరిగిందనీ తెలిసింది. అంతేకాదు ప్లేన్ ప్రమాదం సంభవించిన తొమ్మిది రోజుల తర్వాత DAS Building మీద బాంబుదాడి జరిగింది. ఆ దాడిలో అరవైమూడు మంది చనిపోగా, రెండువేల మంది పైగా గాయపడ్డారు. ఎస్కొబార్ జరిపే దారుణ మారణకాండలతో గానీ, ఇతర డ్రగ్ ట్రాఫికర్స్ వలన జరిగే దారుణాలతో గానీ ప్రతి రోజూ కొలంబియాలో సగటున రోజుకు 79 మంది మరణిస్తూ వుండేవారు. ప్రపంచం మొత్తానికీ కొలంబియా 'హత్యల రాజధాని' (Murder capital)గా మారిందనుకునేవారు.

ఈ సంఘటనలన్నీ కొలంబియన్ గవర్నమెంట్ చాలా తీవ్రంగా పరిగణించింది. ఎస్కొబార్ కోసం వేట ప్రారంభమైంది. ఒకపక్క నుండి కొలంబియన్ గవర్నమెంటూ,

ఇంకో పక్కనుండి అమెరికన్ గవర్నమెంటూ తీవ్రమైన ప్రయత్నాలు చేయడం మొదలు పెట్టారు. అతని శత్రు వర్గంలోని (ఇతర డ్రగ్ ట్రాఫికర్స్) వారు కూడా అతని కుటుంబాన్ని టార్గెట్ చేసి బాంబు దాడులు జరుపుతుండడంతో ఎస్కోబార్ గవర్నమెంట్‌తో సంధి ప్రయత్నాలు మొదలుపెట్టాడు.

ఇక్కడ అతని కుటుంబం గురించి కొంచెం చెప్పాలి.

అతను తన ఇరవయి ఆరవయేట 1976లో తన కంటే పదకొండేళ్ల చిన్నదైన మేరియా విక్టోరియా హనావూని ప్రేమించి పెళ్లాడాడు. వారికి ఇద్దరు పిల్లలు. జువాన్ పాబ్లో అనే అబ్బాయి, మనూలా అనే అమ్మాయి. ఎస్కోబార్ తన కుటుంబాన్ని చాలా ప్రేమించేవాడు. వారికోసం యేదైనా చేసేవాడు. ఒకసారి అడవిలో ఒక ఇంట్లో కుటుంబం మొత్తం తలదాచుకోవాలసి వచ్చినప్పుడు చలికి తట్టుకోలేకపోతున్న తన కుమార్తెను వెచ్చగా వుంచటం కోసం రెండు గోతాలలో వున్న రెండు మిలియన్ డాలర్ల నోట్లతో చలిమంట వేశాడట!

అతనికి యెన్నో వివాహేతర సంబంధాలున్నప్పటికీ భార్యాభర్తల అనురాగబంధం చెక్కుచెదరకుండా వుండేది.

ఎస్కోబార్ గవర్నమెంట్‌తో చర్చలకు దిగి వచ్చాడు. అతనికి అయిదు సంవత్సరాల జైలు శిక్ష విధించారు. అయితే దానికి అతను కొన్ని షరతులు విధించాడు. “తనను వేరే జైలుకు పంపకూడదనీ, తన జైలు తానే నిర్మించుకుంటాననీ, పోలీసు పహరా, ప్రభుత్వ అధికారులూ ఆ జైలుకి మూడు కిలో మీటర్ల దూరంలో వుండాలనీ, తాను హింసను విడనాడుతాననీ, శాంతియుత జీవనం గడుపుతాననీ.” కొలంబియా ప్రధానమంత్రి సీజర్ గవేరియా ఈ షరతులన్నింటికీ అంగీకరించాడు. ఎస్కోబార్ ఒక సుందర ప్రదేశంలో La catadrel పేరుతో తన జైలు తానే నిర్మించుకుని తన పరివారంతో 1991లో ఆ జైలులో ప్రవేశించాడు. పేరుకే అది జైలు గానీ, అందులో లేని సౌకర్యాలు లేవు. ఒక జలపాతం, ఒక ఫుట్‌బాల్ ఫీల్డ్, ఒక కాసినో, ఒక jacuzzi, ఒక డాల్ హౌస్ ఇలా అన్నీ వున్నాయి.

అతన్ని కలుసుకునే వాళ్లు కలుస్తూనే వున్నారు. డ్రగ్ ట్రాఫికింగ్ జరుగుతూనే వుంది. అలా ఒక సంవత్సరం గడిచేలోపు ఇద్దరు బడా బాబులని డ్రగ్ మాఫియాకి చెందిన వాళ్లని వ్యాపార లావాదేవీలలో వచ్చిన తగాదాలో ఎస్కోబార్ ఆ జైలులోనే చంపి, తగలబెట్టి సాక్ష్యం లేకుండా చేశాడనే విషయం బయటకు పొక్కింది.

ఇవన్నీ గమనించిన ప్రభుత్వం పోలీసు బలగాలని పంపి ఆ జైలు నుండి ఎస్కొబార్‌ని వేరే జైలుకి తరలించే ప్రయత్నాలు ప్రారంభించింది. ఇది తెలుసుకున్న ఎస్కొబార్ పోలీసులు చుట్టుముడుతుండగానే ఎవరికీ కనిపించకుండా మాయ మయ్యాడు. ఇది జరిగింది 22 జూలై 1992న.

పాబ్లో ఎస్కొబార్ తన సహచరులతోనూ, కుటుంబంతోనూ, తనను చుట్టుముట్టిన పోలీసుల కన్నుగప్పి యెలా జైలు (La Catadrel) నుండీ తప్పించుకున్నాడన్నది పెద్ద మిస్టరీ. అతనున్న జైలు పరిసరాలు Andes పర్వతాల పాదాల వద్ద వుండటంతో ఆ రాత్రి పూట యేర్పడిన మంచు తెరల మధ్యలో నుండి పర్వతాల మీదకు పారిపోయి వుంటారని ఒక అభిప్రాయం. ఈ పర్వతశ్రేణి లాటిన్ అమెరికన్ దేశాలకు పశ్చిమంగా చుట్టుకుని వుంటుంది. అంతేకాదు, నిగూఢమైన అనేక లోయలతోనూ, అగ్ని పర్వతాలతోనూ నిండి వుండి, అనేక ఎడారులను కూడా చుట్టి సాగుతుంది.

కొలంబియాలోని ఈ పర్వతాల ఆనుపానులు ఎస్కొబార్‌కి కొట్టినపిండి. ఇంకా కొంతమంది అతను రహస్య సొరంగ మార్గం ద్వారా బయటకు వెళ్లి, అడవులలోకి వెళ్లి వుంటాడని ఊహించారు.

ఏది యేమైతేనేం అలా జూలై 1992లో తప్పించుకున్న ఎస్కొబార్ దాదాపు ఒకటిన్నర సంవత్సరాలు తన జాడ కూడా తెలియనీకుండా రహస్య జీవితం గడిపాడు. అయితే కొలంబియా అధ్యక్షుడు సీజర్ గవీరియా, అమెరికా ప్రభుత్వమూ ఎస్కోబార్ షరతులను ఉల్లంఘించి తప్పించుకుపోవడాన్ని చాలా తీవ్రంగా పరిగణించాయి. అతనిని ప్రాణాలతో పట్టుకోగలిగితే సరే, లేదంటే మట్టుపెట్టడానికయినా సిద్ధమయ్యాయి. కొలంబియా టాస్క్‌ఫోర్స్ 'సెర్చ్ బ్లాక్' (Search Bloc) అనే గ్రూపును తయారుచేసింది. అమెరికన్ ప్రభుత్వం 'సెంట్రా స్పైక్' అనే దళాన్ని యేర్పాటు చేసింది. ఈ రెండింటికీ తోడు పాబ్లో ఎస్కొబార్ వలన చనిపోయిన కుటుంబాల వారూ, బాధితులూ కలిసి Los Pepes అనే దళం పేరుతో ఒక దళంగా ఏర్పాటయ్యి ఎస్కొబార్‌ను వేటాడసాగారు. ఈ దళానికి ఆర్థిక సహాయం ఎస్కొబార్ ప్రత్యర్థి (డ్రగ్ ట్రాఫికర్) ముఠాల నుండి అందుతూ వుండేది.

ఇలా మూడురకాల దళాలు ఎస్కొబార్‌ని మట్టుపెట్టడానికి కంకణం కట్టుకున్నాయి. అయితే అతనికి పేద ప్రజలలో వున్న రాబిన్‌హుడ్ ఇమేజ్ వలన చాలాకాలం ప్రజలు అతనిని కాపాడుతూ వచ్చారు. చివరికి వచ్చేసరికి ఈ బాంబ్ బ్లాస్టులూ, మారణహోమాలతో వారు కూడా విసిగిపోయారు.

లా పెపీస్ అనే గ్రూపు ముఖ్యంగా చాలా భీభత్సం సృష్టించింది. ఎస్కొబార్ రహస్య స్థావరాలను, మందు గోడౌన్లనూ ధ్వంసం చేసింది. అతని బంధువులను హింసించింది. అతని లాయర్ని కుటుంబంతో సహా మట్టుబెట్టింది. ఇంకా అతనికి దగ్గరగా మసిలే అంగరక్షకులు మూడు వందల మందిని వెంటాడి వేటాడి చంపింది.

తన బంధువులకీ, తన కుటుంబానికీ రక్షణ కొరవడుతోందని భావించిన ఎస్కొబార్ తన భార్యా బిడ్డలని వేరే దేశానికి పంపించి వాళ్లను కాపాడుకుని, తానొక్కడే పోరాడదామనుకున్నాడు. ఈ సందర్భంలో ఎస్కొబార్ భార్యా, కొడుకూ అతనిని యెంతో బతిమిలాడేవారు హింసాప్రవృత్తి వీడమనీ, ప్రభుత్వానికి లొంగిపొమ్మనీ. అతను ససేమిరా ఒప్పుకునేవాడు కాడు.

సరే, భార్యా బిడ్డలు నవంబర్ 1993లో జర్మనీకి బయలుదేరారు. ఈ విషయం తెలుసుకున్న కొలంబియా ప్రెసిడెంట్, జర్మనీలో వాళ్లకు ఆవాసం ఇవ్వద్దని జర్మన్ ప్రభుత్వాన్ని కోరాడు. జర్మన్ ఏర్‌పోర్ట్ నుండి వాళ్లు మళ్లీ తిరుగు విమానంలో కొలంబియా వచ్చి ప్రభుత్వ కస్టడీలో ఒక భవనంలో వుంచబడ్డారు, వాళ్ల మీద యే నేరారోపణా లేకపోయినప్పటికీ. ఇదంతా ఎస్కొబార్‌ని చాలా బాధించింది. అతను అగ్గిమీద గుగ్గిలం అయ్యాడు. అతని బలం, బలగం అంతా తగ్గిపోయింది. అతని అనుచరులలో చాలామంది చనిపోయారు. కొంతమంది ప్రభుత్వానికి పట్టుబడ్డారు. ఇంకొంతమంది ఇన్‌ఫార్మర్లుగా మారిపోయారు.

ఈ పరిస్థితులలో అతను ప్రభుత్వాన్ని తన కుటుంబానికి యేదో ఒక దేశంలో ఆశ్రయం కల్పించమనీ, లేకపోతే మారణహోమం సృష్టిస్తాననీ బెదిరించసాగాడు.

1993 డిసెంబర్ ఒకటవ తేదీ తన 44వ పుట్టిన రోజు జరుపుకున్నాడు పాబ్లో ఎస్కొబార్. ఆ సందర్భంగా ఒక రహస్య స్థావరం నుండి భార్యాబిడ్డలతో ఫోన్లో మాట్లాడాడు. అతని ఫోన్‌ను ఆధునికమైన టెక్నాలజీతో కొలంబియన్ ఎలక్ట్రానిక్ సర్వైలెన్స్ టీమ్ టాప్ చేసి అతనెక్కడున్నాడో కనిపెట్టే ప్రయత్నాలు చేస్తోంది. కానీ కనిపెట్టలేకపోయింది. కొద్దిలో తప్పించుకుంటున్నాడు ప్రతిసారీ.

1993 డిసెంబర్ 2న మళ్లీ అతను తన కొడుకుకి ఫోన్ చేస్తున్నప్పుడు, అతనున్న ప్రదేశం కనిపెట్టారు. మెడిలిన్‌లో ఒక మధ్యతరగతి అపార్ట్‌మెంట్లో ఫోన్‌లో మాట్లాడుతూ కిటికీలో నుండి అస్పష్టంగా కనపడ్డాడు. కొలంబియన్ సెర్చ్ బ్లాక్ టీమ్‌కి చెందిన యెనిమిది మంది సాయుధులైన యోధులు తలుపులు విరగగొట్టి లోపలకు చొరబడ్డారు.

ఎస్కోబార్, అతనితో వున్న ఒకే ఒక్క అనుచరుడూ వాళ్ల శక్తి వంచన లేకుండా పోరాడారు. చివరికి వాళ్లిద్దరూ ఇళ్ల మిద్దెల మీదకెక్కి అవతల వీధిలోకి దూకి పారిపోదామని ప్రయత్నిస్తుండగా తుపాకి తూటాలకి బలి అయి చనిపోయారు. ఎస్కోబార్‌కు, కుడికణత నుండి దూసుకుపోయిన తూటాతో ప్రాణం పోయిందని నిర్ధారించారు అతని భార్యా పిల్లలూ, బంధువులూ. 'ప్రాణాలతో పట్టుబడను, ఒకవేళ పట్టుబడవలసి వస్తే, కణత దగ్గర కాల్చుకుని చనిపోతాను' అని అతను చెప్పే మాటలు గుర్తు చేసుకుని, అది హత్యకాదు ఆత్మహత్యే అంటారు. అతన్ని అభిమానించే ప్రజలు సుమారు పాతికవేలమంది అతని అంత్యక్రియలలో పాల్గొన్నారు. అలా ఎస్కోబార్ కథ ముగిసింది. మెడిలిన్ కార్టెల్ రూపు మాసిపోయింది.

అతని కథను ఎంతో మంది పుస్తకాలుగా రాశారు. సినిమాలుగా, డాక్యుమెంటరీలుగా చిత్రీకరించారు. NETFLIXలో NARCOS అనే సీరియల్ రెండు సీజన్స్‌లో ఇరవై ఎపిసోడ్స్ అతని కథ, అది చాలా పాపులర్ అయ్యింది.

ప్రపంచంలోనే అత్యంత ధనవంతుడిగా పరిగణించబడి, విలాసవంతమైన జీవితం గడిపిన అతను చివరకు యేమి సాధించాడు! అతని ధనమే అతనికి శత్రువయింది, అతని హత్యా రాజకీయాలే అతన్ని మట్టుపెట్టాయి. బతికినంత కాలమూ గోరంత సుఖమూ, రవ్వంత శాంతీ లేకుండా పరుగులు తీసిన అతనికి దక్కిందేవిటీ?

వీటన్నిటికీ సమాధానంగా అతని కొడుకు ఇంటర్వ్యూల్లో చెప్పిన మాటలు చాలా నచ్చాయి నాకు.

ఎస్కోబార్ మరణించే నాటికి అతని భార్య వయసు 32. కొడుకు వయసు 16, కూతురు వయసు 9.

ఎస్కోబార్ మరణం తర్వాత అతని కుటుంబానికి కొలంబియాలో నిలవ నీడ లేకుండా పోయింది. సాధారణంగా తండ్రి చనిపోతే కొడుకు అతని వారసత్వాన్ని అందిపుచ్చుకుని అతను చేసిన పనులన్నీ మళ్లీ తాను చేసి ఆస్తులను కాపాడుకోవడానికీ, తండ్రి పేరు నిలపడానికీ తయారవడం చూస్తూ వుంటాం.

అయితే ఇక్కడ ఎస్కోబార్ కొడుకు దానికి భిన్నంగా ఒక మామూలు మనిషి లాగా ఆలోచించి తాను హింసకి పాల్పడననీ, శాంతి కోసం పాటుపడటమే తన లక్ష్యమనీ ప్రకటించడమే కాదు, ఎస్కోబార్ ప్రత్యర్థి గ్రూపు అయిన కాలీ కార్టెల్ వారి దగ్గరకు వెళ్లి, తామే నేరప్రవృత్తికీ పాల్పడమనీ, తాము ఈ దేశమే వదిలి పోతామనీ

ప్రాథేయపడ్డాడు. ఈ విషయంలో తల్లి ప్రోత్సాహం కూడా వుంది. కాలీ కార్టెల్ వాళ్లు వారికి వున్న సంపదనంతా తమకు వదిలి కట్టుబట్టలతో వెళ్లేందుకు అనుమతించారు.

ఎస్కొబార్ ఆస్తులన్నీ ప్రభుత్వమూ, ప్రత్యర్థి వర్గాలూ ఆక్రమించాయి, కొన్ని ఆస్తులు పాడుపడిపోయాయి. ఎస్కొబార్ కుటుంబానికి, వారి సొంత పేర్లతో, ఐడెంటిటీతో ప్రపంచంలోని యే దేశమూ ఆశ్రయం కల్పించడానికి ఇష్టపడలేదు. అప్పుడు వాళ్లు ముగ్గురూ పేర్లు మార్చుకున్నారు. 1995లో దేశం వదిలి, అనేక దేశాలు తిరిగి (మొజాంబిక్, బ్రెజిల్, పెరూ, బొలీవియా) చివరకు అర్జంటీనాలో స్థిరపడ్డారు. తల్లి రియల్ ఎస్టేట్ బిజినెస్ చేస్తోంది. కొడుకు ఆర్కిటెక్ట్ గానూ, మోటివేషనల్ స్పీకర్‌గానూ స్థిరపడ్డాడు, కూతురు హోమ్ మేకర్.

ఇక్కడ కూతురి గురించి కొంచెం చెప్పాలి. అల్లారు ముద్దుగానూ, తండ్రితో గాఢమైన అనుబంధంతోనూ పెరిగిన ఆమె, ఈ పరిణామాలు చూసి, మానసికంగా చాలా దెబ్బతింది. ఆత్మహత్యకు కూడా ప్రయత్నించింది. తర్వాత కోలుకుంది. ఇప్పుడు తండ్రి పేరు చెప్పడానికి కూడా ఇష్టపడదు. కుటుంబంతో సంబంధ బాంధవ్యాలన్నీ తెంచుకుంది కూడా.

ఎస్కొబార్ కొడుకు జువాన్ పాబ్లో ఎస్కొబార్ నేడు సెబాస్టియన్ మారోక్విన్‌గా పేరు మార్చుకున్నాడు. తండ్రి జీవిత చరిత్రని 'పాబ్లో ఎస్కొబార్ మై ఫాదర్' అనే పుస్తకంగా రాశాడు. ఒక డాక్యుమెంటరీ కూడా తీశాడు. అందులో తన తండ్రి వలన మరణించిన కుటుంబాలన్నింటికీ పేరుపేరునా క్షమాపణలు చెప్పుకున్నాడు. వారిని క్షమించమని అడుగుతూ ఉత్తరాలు రాశాడు. తర్వాత కొన్నేళ్లకు కొలంబియా వెళ్లినప్పుడు వారి సమాధులను దర్శించి పుష్పగుచ్ఛాలు ఉంచాడు.

ఇంకా నెట్‌ఫ్లిక్స్ సీరీస్ చూసీ, ఎస్కొబార్ గురించి తెలుసుకుని, అతన్ని ఆరాధించే వారికి అతనేం చెబుతాడంటే 'మా నాన్నని హీరోగా చూడకండి, అది చాలా పెద్ద పొరపాటు, అతన్ని అనుసరించాలనుకోకండి. అతనొక విధ్వంసకారి. అతని జీవితంలో యెంత అభద్రత, యెంత ఆందోళన, యెంత వత్తిడి వుందో నేనెరుగుదును. ఎంత డబ్బు వుంటేనేం అది ఎందుకు పనికి వచ్చింది? చివరకు అది అతని ప్రాణమే తీసింది. మనిషికి జీవితంలో కావలసింది శాంతి... హింసకాదు! ఇదే నేను మానవాళికి చెప్పదలుచుకున్నది." ఎవరైనా ఎస్కొబార్ జీవితం గురించి తెలుసుకున్నాక బోధపడే జీవిత సత్యం అదే!

మార్లిన్ మన్రో
శృంగార దేవత

మార్లిన్ మన్రో పేరు చెప్పగానే కలల్లో తేలిపోయి వెర్రెక్కిపోయే అభిమానులు ప్రపంచవ్యాప్తంగా వున్నారు. ఆమె పోయి సుమారు 58 యేళ్లయినా అత్యంత ప్రజాదరణ పొందిన శృంగార తారగా ఆమె స్థానం చలనచిత్ర ప్రపంచంలో ఈ నాటికీ చెక్కు చెదరలేదు. అంతేకాదు అది ఎప్పటికీ చెరిగిపోని శాశ్వత స్థానమే అనిపిస్తుంది. అలా అనిపించడానికి కారణాలు పసిపిల్లలా అమాయకంగా కవ్వించే ఆమె మొఖమా? సరైన కొలతలలో చేసిపెట్టిన బొమ్మలా వుండే ఆమె శరీరాకృతా? మెత్తగా రహస్యాలు చెబుతున్నట్టుగా పలికే ఆమె గొంతా? ఎంతటి వారినైనా మంత్ర ముగ్ధులను చేసి కట్టిపడేసే ఆ నవ్వా? అని ఆలోచిస్తే, వీటన్నిటినీ మించి తెలియని ఒక తీవ్రమైన ఆకర్షణ అనిపిస్తుంది. ఆమె1962లో చనిపోయే నాటికి ఆమెకు కేవలం 36 యేళ్లు. చలన చిత్ర జీవితంలో ఆమె చురుకుగా, క్రియాశీలంగా వున్నది 1950 నుండి 1962 వరకూ అంటే కేవలం పన్నెండేళ్లు, నటించింది సుమారు ముప్ఫయి చిత్రాలు. అయితే ఆమె నటించిన చిత్రాలు బాక్స్ ఆఫీసు దగ్గర 200 మిలియన్ డాలర్లకు పైన వసూలు చేశాయి. అది మిగతా నటులందరి కంటే ఆధిక్యాన్ని తెచ్చిపెట్టింది. ప్రజలు ఆమె తెరమీద కనపడితే చాలు వెర్రెత్తి పోయేవాళ్లు. మార్లిన్

మన్రోను ఇరవయ్యో శతాబ్దంలో అత్యంత ప్రముఖ నటిగా పరిగణిస్తారు. నటిగా ఇంత ఉన్నత స్థాయికి రావడమనేది ఆమె చిన్ననాటి కల. దాన్ని సాకారం చేసుకోవడానికి ఆమె ఎన్నో కష్టనష్టాలు పడింది. చివరికి సాధించి విజేతగా నిలిచింది. ఇంకోరకంగా జీవితంలో చాలా కోల్పోయింది. ఒక సామాన్య మహిళకు కూడా దక్కే పిల్లాపాపలతో కూడిన భద్రమయిన గృహజీవితం తనకు దక్కలేదనే బాధ ఆమెను జీవితాంతం వెంటాడింది. ఇంకా తల్లిదండ్రుల ప్రేమ కరువైన విషాదకరమైన బాల్యమూ, బాల్యంలో ఆమె మీద జరిగిన అత్యాచారాలూ కూడా ఆమె మీద చాలా ప్రభావం చూపాయి. ఆమెను మానసికంగా బలహీనురాలిని చేశాయి. ఆమెలో ఆందోళనా, ఒత్తిడీ, నైరాశ్యమూ, అభద్రతా గూడు కట్టుకుని వుండేవి. వాటినుండి బయట పడటానికి ఆమె మద్యానికీ, మాదక ద్రవ్యాలకీ అలవాటు పడింది. పీడకలలాంటి తన గతాన్ని మరిపింపజేసే ప్రేమ కోసం జీవితాంతం వెదుక్కుంది. చివరికా అలవాట్లే తన అకాల మరణానికి కారణమయ్యాయి. పరిశీలించి చూస్తే ఆమె జీవితమే ఒక సినిమా కథను తలపిస్తుంది.

మార్లిన్ మన్రో అసలు పేరు నోర్మా జీన్. ఆమె 1926 జూన్ 1వ తేదీన అమెరికాలోని లాస్ ఏంజిలిస్‌లో (హాలీవుడ్‌కి కొద్ది దూరంలో) జన్మించింది. తల్లి పేరు గ్లాడిస్ పెర్ల్. తండ్రి ఎవరన్నది కరెక్ట్‌గా తెలీదు. గ్లాడిస్ పెర్ల్ చలన చిత్రాలకు సంబంధించిన కంపెనీలో ఫిల్మ్ కట్టర్‌గా పనిచేస్తుండేది. నోర్మా జీన్ తల్లికి రెండు వివాహాలు జరిగాయి. మొదటి భర్తకు జాన్ బేకర్‌కు పుట్టిన ఇద్దరు పిల్లలని ఆయనే తీసుకుని వెళ్లి పోయాడు. రెండో భర్త మార్టెన్ సన్ పిల్లలు పుట్టక ముందే వదిలి వెళ్లి పోయాడు. ఆయన వెళ్లిన కొంతకాలానికి గ్లాడిస్ పెర్ల్ నోర్మా జీన్‌ని కన్నది. కొంతమంది ఆమెతో పాటు పనిచేసే ఛార్లెస్ స్టాన్లీ గిఫర్డ్ అనే వ్యక్తే నోర్మా జీన్ తండ్రి అని చెబుతారు. అయితే రికార్డ్స్‌లో నార్మాజీన్ మార్టెన్ సన్ అని రెండో భర్త పేరు రాయించారు. కొన్నిచోట్ల నోర్మా జీన్ బేకర్ అని మొదటి భర్త పేరు కూడా చెబుతూ వుండేది. అలా నోర్మా జీన్ బేకర్ గానూ, నోర్మా జీన్ మార్టిన్ సన్ గానూ కూడా వ్యవహరింపబడుతున్న ఆమె మార్లిన్ మన్రో ఎలా అయిందో తర్వాత చెప్పుకుందాం.

గ్లాడిస్ పెర్ల్ చేసే చిన్న ఉద్యోగంలో వచ్చే ఆదాయం తినడానికీ, ఉండటానికీ పిల్లను పెంచడానికీ సరిపోయేది కాదు. పదమూడు రోజుల పిల్లను ఇరుగు పొరుగుకి అప్పజెప్పి ఉద్యోగానికి వెళ్లేది.

రెండేళ్ల పిల్లగా వున్నప్పటి నుండే ప్రభుత్వ వసతి గృహాల్లోనూ (ఫాస్టర్ హోమ్స్), అనాథాశ్రమాల్లోనూ, స్నేహితుల ఇళ్లలోనూ పెరగవలసి వచ్చింది. సుమారు పన్నెండు

ఫాస్టర్ హోమ్స్లూ, ఒకటి రెండు అనాథాశ్రమాలూ ఆశ్రయాన్నిచ్చాయి. ఆ ఫాస్టర్ హోమ్సులో వున్నప్పుడూ, తల్లి స్నేహితుల ఇళ్లల్లో వున్నప్పుడూ రెండు మూడుసార్లు అత్యాచారానికి గురయింది. తన యెనిమిదవ యేట తల్లి తనతో తీసికెళ్లి దగ్గరే అట్టిపెట్టుకుంది గానీ, ఉన్నట్టుండి ఆమె మానసిక అనారోగ్యానికి (పారనాయిడ్ స్కిజోఫ్రినియా) గురయి హాస్పిటల్లో చేరడంతో తల్లి స్నేహితురాలు గ్రేస్ మెకీ అనే ఆవిడ నోర్మా జీన్కి గార్డియన్గా బాధ్యత తీసుకుని ఆమెను కొంతకాలం ఒక అనాథాశ్రమంలో వుంచింది. ఆ తర్వాత తనతో కొంతకాలమూ, బంధువుల ఇంట కొంతకాలము వుంచింది. ఆమె నోర్మా జీన్ని బాగానే చూసుకునేది. సినిమాలకి తీసికెళ్లేది, అమెరికన్ ప్రఖ్యాత తార జీన్ హర్లోలాగా నోర్మా జీన్ నటించాలనేది. ఆ రోజుల్లో చూసిన సినిమాల్లోని హీరో క్లార్క్ గేబుల్ని చాలా ఇష్టపడేది నోర్మా జీన్. అతన్ని తన తండ్రి స్థానంలో ఊహించుకుని మురిసిపోయేది. అలా ఆమెలో సినీ నటన పట్ల ఉత్సాహమూ ఆకర్షణా యేర్పడ్డాయి. 1942లో సరిగ్గా 16 యేళ్ల పద్దెనిమిది రోజులకి జూన్ 19న గ్రేస్ బంధువుల ఇంటి పక్కనుండే జిమ్ డొరోతిని వివాహం చేసుకుంది నోర్మా జీన్. ఒకవేళ ఆ వివాహమే జరిగి వుండకపోతే ఇంకో అనాథాశ్రమానికి వెళ్లవలసి వచ్చేది. జిమ్ నావీలో పని చేస్తూ వుండేవాడు. సంసారం హాయిగా సాగుతోంది. ఈలోగా రెండవ ప్రపంచ యుద్ధం కారణంగా షిప్ మీద సౌత్ పసిఫిక్ ద్వీపాలకు వెళ్లవలసి వచ్చింది అతను.

జిమ్ డరోతీ యుద్ధం డ్యూటీ మీద (1944లో) వెళ్లేదాకా నోర్మా జీన్, జిమ్ డరోతీల సంసారం అన్యోన్యంగా హాయిగా సాగిపోతూ వుండేది. ఇద్దరికీ ఒకరంటే ఒకరికి ఇష్టంగానే వుండేది. ఏ పొరపొచ్చాలూ లేవు. అతను వెళ్లాక నోర్మా జీన్ అత్తగారింటికి వచ్చి అక్కడ రేడియో ప్లేన్ మ్యూనిషన్స్ ఫాక్టరీలో పనిలో చేరింది. యుద్ధ విమానాల్లో పారాచూట్లు అమర్చే పనిలో సహాయ పడుతూ వుండేది. అదే సమయంలో డేవిడ్ కొనోవర్ అనే ఫోటోగ్రాఫర్ "యాంక్" అనే మాగజీన్ కోసం యుద్ధ సమయంలో ఫాక్టరీల్లో పని చేసే మహిళల ఫోటోలు తీస్తూ, నోర్మా జీన్ ఫోటో కూడా తీయడం, ఆమె ఫోటోజనిక్గా వుందని మెచ్చుకోవడం, కెమెరా సెన్స్ బాగుందనీ, మోడల్గా ప్రయత్నిస్తే రాణిస్తావని సలహా ఇవ్వడం జరిగింది. ఆ మాటలతో నోర్మా జీన్లో నిద్రాణమైన కోరికలు చిగురించాయి. ఎలాగైనా మంచి మోడల్గా, సినీనటిగా తన అదృష్టాన్ని పరీక్షించుకోవాలనుకుంది. బ్లూ బుక్ ఏజన్సీ అనే మోడలింగ్ ఏజన్సీలో చేరి, మోడలింగ్ పాఠాలతో పాటు, మేకప్ ఎలా చేసుకోవాలో, ఎలా నడవాలో, హెయిర్ స్టయిల్ ఎలా చేసుకోవాలో మొదలయిన విషయాలలో

శిక్షణ తీసుకుంది. తన బ్రౌన్ హెయిర్‌ను బ్లీచింగ్ చేసుకుని బ్లాండ్ హెయిర్‌గా మార్చుకుంది. ఆ ఏజన్సీ ద్వారా కొన్ని మాగజీన్ల ముఖచిత్రాలకు పోజులిచ్చింది. చాలా కాలెండర్లకు కూడా మోడల్ గర్ల్‌గా వుంది. ఇదంతా గమనిస్తున్న అత్తగారు సహజంగానే మందలించారు. దానితో తన భవిష్యత్తు గురించి వేరే బాటలు వేసుకుంటున్న నోర్మాజీన్, అత్తగారింటి నుండి బయటకు వచ్చి వేరే అపార్ట్‌మెంట్లో వుంటూ విడాకులకు అప్లై చేసింది. సరిగ్గా పెళ్లయిన నాలుగేళ్లకు అంటే 1946లో విడాకులు మంజూరయ్యాయి.

అదే సంవత్సరం ట్వెంటియత్ సెంచురీ ఫాక్స్ వాళ్ల స్క్రీన్ టెస్ట్‌లో పాల్గొన్న నోర్మా జీన్ విజయవంతంగా సెలెక్ట్ అయింది. ఆరునెలల కాంట్రాక్ట్. వారానికి 75 డాలర్ల జీతం. కొత్త టాలెంట్‌లని కనిపెట్టి అవకాశాలు కలిపించే ఏజంట్ బెన్ లియాన్, ఆమె పేరు మార్చుకుంటే బాగుంటుందనే సలహాతో పాటు, 'మేర్లిన్ మన్రో' అని పేరు పెట్టుకుంటే బాగుంటుందని సూచించాడు. మన్రో అనే పేరు ఆమె అమ్మమ్మ తరపు నుండి వస్తే, మార్లిన్ అన్న పదం అప్పట్లో మార్లిన్ మిల్లర్ అనే నటి పేరు నుండి తీసుకున్నారు. అలా నోర్మా జీన్ అప్పటి నుండీ 'మార్లిన్ మన్రో' అయ్యింది. అయితే తనకు మాత్రం 'జీన్' అని పిలిపించుకోవడం ఇష్టమని చెప్పింది ఒక ఇంటర్వ్యూలో.

చలన చిత్ర రంగంలో ప్రవేశించడం 1946లోనే అయినా, ఆమెకు సరైన అవకాశాలు రావడానికి నాలుగయిదు సంవత్సరాలు పట్టింది. మొదట్లో చిన్న చిన్న పాత్రలలో బి గ్రేడ్ చిత్రాలలో అవకాశాలు వస్తూ వుండేవి. ఇంతలో ఆరు నెలల కాంట్రాక్ట్ ముగిసింది. తర్వాత మళ్లీ రెన్యువల్ చెయ్యలేదు ఏమీ అవకాశాలు లేవు. అయితేనేం నిరుత్సాహ పడకుండా, మోడలింగ్ చేసుకుంటూ, హాలీవుడ్‌లో జరిగే పార్టీలకు హాజరయ్యి, ప్రముఖులతో పరిచయాలు పెంచుకునే క్రమంలో ఒకాయన పరిచయం వలన కొలంబియా పిక్చర్స్‌లో అవకాశం వచ్చింది. అక్కడ కూడా ఒక ఆర్నెల్లు కాంట్రాక్ట్. ఆ సమయంలో 'లేడీస్ ఆఫ్ ది కోరస్' (1948) సినిమాలో పని చేసింది. ఆ సమయంలో డైలాగులు కోచింగ్ ఇచ్చేటప్పుడు పరిచయమైన నటాషాని చాలాకాలం తనతోనే కోచ్‌గా వుంచుకుంది. ఆర్నెల్ల తర్వాత కొలంబియా పిక్చర్స్ కాంట్రాక్ట్ అయిపోయాక, బతుకు మళ్లీ మొదటికి వచ్చింది. మళ్లీ మోడల్ గర్ల్‌గా పనిచేయడం, స్టూడియోల చుట్టూ తిరగడం, హాలీవుడ్ పార్టీలు హాజరవడం అదీ జీవితం. అలాంటి సమయంలో ఒక న్యూ ఇయర్ పార్టీలో విలియమ్ మోరిస్ ఏజన్సీలో పనిచేసే జానీ హైడ్ అనే మంచి పేరు ప్రతిష్ఠలున్న ఏజంట్‌తో

పరిచయమయ్యింది. ఆయన మార్లిన్‌లో ఒక స్టార్ దాగుందనీ, సాన పెడితే ఆమె వజ్రంలా మెరవగలదనీ విశ్వసించాడు. ఆమెను ఎంతో ప్రోత్సహించాడు. ఆయన ఇన్‌ఫ్లుయెన్స్ వల్ల వచ్చిన సినిమా 'అస్ఫాల్ట్ జంగిల్' తోనే (1950-యం.జియమ్) మార్లిన్ జీవితంలో మంచి బ్రేక్ వచ్చింది. పిక్చర్ ఫీల్డ్‌లో ఆమెకొక గుర్తింపు వచ్చింది. ఆయన వల్లనే ట్వంటీయత్ సెంచరీ ఫాక్స్ ఆమెను మళ్లీ నటిగా స్వీకరిస్తూ కాంట్రాక్ట్ రాసుకుంది.

జానీ హైడ్ ఆమెకు అన్ని రకాలుగా గార్డియన్‌గా వుండి రక్షణ కల్పించాడు. ముక్కుకు కాస్మటిక్ సర్జరీ చేయించి మరింత అందంగా తయారు చేయించడం, ఆమె వార్డ్‌రోబ్ ఆధునికమైన దుస్తులతో వుండేట్టు చూడటం, చిత్రసీమలో పెద్ద పెద్ద వారిని పరిచయం చేయడం, వీటన్నింటి వెనకా ఆయన పాత్ర వుండేది. అంతేకాదు తనను పెళ్లాడమని మార్లిన్‌ని పదేపదే అభ్యర్థించేవాడు. అయితే అది ఆమెకు ఇష్టం లేదు. ఒకవేళ ఆయనను చేసుకుని వుంటే ఆమె చాలా ధనవంతురాలయి వుండేది. విధి చిన్న చూపు చూసింది. ఇంకా మార్లిన్ సరిగ్గా చిత్రసీమలో నిలదొక్కుకోకుండానే హఠాత్తుగా ఆమె శ్రేయోభిలాషి జానీ హైడ్ గుండెజబ్బుతో మరణించాడు (1950). మళ్లీ ఒక్కసారిగా మార్లిన్ ఒంటరిగా మిగిలింది. అయినా ధైర్యంగా ముందుకే సాగడానికి నిశ్చయించుకుంది. జానీ హైడ్ మరణం ఆమెని చాలా కృంగదీసింది. ఆయనను గాఢంగా ప్రేమించకపోయినా ఆయనంటే గాఢమైన అభిమానం వుండేది. ఆయన పోయిన మరుక్షణమే ఆయన కుటుంబం మార్లిన్‌కి ఆయన ఇచ్చిన కానుకలన్నీ వూడలాక్కుని బయటకు సాగనంపారు. కర్మకాండలన్నీ అయిపోయాక ఎన్ని కాల్స్ చేసినా, ఆయన కంపెనీలోని వారు ప్రతిస్పందించ లేదు. ఒకపక్క స్టుడియో కాంట్రాక్ట్ సమయం అయిపోవస్తోంది. తన తరపున మాట్లాడి రిన్యూ చేయించే వాళ్లెవరూ లేరు. ఇదివరకైతే జానీ హైడ్ అన్నీ చూసుకునేవాడు. ఏది ఏమైనా సరే ఈ ఫీల్డ్ వదిలేది లేదు. అన్ని విషయాలూ తనే చూసుకోవాలని గట్టిగా నిశ్చయించుకుంది. ఈలోగా ఒక ఫిల్మ్ ఎగ్జిబిటర్ ఇచ్చిన డిన్నర్‌లో స్కిన్ టైట్ కాక్‌టెయిల్ డ్రస్‌లో మిలామిలా మెరిసిపోతున్న మార్లిన్‌ని చూసిన ట్వంటీయత్ సెంచరీ ఫాక్స్ ప్రెసిడెంట్, వెంటనే కాంట్రాక్ట్ రిన్యూ చేయడమే కాదు, తర్వాత ఏడేళ్లకు వరకూ పొడిగించాడు కూడా!

ఇక్కడ కళాకారిణిగా మార్లిన్ గురించి చెప్పాలంటే మొదట్లో తనకన్నీ ప్రాధాన్యత లేని పాత్రలూ, తన అందాన్ని ఆరబోసే పాత్రలు మాత్రమే వస్తుండేవి, కానీ క్రమేణా నటనకు అవకాశమున్న పాత్రలు లభించాయి. ఆమె కూడా తనలో కేవలం అందమే

కాదు నటనా ప్రతిభ కూడా దాగి వుందని నిరూపించుకోవాలని తాపత్రయపడేది. అందుకోసమని తనకు పర్సనల్ కోచ్‌ని వెతుక్కుని తనతోపాటు స్టూడియోకి తెచ్చుకుని తను నటించే ప్రతి సీనుకి ఆ కోచ్ ఆమోద ముద్ర తీసుకునేది. దీనివలన ఆమె నటన మెరుగు పడినప్పటికీ, కొన్ని వివాదాలూ ఇబ్బందులూ కూడా ఎదుర్కోవలసి వచ్చింది. ఇదివరకు చెప్పుకున్నాం కదా! 'లేడీస్ ఆఫ్ ది కోరస్'లో నటించేటప్పుడు పరిచయమైన నటాషా అనే కోచ్‌ని తన వ్యక్తిగత శిక్షకురాలుగా తనతో తెచ్చుకుందని. సెట్‌లో నటించేటప్పుడు ప్రతిసారీ టేక్ అయిపోగానే బాగా వచ్చిందా లేదా అని దర్శకుడిని అడిగే బదులు నటాషాని అడిగేది మార్లిన్. ఆమె ఒప్పుకుంటే సరే లేదంటే మళ్లీ రీటేక్ అడిగేది. ఈ వ్యవహారమంతా దర్శకుడికీ, సహనటీనటులకి ఇబ్బందిగా పరిణమిస్తూ వుండేది.

అంతేకాదు ఆమె స్టుడియోకి సమయానికే వచ్చినా సెట్‌కి రావడానికి చాలా ఆలస్యం చేసేది. ఎందుకు ఈ ఆలస్యం అంటే అన్నీ పర్‌ఫెక్ట్‌గా చెయ్యాలనే తాపత్రయం, కెమెరా ముందుకు వెళ్లాలంటే భయం, ఆందోళనా, అభద్రతా... వీటన్నింటినీ అధిగమించటానికి, పదేపదే మేకప్ దిద్దుకుంటూ, కోచ్‌కి డైలాగ్‌లు అప్పజెబుతూ తాత్సారం చేసేది. సహ నటీనటులకీ, దర్శకుడి సహనానికి పరీక్ష పెట్టేది. అందరూ చాలా విసిగిపోయేవారు. చివరికి సెట్లోకొచ్చాక డైలాగ్ లైన్లు మర్చిపోయేది. ఇదంతా ఆమె కావాలని చేసేదికాదు. ఆమెలోని కాంప్లెక్స్ వలన అలా జరుగుతూ వుండేది. కెమెరా ముందుకు వచ్చే దాకానే ఈ గొడవంతా ఒకసారి కెమెరా ముందుకొచ్చాక చాలా బాగా చేసేది. అనేకసార్లు ఆమె కోచ్ నటాషాకీ, డైరెక్టర్లకీ గొడవలు జరుగుతుండేవి. కానీ ఆమె అదృష్టం! పిక్చర్ పూర్తయ్యాక చూస్తే ఫలితం చాలాసార్లు తృప్తిగా వచ్చేది. పిక్చర్ హిట్టయ్యాక ఇవన్నీ మర్చిపోయేవాళ్లు. అయితే విచిత్రంగా మోడల్ గర్ల్‌గా కెమెరాకి పోజులివ్వడానికి మాత్రం ఏ సంకోచమూ బెరుకూ లేకుండా చాలా సహజంగా వుండేది. నటించడానికొచ్చినప్పుడే ఈ సమస్యంతా. నటిగా తనను తాను మెరుగు పరుచుకోవడానికి చివరి వరకూ కృషి చేస్తూనే వుండేది మార్లిన్. 1955 ప్రాంతాలలో న్యూయార్క్‌లోని యాక్టర్స్ స్టూడియో స్థాపించి నడుపుతున్న లీ స్ట్రాస్ బర్గ్ దగ్గర మెథడ్ యాక్టింగ్‌లో శిక్షణ తీసుకుంది. ఆయన భార్య పౌలా స్ట్రాస్ బర్గ్‌ని నటషా స్థానంలో తనకు కోచ్‌గా నియమించుకోవడమే కాక వారి కుటుంబంలో ఒక సభ్యురాలులాగా మెలుగుతూ వుండేది. వారితో ఈ అనుబంధం ఆమె చనిపోయే వరకూ కొనసాగింది.

మొట్టమొదట నటించిన సినిమాలలో చిన్న చిన్న అప్రధాన పాత్రలలో నటించినప్పటికీ 1950లో 'అస్ఫాల్ట్ జంగిల్'లో నటించినప్పటి నుండి క్రమేణా హాస్య ప్రధానమైన, శృంగార ప్రధానమైన పాత్రలు ధరిస్తూ, 1953 ప్రాంతాల కొచ్చేటప్పటికి మంచి పాపులర్ నటి అయింది. తర్వాత కేవలం నటనకు ప్రాధాన్యమిచ్చే పాత్రలను ఎన్నుకోవడంతో పాటు, తనకు నచ్చిన డైరెక్టర్లూ, నటులూ, స్క్రిప్టూ వుండాలని షరతులు పెట్టే స్థాయికి ఎదిగింది. ఆమె నటించిన అన్ని చిత్రాల గురించీ మాట్లాడుకోలేము గానీ ముఖ్యమైన చిత్రాలు గురించి చెప్పాలంటే... "లేడీస్ ఆఫ్ ది కోరస్, అస్ఫాల్ట్ జంగిల్, క్లాష్ బై నైట్, మంకీ బిజినెస్, నయాగరా, జంటిల్మన్ ప్రిఫర్ బ్లాండ్స్, వియ్ ఆర్ నాట్ మారీడ్, ప్రిన్స్ అండ్ ది షో గర్ల్, బస్ స్టాప్, సెవెన్ ఇయర్ ఇచ్, సమ్ లైక్ ఇట్ హాట్, రివర్ ఆఫ్ నో రిటర్న్, హౌ టు మారీ ఎ మిలియనీర్, లెట్స్ మేక్ లవ్, మిస్ ఫిట్స్". ఆమె ఆఖరి చిత్రం 'సమ్‌థింగ్ గాట్ టు గివ్' పూర్తి కాకుండానే మరణించింది.

1950-52 ప్రాంతాలలో ఆమె పాపులారిటీ విపరీతంగా పెరిగింది. వారం వారం కొన్ని వేల ఉత్తరాలు వచ్చేవి. న్యూస్ పేపర్లూ, పత్రికలూ ఆమెను 'మిస్ ఛీస్ కేక్' అని అభివర్ణించేవారు. అయితే స్టూడియోలో కొంత వివక్ష ఎదుర్కోవలసి వచ్చేది. అదేమిటంటే ఆమె తల్లీతండ్రీ లేని అనాథ అనీ, సరైన కుటుంబ నేపథ్యం లేదనీ ఇలా కొంత ఆమెని చిన్న చూపు చూసేవారు. ఇది కూడా ఆమె కాంప్లెక్సు ప్రవర్తనకు ఒక కారణం. 1952లో చిత్రాలలో మంచిపేరు సంపాదిస్తున్న సమయంలో, 1949లో ఆమె టామ్ కెల్లీ అనే ఫొటోగ్రాఫర్‌కిచ్చిన న్యూడ్ ఫోటో, కేలండర్ మీద ప్రింటయ్యి బయటకు వచ్చింది. పెట్రోలు బంకుల్లోనూ, బార్బర్ షాపుల్లోనూ ఎక్కడ చూసినా ఇదే దర్శనమిచ్చింది. ప్రజలు గుర్తు పట్టారు. ఇక చలనచిత్ర నటిగా ఆమె ఛాప్టర్ క్లోజ్ అని సినీ పండితులు భావించారు. అప్పుడు మార్లిన్ తెలివిగా జర్నలిస్ట్ అలైన్ మోస్బే అనే అతనికి ఒక ప్రత్యేక ఇంటర్వ్యూ ఇచ్చి "ఆ రోజుల్లో చాలా డబ్బు ఇబ్బందులలో వుండి అలా న్యూడ్ పోజిచ్చాను" అని చెప్పింది. దానితో ప్రజలలో అసహ్యం కలగకపోగా సానుభూతి పెరిగిపోయిందట. అలాగే ఆమె తల్లీదండ్రి లేని అనాథ కాదు, తల్లి వుంది ఫలానా పిచ్చాసుపత్రిలో అని ఎవరో జర్నలిస్ట్ కూపీ లాగినప్పుడు కూడా "అవును నిజమే అని ఒప్పుకుంటూ, తన తల్లికి కావలసిన వైద్య ఖర్చులు తనే భరిస్తున్నట్టు నిజాయితీగా చెప్పడం వలన కూడా ప్రజలకు ఆమె మీద సానుభూతి ఇబ్బడిముబ్బడి అయింది. ఇలా న్యూడ్ కాలెండర్ గొడవ జరిగే సమయంలో (1952) ఆమె జీవితంలో ఒక ముఖ్యమైన మలుపుకు కారణమైన పరిచయం ఒకటి

జరిగింది. అది ప్రముఖ బేస్‌బాల్ ఆటగాడు జో డిమాజ్జియోతో పరిచయం. ఆమెను గురించి విన్న 'జో' తనకీ ఆమెకీ వున్న కామన్ ఫ్రెండ్స్‌ని ఆమెతో పరిచయం కల్పించమని అభ్యర్థించి పరిచయం చేసుకున్నాడు. ఇక్కడ జో డీమాజ్జియో గురించి రెండు మాటలు... అతని తల్లిదండ్రులు ఇటాలియన్స్. ఇటలీ నుండి అమెరికా వచ్చి స్థిరపడ్డారు. తండ్రి ఫిషర్ మన్. ఆయనకున్న ఏడుగురు పిల్లల్లో జో ఆరవవాడు. అతడు చిన్నప్పటి నుండి చిన్నచిన్న జాబ్స్ చేస్తూ అన్న బేస్‌బాల్ ఆడటం చూసి ఆ స్ఫూర్తితో తనూ ఆడటం మొదలు పెట్టి, దేశంలో అత్యున్నత బేస్‌బాల్ ఆటగాడుగా ఎదిగాడు. ఆ ఆటలో అతను నెలకొల్పిన హిట్ స్ట్రీక్ రికార్డు ఇంతవరకూ ఎవరూ బ్రేక్ చేయలేక పోయారు. అతను డొరోతీ ఆర్నాల్డ్ అనే చిన్న నటిని వివాహం చేసుకుని 1944లోనే విడాకులిచ్చేశాడు. అతనికి ఒక కొడుకు (జో జూనియర్)

జో డీమాజ్జియోకి సినిమాల గురించీ, సాహిత్యం గురించీ ఏమీ తెలీదు. మార్లిన్‌కి బేస్‌బాల్ ఆటలో ఓనమాలు తెలీవు. అయితేనేం ఇద్దరూ మొదటి రోజు నుండీ గాఢమైన ప్రేమలో పడ్డారు. మార్లిన్‌కి అంతకు ముందు యూల్ బ్రిన్నర్ లాంటి నటులతో అఫైర్ వున్నప్పటికీ అవి చాలా తాత్కాలికమైనవి. న్యూస్ పేపర్లన్నీ వీళ్ల ప్రణయ కలాపాలని ప్రముఖంగా రాసేవి.

జో తన పట్ల బాధ్యతగానూ, రక్షణగానూ ఉండటం ఆమెకు నచ్చింది. కానీ అతనితో పేచీ ఏమిటంటే, ఆమెను ఇతరులెవరైనా ఆరాధనగా చూస్తే అతను భరించలేడు. ఒళ్లంతా కనిపించే బట్టలు వేసుకుంటే అభ్యంతర పెడతాడు. తనని పెళ్లిచేసుకుని సినిమాలు మానేయమంటాడు.

ఈ అభ్యంతరాల వలన అతనెంత బతిమాలినా ఆమె పెళ్లికి ఒప్పుకోలేదు. చివరికి 1954లో 'రివర్ ఆఫ్ నో రిటర్న్'లో నటించడం అయిపోయాక శాన్ ఫ్రాన్సిస్కోలో అతని తల్లిదండ్రుల దగ్గరకు వెళ్లినపుడు జనవరి 14న 1954లో సిటీహాల్‌లో అతనిని పెళ్లాడింది. హనీమూన్‌కి టోక్యోలో బేస్‌బాల్ సీజన్‌కి అతనితో కూడా వెళ్లిన మార్లిన్‌ను చూడటానికే ఎక్కువ మంది కుతూహలం చూపించడంతో జోలో జెలసీ మొలకెత్తింది. కొరియన్ వార్ సోల్జర్స్‌ని చూడటానికి మార్లిన్ ఒక్కతే తను రానన్నా వెళ్లి రావడం, అక్కడ లక్షమంది సోల్జర్స్‌ని కలిసి వచ్చాను అని ఆనందంగా చెప్పడంతో అగ్నికి ఆజ్యం తోడయినట్టయింది. ఇదంతా ఒక ఎత్తు, బిల్లీ వైల్డర్ అనే ప్రఖ్యాత దర్శకుడి నేతృత్వంలో 'సెవన్ ఇయర్ ఇచ్'లో స్కర్ట్ ఎగిరిపోయే సీన్... న్యూయార్క్ నడి బజారులో నాలుగువేల మంది జనం ముందు నటించడం ఒక ఎత్తు. సాధారణంగా షూటింగులకి రాని జో ఆ సీన్‌లో తన భార్య నటించడం

చూసి తట్టుకోలేకపోయాడు. ఆ రోజు రాత్రి వారిద్దరి మధ్య తీవ్రమైన మాటల యుద్ధమే కాదు... అతను ఆమె మీద చేయి కూడా చేసుకున్నాడని ఆమె ఆరోపించింది. వారి వివాహ జీవితం ఆ విధంగా బీటలు వారడం మొదలై 1955లో అధికారికంగా విడాకులు మంజూరవడంతో ముగిసింది.

జో డిమాజ్జియోతో పెళ్లయిన తొమ్మిది నెలలకే విడాకులకు అప్లయ్ చెయ్యాల్సి రావడం (1954 అక్టోబర్) మార్లిన్‌కి చాలా బాధ కలిగించింది. విడాకుల పత్రాల మీద సంతకాలు చేసేటప్పుడు ఆమె కళ్లు నీళ్లతో నిండిపోయాయి. ప్రజలందరి దృష్టిలో 'బంగారు జంట'గా పేరు పడిన వారి అనుబంధానికేమయింది? అని ఎవరికి వారే చెవులు కొరుక్కోసాగారు, 'వివాహమంటే దాంపత్య సౌఖ్యంలాంటి ప్రత్యేక సౌకర్యం పొందగలిగే వింతైన, నిలుపుకోటానికి వీలుపడని ఒక స్నేహం. నాకు తెలిసి పెళ్లిళ్లన్నీ ఇలాంటివే" అని వ్యాఖ్యానించింది మార్లిన్. వారిద్దరూ విడిగా జీవించసాగారు. అయినప్పటికీ జో ఆమెను పదే పదే విడాకులు రద్దు చేసుకోమని బతిమలాడాడు. తాను మారిపోతానన్నాడు. మద్యం వలనే ఇలా జరిగిందని, మద్యం ముట్టనని ప్రమాణం చేశాడు. అయినా మార్లిన్ కరగలేదు. అధికారికంగా విడాకులు మంజూరు కావడానికి సుమారు సంవత్సరం సమయం పట్టింది. విడాకులయిన తర్వాత కూడా మార్లిన్ ఎప్పుడు ఏ కష్టంలో వున్నా జో ఆమెను ఆదుకుంటూ తన విశ్వాసం చాటేవాడు. ఒక రకంగా అతని ప్రేమ కల్తీలేనిదీ, నిఖార్సయినదీ అనిపిస్తుంది. ఆమె చివరి రోజుల్లో అతని ప్రవర్తన గురించి కూడా ముందు ముందు చెప్పుకుందాం. ఈలోగా స్టుడియో వారితో వివాదంలో ఇరుక్కుంది మార్లిన్. అత్యంత ప్రజాదరణ వున్న నటిగా తనకు తగినంత పారితోషికం లభించడం లేదన్న ఆలోచనలో వున్న ఆమె 'సెవన్ ఇయర్ ఇచ్' తర్వాత వారి సినిమా షూటింగ్‌లకు వెళ్లడం మానేసింది.

1954 డిసెంబర్‌లో హాలీవుడ్‌కి టాటా చెప్పి న్యూయార్క్‌కి మకాం మార్చింది. అక్కడ తనని ఫోటోలలో విభిన్నంగా ఆవిష్కరించిన, తన అభిమానం చూరగొన్న మిల్టన్ గ్రీన్‌తో కలిసి 'మార్లిన్ మన్రో ప్రొడక్షన్స్' స్థాపించి సొంతంగా సినిమాలు తీయాలని సంకల్పించింది. కొన్నాళ్లు హోటల్లోనూ, కొన్నాళ్లు వారి కుటుంబంతోనూ కలిసి వుంది. న్యూయార్క్‌లో వున్న సంవత్సరకాలాన్నీ నటిగా తనని తాను తీర్చిదిద్దుకోవడానికీ, లిటరరీ సమావేశాల్లో పాల్గొని తన సాహిత్యాభిరుచి పెంపొందించుకోవడానికీ, నాటకాలను వీక్షించడానికీ, ధార్మిక కార్యక్రమాలలో పాల్గొనడానికీ వినియోగించింది. న్యూయార్క్‌లో నటనకి తర్ఫీదునిచ్చే లీ స్ట్రాస్ బర్గ్ 'యాక్టర్స్ స్టుడియో'లో చేరింది. అక్కడ మెథడ్ యాక్టింగ్‌లో శిక్షణ పొందుతూ,

నటనలో తనకున్న లోపాలు సరిదిద్దుకుని, వంక పెట్టలేని ఒక నటిగా తయారవ్వాలని శాయశక్తులా కృషి చేసే మార్లిన్‌ని చూసి లీ స్ట్రాస్ బర్గ్ ఎంతో ముచ్చట పడ్డాడు. అప్పటికే పేరొందిన నటి ఒక విద్యార్థినిగా అలా రావడం అతనికి ఆశ్చర్యాన్ని కలిగించింది. అక్కడ శిక్షకురాలిగా పనిచేసే అతని భార్య పౌలా, తర్వాత నటాషా స్థానంలో మార్లిన్‌కు పర్సనల్ కోచ్‌గా మారి 1956 నుండి మార్లిన్ చనిపోయే వరకూ ఆమె పక్కనే నిలిచింది.

ఇక మార్లిన్‌కి ఆర్థర్ మిల్లర్‌తో ఉన్న అనుబంధం గురించి. ఆర్థర్ మిల్లర్ ఎవరంటే... ఇరవయ్యో శతాబ్దంలో అత్యంత ప్రముఖుడుగా పేరొందిన నాటక కర్త. అతను యూదు మతానికి చెందిన వాడు. అతని తల్లిదండ్రులు పోలెండు నుండి వచ్చి న్యూయార్క్‌లో స్థిరపడ్డారు. అతని 'డెత్ ఆఫ్ ఎ స్లేవ్' అనే నాటకానికి అత్యున్నతమైనదిగా పరిగణించే 'పులిట్జర్ ప్రయిజ్' లభించింది. 1950లో హాలీవుడ్‌లో ఒకరికొకరు పరిచయమైన మార్లిన్, ఆర్థర్ మిల్లర్ ఇద్దరూ న్యూయార్క్‌లో లిటరరీ మీటింగ్స్‌లో తరచూ కలుస్తూ వుండడంతో వారి పరిచయం మరింత బలపడింది. సహజంగానే పురుషులలో చదువూ, ధైర్యమూ, తెలివీ, జ్ఞానమూ చూసి ఇష్టపడే మార్లిన్ - ఆర్థర్ మిల్లర్‌తో పీకల్లోతు ప్రేమలో మునిగిపోయింది. ఇంటా, బయటా తరచుగా కలిసి కనిపించే వారిద్దరి గురించీ న్యూస్ పేపర్లు కథలు కథలుగా రాశాయి.

ఆర్థర్ మిల్లర్ అప్పటికే పెళ్లయి ఇద్దరు పిల్లలున్నవాడు. (మార్లిన్ ఆ ఇద్దరు పిల్లలతో చాలా కలివిడిగా వుండేది, వాళ్లు కూడా అంతే) భార్యా పిల్లలను వదులుకోదలుచు కోలేదు. మార్లిన్‌కి కూడా కుటుంబాన్ని విడదీసే ఉద్దేశం లేదు. కానీ కాలం గడిచేకొద్దీ మిల్లర్ విడాకులు తీసుకునే పరిస్థితి వచ్చింది. 1956లో అతను విడాకులు తీసుకుని మార్లిన్‌ని పెళ్లాడాడు. ఆమె అతని కోసం యూదు మత నియమాలన్నీ పాటించేది. ఒక చక్కని గృహిణిగానూ, అతని పిల్లలకు తల్లిగానూ మారి అతనిని సంతోష పెట్టాలనుకుంది. కానీ తానొకటి తలిస్తే దైవమొకటి తలుస్తుంది అని మరొకసారి రుజువయ్యింది. మార్లిన్ మన్రో ప్రొడక్షన్స్ తరుఫున ప్రఖ్యాత బ్రిటీష్ నటుడు లారెన్స్ ఒలీవియర్ నటనా, దర్శకత్వంలో మార్లిన్ హీరోయిన్‌గా 'ది ప్రిన్స్ అండ్ ది షో గర్ల్' సినిమా ప్రారంభమైంది. అందులో నటించడానికి లండన్ బయలుదేరారు కొత్త దంపతులు మార్లిన్, మిల్లర్ ఇద్దరూ. అక్కడుండగానే ఆమెకు గర్భం వచ్చి కొద్ది వారాల్లోనే పోయింది. ఇది ఆమెను చాలా కృంగదీసింది. అతనిని వివాహబంధంలో నిలపడానికి ఒక బిడ్డను కనడం అవసరం అనుకుంది. కానీ

వరసగా 1956, 57, 58 సంవత్సరాలలో మూడుసార్లు గర్భస్రావాలయ్యాక ఆమె ఆ ఆలోచన విరమించింది.

ఇక్కడ మార్లిన్ మన్రో ఆరోగ్యం గురించి చెప్పాలి. ఆమె ఎండోమెట్రియోసిస్ అనే వ్యాధితో చాలా బాధపడుతూ వుండేది. ఆ వ్యాధి వున్నవారికి విపరీతమైన కడుపునెప్పితో పాటు కడుపులో పేగులు అతుక్కుపోవడం, గర్భం రాకపోవడం, వచ్చినా నిలవక పోవడం లాంటి సమస్యలొస్తాయి. అందుకే ఆమె ఈ సమస్యను గురించి రెండుసార్లు ఆపరేషన్లు చేయించుకుంది. ఒకసారి అపెండిసైటిస్‌కి గుర్తై ఆపరేషన్ చేయించుకుంది. మరోసారి ఎక్టోపిక్ ప్రెగ్నెన్సీకి ఆపరేషన్ చేయించుకుంది. రెండు సార్లు అబార్షన్స్ అయ్యాయి. గాల్‌స్టోన్స్‌కి ఆపరేషన్ అయింది. మధ్యమధ్యలో న్యూమోనియాతో రెండు సార్లు హాస్పిటల్‌లో అడ్మిట్ అయింది. మత్తుబిళ్లలు ఓవర్ డోస్ అయ్యి రెండు మూడు సార్లు ప్రాణాపాయం దాకా వెళ్లి బయటపడింది. ఇన్ని అనారోగ్యాలతో పాటు నిద్రలేమి వలన, నిద్ర పట్టడానికి టాబ్లెట్లూ, నిద్ర లేవడానికి టాబ్లెట్లూ మొత్తం శరీరం మందుల మీద ఆధారపడే స్థితికి చేరుకుంది.

మార్లిన్ మన్రో ప్రొడక్షన్స్ నుండి 'ప్రిన్స్ అండ్ షో గర్ల్' సినిమా తర్వాత మళ్లీ సినిమా రాలేదు. మిల్టన్ గ్రీన్‌తో అభిప్రాయ భేదాలొచ్చాయి. అతనిని తొలగించింది మార్లిన్. నెమ్మది నెమ్మదిగా మార్లిన్‌కీ, మిల్లర్‌కీ మధ్య కూడా అభిప్రాయ భేదాలు తలెత్త సాగాయి. ఆమె అలవాట్లూ, అభద్రతా, మూడ్ స్వింగ్సూ అతను తట్టుకోలేక పోయేవాడు. అతను తనను తగినంతగా పట్టించుకోవడం లేదని ఆమె ఫీలయ్యేది.

ఇదిలా వుండగా మార్లిన్ 'సెవన్ ఇయర్ ఇచ్' తర్వాత 'బస్ స్టాప్, సమ్ లైక్ ఇట్ హాట్, లెట్స్ మేక్ లవ్' చిత్రాలలో నటిస్తూ న్యూయార్క్‌లోనే వుండి, హాలీవుడ్‌కి వెళ్లి వస్తూ వుండేది.

1960లో 'ది మిస్ ఫిట్స్' అనే సినిమాకు, మిల్లర్ కథ, స్క్రీన్ ప్లే సమకూర్చాడు. అందులో హీరోయిన్ పాత్ర మార్లిన్ కోసమే సృష్టించాడు. ఆ విధంగా తామిద్దరి మధ్యా బలహీన పడుతున్న అనుబంధాన్ని బలపరచాలనుకుంటే, తన పాత్రను సరిగా తీర్చిదిద్దలేదనీ, కేవలం అతని పేరు పెంచుకోవడం కోసమే అతనీ ప్రాజెక్టు చేపట్టాడనీ ఆమె అపార్థం చేసుకుంది. 'ది మిస్ ఫిట్స్'లో తన అభిమాన నటుడు క్లార్క్ గేబుల్‌తో నటించిందామె. పిక్చర్ పూర్తవడంతోనే క్లార్క్ గేబుల్ గుండెపోటుతో మరణించాడు. (కొంతమంది దానికి కూడా మార్లిన్ మన్రోయే కారణమనీ, ఆమె షూటింగ్‌కి టైముకి రాకపోవడం, సహనటులతో సహకరించక పోవడంతో అతనికి గుండెపోటు వచ్చిందనీ

ఆరోపించారు. ఇది చాలా అర్థరహితమైన ఆరోపణ! హెవీ స్మోకర్ కావడమే అతని గుండెపోటుకి కారణం).

ఇటు చూస్తే మిల్లర్ ఆ సినిమాకు ఫోటోగ్రాఫర్‌గా పనిచేస్తున్న ఇంగన్ మోరత్ అనే ఆమెతో అఫైర్‌లో పడ్డాడు. మార్లిన్, మిల్లర్ ఇద్దరూ వేర్వేరుగా జీవించసాగారు. పెళ్లయిన అయిదేళ్లకి 1961లో విడాకులయి పోయాయి ఇద్దరికీ. ఆర్థర్ మిల్లర్ మళ్లీ పెళ్లి చేసుకున్నాడు. ఇదంతా ఆమెను మానసికంగా బాగా దెబ్బతీసింది. ఒక డాక్టర్ ఇచ్చిన తప్పుడు సలహాతో, ఆమెను మానసిక రోగులున్న హాస్పిటల్‌లో చేర్చారు. చుట్టూవున్న మానసిక రోగులను చూసి తను కూడా తల్లిలాగా అవుతానేమో అని భయపడింది. తనను బయటికి పంపమని ఏడ్చింది, ప్రాధేయ పడింది. అప్పుడు ఇదంతా తెలుసుకున్న జో డిమాజ్జియో ఆమెను బయటకు తీసుకువచ్చి న్యూరాలజీకి సంబంధించిన ఇంకో హాస్పిటల్‌లో చేర్చి బాగయ్యేంత వరకూ పక్కనే వున్నాడు.

ఆ తర్వాత తనతో పాటు ఫ్లోరిడా తీసుకువెళ్లి కొంతకాలం విశ్రాంతి కల్పించాడు. 1961 జూన్‌లో గాల్ బ్లాడర్ సర్జరీ జరిగినప్పుడు కూడా జో తన పక్కనే వున్నాడు. ఆమెతో విడాకులయ్యాక అతను మద్యం మానేశాడు. 1961 ఆగస్టులో మన్రో హాలీవుడ్‌కి తిరిగి వచ్చి 'సమ్ థింగ్ గాట్ టు గివ్' అనే సినిమాలో నటించడం మొదలుపెట్టింది. తాను కన్న కలలన్నీ భగ్నం చేసిన న్యూయార్క్ నగరాన్ని వదిలి తిరిగి 1961 వేసవిలో హాలీవుడ్ చేరిన మార్లిన్, మొట్టమొదట చిన్నతారగా తాను జీవించిన చిన్న అపార్ట్‌మెంట్ (Doheny Drive)లోనే అడుగు పెట్టింది. సొంత గూటికి చేరుకున్న పక్షిలాగ ఫీలయ్యింది. పాత గాయాలను మాన్పుకునే ప్రయత్నాలు మొదలు పెట్టింది. తిరిగి హాలీవుడ్ శైలి జీవితం ప్రారంభమైంది, ఎడతెగని పార్టీలు. వాటిలో పీటర్ లాఫర్డ్ బీచ్ హౌస్‌లో జరిగే పార్టీలు ప్రత్యేకమైనవి. అనేకమంది సెలబ్రిటీలూ, రాజకీయ నాయకులూ, సినిమా ప్రముఖులూ హాజరవుతూ వుంటారు.

పీటర్ లాఫర్డ్ ఆమెకి చాలాకాలంగా తెలుసు. అతను ప్రముఖ నటుడూ, డాన్సరూ అయిన ఫ్రాంక్ సినాత్రాకి స్నేహితుడూ, ప్రెసిడెంట్ జాన్ ఎఫ్.కెన్నెడీకి బావమరిదీ. అలా అక్కడ జరిగే పార్టీలలో పాల్గొన్నప్పుడే, జాన్ ఎఫ్.కెన్నడీ, అతని సోదరుడు, రాబర్ట్ కెన్నడీ (బాబీ) మార్లిన్‌కి పరిచయమయ్యారు. ప్రెసిడెంట్ కెన్నెడీ కంటే అతని సోదరునితోనే ఆమెకు ఎక్కువ అనుబంధం (అదే ఆమె ప్రాణానికి ముప్పు తీసుకువచ్చిందని కొంతమంది అభిప్రాయం). అతను 1961 అక్టోబర్‌లో లాఫర్డ్ బీచ్ హౌస్ పార్టీలో పరిచయమైన దగ్గరనుండీ వారిద్దరి మధ్య తీవ్రమైన

ఆకర్షణ చోటుచేసుకుంది. అదే సంవత్సరం నవంబర్‌లో అక్కడ జరిగిన పార్టీకి ప్రెసిడెంట్ కెన్నడీ కూడా హాజరయ్యారు. ఆ పరిచయంతోనే ఆమె 1962 మే 19న జరిగిన ప్రెసిడెంట్ కెన్నెడీ జన్మదిన వేడుకలలో పాల్గొని బర్త్ డే పాట పాడింది.

1962 సంవత్సరంలో మార్లిన్ తన మానసిక సమస్యల పరిష్కారం కోసం మానసిక వైద్యుడూ, మానసిక శాస్త్రవేత్త అయిన డాక్టర్ రాల్ఫ్ గ్రీన్ సన్‌ని సంప్రదిస్తూ వుండేది. ఆయన తన రంగంలో చాలా పేరున్న వాడు. ప్రముఖ సినీ తారలైన టోనీ కర్టిస్‌కీ, ఫ్రాంక్ సినాత్రాకీ, వివియన్ లీకీ కూడా వైద్యసేవలందిస్తూ వుండేవాడు. మార్లిన్‌కీ ఆ డాక్టర్ కుటుంబానికీ కూడా మంచి అనుబంధం వుండేది. ఆమె చాలా తరచుగా ఆ డాక్టర్‌ని సంప్రదించడమూ, వారితో పాటు కలసి భోజనం చేసి అక్కడే వారింట్లోనే వుండటమూ చేస్తూ వుండేది. ఇది కొంతమంది విమర్శలకు కారణమయింది. ఒక పేషెంట్‌కి చికిత్సనందించేటపుడు తగినంత దూరం పాటించడం అవసరమనీ, వ్యక్తిగతంగా ఇన్వాల్వ్ అవడం తప్పనీ వారి వాదన. అయితే ఆమె ఆ డాక్టర్ మీద పూర్తిగా ఆధారపడసాగింది. అతను కుదిర్చిన యూనిస్ ముర్రే అనే ఆమెని హౌస్ కీపర్‌గా కుదుర్చుకుంది. ఆమె చూసిపెట్టిన డాక్టర్ ఇంటిని పోలిన మెక్సికన్ స్టైల్ ఇంటిని ఇష్టపడి కొనుక్కుంది. అదే ఆమె చివరి ఇల్లు. ఆ ఇంటి కోసం ఫర్నీచర్ కొనడానికి మెక్సికో వెళ్లి షాపింగ్ చేసుకుని వచ్చింది. కొత్త ఇల్లూ, పరిసరాలూ ఆమెను కొంత సేద తీరుస్తున్నాయనుకునేంతలో ఇంకో అవాంతరం ఎదురు చూస్తోంది. షాపింగ్ నుండి తిరిగి రావడంతోటే ఆర్థర్ మిల్లర్, మళ్లీ పెళ్లి చేసుకుంటున్నాడన్న వార్త ఆమెను అతలాకుతలం చేసింది. భగ్నమయిన కలలన్నీ మళ్లీ గుర్తొచ్చాయి. ఇంకేముందీ మళ్లీ మత్తుపానీయాలూ, మాదకద్రవ్యాలలో మునిగి పోసాగింది.

హాలీవుడ్ తిరిగొచ్చాక నటిగా ఆమె కెరీర్ గురించి చూస్తే, అప్పటికి ట్వెంటీయత్ సెంచురీ ఫాక్స్ స్టుడియో వారికి కాంట్రాక్ట్ ప్రకారం ఇంకా ఒక చిత్రం బాకీ వుంది. 1960లో 'ది మిస్ ఫిట్స్' తర్వాత రెండు సంవత్సరాలు ఆమె ఖాళీగానే వుంది. స్టుడియో వారికీ తనకీ పారితోషికం విషయంలోనూ, స్క్రిప్టూ, డైరెక్టరూ తదితర విషయాలలోనూ అంగీకారం కుదరకపోవడంతో 1962 ఏప్రిల్ నెలలో గానీ వారి చిత్రం మొదలవలేదు. (చిత్రం పేరు 'సమ్‌థింగ్స్ గాట్ టు గివ్'). ఆ మాటకొస్తే స్టుడియో వారితో మార్లిన్ ఎప్పుడూ వివాదాల్లో పడుతూనే వుండేది. ఆమె సరిగా సమయానికి షూటింగ్‌కి రాదనీ, ఒకవేళ వచ్చినా టేకుల మీద టేకులు తింటుందనీ,

అందువలన సహనటులకీ, దర్శకుడికీ ఇబ్బంది కలుగుతుందనీ, ఇదంతా చివరకు నిర్మాణ వ్యయం విపరీతంగా పెరగడానికి కారణమనీ వారి వాదన. తనకున్న ప్రజాదరణకి తగిన పారితోషికం చెల్లించడం లేదనీ, ఇతర నటులకంటే తక్కువ చెల్లిస్తున్నారనీ, తనకి, నటనకి ప్రాధాన్యమున్న పాత్రలు ఇవ్వడం లేదనీ ఆమె వాదన. ఇలాంటి సమస్యలతో స్టుడియోవారు ఆమెను చాలాసార్లు సస్పెండ్ చేయడం, మళ్లీ ఆమె చిత్రాలు సూపర్ హిట్లవుతుండటంతో మళ్లీ రాజీ కుదుర్చుకోవడం ఇలా జరుగుతుండేది. సరే 'సమ్‌థింగ్స్ గాట్ టు గివ్' సినిమా షూటింగ్ ఏప్రిల్ (1962)లో మొదలయ్యేటప్పటికి మార్లిన్ ఆరోగ్య పరిస్థితి సరిగాలేదు. జ్వరంతో బాధపడుతూ వుండేది. అయినప్పటికీ పిక్చర్ డిలే అవుతుందనే వుద్దేశంతో, క్రమం తప్పకుండా మే 17వరకూ పాల్గొంది. ఆరోజు బయలుదేరి న్యూయార్క్ వెళ్లింది, మే 19న జరిగే ప్రెసిడెంట్ కెన్నెడీ జన్మదిన వేడుకలలో పాల్గొనడానికి.

ఇలా షూటింగ్ మధ్యలో వెళ్లడాన్ని స్టుడియో అభ్యంతర పెట్టింది. జూన్ ఫస్ట్‌న తన ముప్ఫయ్యారవ పుట్టిన రోజు సెట్లో జరుపుకుంది మార్లిన్. అదే ఆమె స్టుడియోలో గడిపిన చివరి రోజు. పబ్లిక్‌గా ఆమె ప్రజలకు కనపడటం అదే ఆఖరుసారి. జూన్ ఫస్ట్ నుండీ యెనిమిది వరకూ, ఒక వారం రోజులు ఆమె కోసం ఎదురు చూసిన స్టుడియో మార్లిన్‌ని ఆ ప్రోజెక్ట్ నుండి తొలగించినట్టు తెలిపింది. ఆమె ఏజంట్ ఆమె ఆరోగ్యం బాగాలేదు ఒక వారంలో తిరిగి షూటింగ్‌కి వస్తుంది అంటే వారు వినలేదు. ఈలోగా ఒకటి, రెండు ఫోటో సెషన్స్ 'వోగ్' మాగజీన్ కోసం, 'కాస్మో పాలిటన్' మాగజీన్ కోసం జరిగాయి.

రిచర్డ్ మెరీమన్‌కి ఒక సుదీర్ఘ ఇంటర్వ్యూ ఇచ్చింది అదే చివరిది. జూలై నెలలో స్టుడియో వారితో మళ్లీ చర్చలు మొదలై ఫలప్రదమయ్యాయి. పారితోషికం రెండింతలు చేయడానికి ఒప్పుకోవడంతో పాటు, సినిమా షూటింగ్ సెప్టెంబర్‌లో మొదలు పెడతామన్నారు.

1962 జూలై 20న మళ్లీ ఎండోమెట్రియోసిస్ నివారణకి ఆపరేషన్ జరిగింది. 1962 ఆగస్ట్ ఒకటిన స్టూడియో ఆమె కాంట్రాక్ట్‌ను పునరుద్ధరించినట్టు ప్రకటించింది. ఆగస్ట్ మూడవ తేదీన 'లైఫ్' మాగజీన్ మార్లిన్ ముఖచిత్రంతో వెలువడింది. అదే ఆఖరు చిత్రం. ఆగస్ట్ నాలుగవ తేదీ మధ్యాహ్నమంతా డాక్టర్ గ్రీన్సన్ మార్లిన్ ఇంట్లోనే గడిపాడు. ఏడు గంటలకు ఆమె లాఫర్డ్ ఇంటికి డిన్నర్‌కి వెళ్లాల్సి వుండటంతో ఆయన వెళ్లిపోయాడు. ఒక గంట తర్వాత మార్లిన్ రాక గురించి కనుక్కుందామని

ఫోన్ చేసిన లాఫర్డ్‌కి ముద్దగా అస్పష్టంగా వున్న ఆమె మాటల ధోరణి ఆందోళన కలిగించి, ఆమె లాయర్ మిల్టన్ రూడిన్‌కి ఫోన్ చేశాడు. అతను ఆమె హౌస్ కీపర్ యూనిస్ ముర్రేకి ఫోన్ చేస్తే ఆమె మార్లిన్ బాగానే వుందని చెప్పింది. ఆ రోజు తెల్లవారుజామున హౌస్ కీపర్‌కి యేదో అనుమానమొచ్చి, డాక్టర్ గ్రీన్సన్‌కి ఫోన్ చేసింది. వారిద్దరూ కలిసి తలుపు పగల కొట్టి చూస్తే, బెడ్ మీద విగతజీవిగా మార్లిన్, చేతిలో ఇంకా వీడని టెలిఫోన్. అటాప్సీలో ఎక్కువ మోతాదులో నెంబ్యుటాల్, క్లోరాల్ హైడ్రేట్ వున్నట్లు తేలింది.

రకరకాల ఊహాగానాలు వెల్లువెత్తాయి కొంతమంది ఆత్మహత్య అంటే, కొంతమంది అది హత్యే, కొన్ని రాజకీయ రహస్యాలు ఆమె బయట పెడుతుందనే భయంతో జరిగిన పెద్ద కుట్ర అన్నారు.

ఇంకొంతమంది యాక్సిడెంటల్‌గా అంటే తెలియకుండా ఎక్కువ మోతాదులో మాత్రలు మింగివుంటుందన్నారు. అయితే చాలా మంది ఏమంటారంటే, ఆమె అంతకు ముందు ఒకటి రెండుసార్లు ఆత్మహత్యకి ప్రయత్నించినప్పుడూ, యాక్సిడెంటల్‌గా ఎక్కువ మోతాదులో మందులు మింగినప్పుడూ సమయానికి చూసి చికిత్స చేయడం వలన బతికింది, ఈసారి చాలా ఆలస్యమయింది అని. వార్త తెలిసిన వెంటనే అక్కడ వాలిపోయి, కన్నీటితో ఆమెకు వీడ్కోలు యేర్పాట్లు చేసినవాడు జో డిమాజ్జియో. హాలీవుడ్‌కి చెందిన ఆమె స్నేహితులనెవ్వరినీ దగ్గరకు రానీయలేదు అతను. వారే ఆమె పోవడానికి కారణం అని ఆరోపించాడు కూడా. ఇది చాలా వ్యక్తిగతమైన వ్యవహారమనీ వీలైనంత నిరాడంబరంగా జరపాలని నిర్ణయించి, ఆమె మేనేజర్ సహాయంతో అంతా నిర్వహించాడు. ప్రెస్‌నీ, ఫోటోగ్రాఫర్స్‌నీ ఆమడ దూరంలో వుంచాడు.

ఆమె అంత్యక్రియలు వెస్ట్ వుడ్ మెమోరియల్ పార్క్ (లాస్ యాంజిలిస్)లో జరిగాయి. ఆమెకు ఎంతో సన్నిహితంగా వుండే మేకప్ మెన్ వైటీ స్నైడర్, ఆమెకు చివరిసారి మేకప్ చేసి వాళ్లిద్దరి మధ్యా సరదాగా జరిగిన ఒప్పందం తీర్చుకున్నాడు (అతని కంటే ముందు ఆమె పోతే చివరి మేకప్ అతనే చెయ్యాలనేది ఆ ఒప్పందం)

జో కూడా ఆమెకు చేసిన ఒప్పందం ప్రకారం, ఆమె సమాధి మీద వుంచేందుకు ఒక ఎర్ర గులాబీని వారానికి రెండు సార్లు పంపేవాడు. అలా ఇరవై సంవత్సరాలు చేయడమే కాదు, అతను మళ్లీ పెళ్లి చేసుకోలేదు. ఎక్కడా మార్లిన్ గురించి ఒక్కమాట మాట్లాడలేదు, ఒక్క ఇంటర్వ్యూ ఇవ్వలేదు. ఆమె చనిపోయి ఇన్ని సంవత్సరాలైనా

చలన చిత్ర ప్రపంచం ఆమెని మరిచిపోలేదు. యూకేకి చెందిన 'అంపైర్' మాగజీన్ ఆమెను ఏ కాలానికైనా నిలబడే అత్యుత్తమ శృంగార తార అని పేర్కొంది. ప్లేబాయ్ మాగజీన్ (ప్రారంభ సంచిక ముఖచిత్రం మార్లిన్ మన్రోదే). ఇరవయ్యో శతాబ్దపు అత్యుత్తమ శృంగార తార మార్లిన్ అని తేల్చింది. 1995లో అమెరికా ఆమె పేర ఒక పోస్టేజ్ స్టాంప్ రిలీజ్ చేసింది. నాకు ఆమె జీవితం రోలర్ కోస్టర్ రైడ్‌ని తలపిస్తుంది. ఒక అనాథ బాలికగా తల్లి ప్రేమకూ, తండ్రి ఆదరణకూ దూరమై, ఫాస్టర్ హోమ్స్‌లో అత్యాచారాలకు గురయి ఎంత వేదన పడిందో! తల్లికోసం, తండ్రికోసం ఎంత తపించిందో నాకు ఊహకు కూడా అందదు. ఒక భద్రమైన కుటుంబ జీవితమూ, ప్రేమించే భర్తా దొరికి సుఖపడే సమయంలో కూడా చిన్ననాడు ఆమె కన్న కలలు ఆమెను ఒక గృహిణిగా నిలవనివ్వలేదు, పట్టుదలతో సాధించి తన కలలు నిజం చేసుకుంది. ప్రముఖ నటిగా ప్రజాదరణ పొందింది. దేశంలో అత్యుత్తమ క్రీడాకారుణ్ణి పెళ్లాడింది కానీ ఆంక్షలూ ధాష్టీకం సహించలేక బయటకు వచ్చింది. అత్యుత్తమ నాటక రచయితనీ, ఇంటలెక్చువల్‌నీ పెళ్లాడింది. తాను మొదట్లో వద్దని వదిలేసిన గృహజీవితం ఇతనితో పొందాలనుకుంది, పొందలేకపోయింది.

దేశాన్నేలే ప్రెసిడెంట్‌తో సహా ఆమె సౌందర్యానికి సలాం అన్నారు. ఆమెతో అనుబంధం కోసం అర్రులు చాచిన ప్రముఖులలో యూల్ బ్రిన్నర్, మార్లన్ బ్రాండో, ఫ్రాంక్ సినాత్రా, యువన్ మోంటాండ్ మొదలైన వారున్నారు. చివరికి ఆమెకి మిగిలిందేమిటీ? ఇంట్లో ఆమె కోసం ఎదురు చూసే తనవారెవరూ లేరు, తన అని చెప్పుకునేందుకు యేమీ మిగల్లేదు.

మార్లిన్ జీవితం ఆదర్శప్రాయం కాకపోవచ్చు కానీ, నేర్చుకోవలసిన గుణపాఠాలున్నాయి ఆమె జీవితంలో!

ఆమె గురించి కొంతమంది ప్రముఖులు చెప్పిన మాటలు...

"మార్లిన్ మాట్లాడినా, నడిచినా, చివరికి నడుం తిప్పినా ఏం చేసినా మిగిలిన స్త్రీల కంటే విభిన్నంగా, వింతగా, ఉద్వేగభరితంగా వుంటుంది".

- క్లార్క్ గేబుల్ (ప్రముఖ నటుడు)

"ఆమె చాలా గొప్పనటి. ఇతరులు టైంకొచ్చి నటించిన దానికంటే మార్లిన్ లేటుగా రావడమే నయం".

- బిల్లీ వైల్డర్ (ప్రముఖ దర్శకుడు)

"ఆమెకు క్రమశిక్షణ లేదు. చాలా సార్లు లేటవుతుంది. కానీ యేదో తెలియని మాంత్రిక శక్తి ఆమెలో దాగుందని ఒక్కసారిగా ఆమెను చూడంగానే తెలిసొస్తుంది".

- బార్బరా స్టాన్‌విక్

'ఆమె అభద్రతలు అందరికీ తెలుసు కానీ, ఎంత సరదాగా వుంటుంది ఆమెతో, ఎవ్వరి గురించీ పల్లెత్తు మాట చెడుగా అనదు, మంచి హాస్యస్ఫూర్తి గల మనిషి".

- శామ్ షా

ఇక మార్లిన్ తన గురించి తానే అనుకున్న మాటలు...

★ "నాకు డబ్బంటే లెఖ్ఖలేదు, నేనొక అద్భుతంగా వుండాలని ఆశిస్తాను"

★ "నేను కాలెండర్ల మీద కనపడతాను కానీ, సమయాన్ని తప్పించి"

★ "ఇక్కడ హాలీవుడ్‌లో ఒక నవ్వుకి వెయ్యి డాలర్లూ, ఒక ఆత్మకి యాభై సెంట్లూ ఇస్తారు, అందుకే నేను మొదటి దాన్ని వదిలేసి, యాభై సెంట్లకి కుదురుకుంటాను"

★ "నన్ను సెక్సుకి ప్రతీకగా ఒక వస్తువుగా చూస్తారు, నాకు వస్తువులంటే అసహ్యం కానీ యేదైనా ఒక విషయానికి ప్రతీకగా వుండవలసి వస్తే ఇతర విషయాల కంటే సెక్స్‌కే ప్రతీకగా వుండటం నయమనుకుంటాను"

★ "నేనే గనక షరతులకి లోబడితే నేనెక్కడికీ చేరుకునే దాన్ని కాదు"

★ "కుక్కలెప్పుడూ కరవవు నన్ను మనుషులే కరిచేది"

అదీ మార్లిన్ అంటే! ఆమె ఈ ప్రపంచాన్ని వీడి 58 ఏళ్లయినా ఆమెను తలుచుకునే వారుంటూనే వుండటానికి కారణం - నటిగానూ, వ్యక్తిగానూ ఆమె నిజాయితీగా వుండటమే అని కొంతమంది అంటారు.

అమాయకమైన పువ్వులాగా ఈ ప్రపంచంలోకి వచ్చి అందరినీ తన అందంతో అలరించి, కేవలం ముప్ఫయ్యారు సంవత్సరాలకే, ఆ అందం కరిగిపోకముందే కనుమరుగయిన మార్లిన్ మన్రో తన చిత్రాలు వున్నంత వరకూ చిరంజీవే. టాటా, ఛీరియో మై డియర్ మార్లిన్.

నేనిది రాయడానికి మార్లిన్ మన్రో పట్ల కుతూహలంతో పాటు నేను ఇరవై సంవత్సరాల క్రితం కొన్న మేరీ క్లేటన్ రాసిన పుస్తకమూ, ఇంకా నేను చూసిన వీడియోలూ, అంతర్జాలంలో లభించిన సమాచారమూ.

చక్రపాణి

చిరస్మరణీయుడు

ఈ మధ్య నా లైబ్రరీ సర్దుతుంటే **'చక్రపాణీయం'** అనే పుస్తకం కనపడింది. చదివిందే అయినా మళ్లీ తీసి చదవడం మొదలెట్టా. అసలు ఈ తరం వాళ్లకి చక్రపాణి యెవరో తెలుసా? అనుమానమే! నాకు మాత్రం ఆయనంటే ప్రత్యేక ఆసక్తి. ఒక సామాన్య రైతు కుటుంబంలో పుట్టి పెద్దగా చదువుకోకపోయినా ఒక అసామాన్యమైన వ్యక్తిగానే కాక ఒక వ్యవస్థగా ఆయన యెదిగిన తీరు, చలనచిత్ర చరిత్రను అధ్యయనం చేసేవారికీ, సాహిత్యానికి సంబంధించిన వారికీ ఒక పాఠ్యగ్రంథంగా ఉపయోగ పడుతుందనిపిస్తుంది.

ఆయనలో ఒక కథా రచయిత వున్నాడు, అనువాదకుడు వున్నాడు, పత్రికాధిపతి వున్నాడు, స్టూడియో నిర్వాహకుడు వున్నాడు, సినీ స్క్రీన్ ప్లే సంభాషణలూ రాయగల సమర్థుడున్నాడు. అంతేకాక స్నేహానికి అత్యంత విలువనిచ్చి జీవించినంతకాలం ఆ స్నేహాన్ని నిలుపుకున్న వ్యక్తి ఆయన.

అసలు చాలామందికి 'నాగిరెడ్డి-చక్రపాణి' జంట పేరుగానే తెలుసు. వారిద్దరూ కలిసి స్థాపించిన విజయా సంస్థ అనేక విజయవంతమైన చిత్రాలు నిర్మించింది.

అందులో ముఖ్యమైనవి "షావుకారు, పాతాళభైరవి, పెళ్లి చేసి చూడు, మాయాబజార్, మిస్సమ్మ, గుండమ్మ కథ..." దాదాపు ముప్ఫయ్యయిదు చిత్రాలు వారి సంస్థ నుండి తయారయ్యాయి. విజయావారి చిత్రాలంటే తెలుగువారు నమ్మకంగా కుటుంబమంతా కలిసి చూడగలిగే వినోదాత్మకమైన చిత్రాలకు చిరునామాలుగా భావించేవారు. ఈ నాటికీ 'మిస్సమ్మ'ను అభిమాన చిత్రంగా చెప్పుకునేవారు కొందరయితే, 'మాయాబజార్'ని యెన్నిసార్లు చూశారో లెఖ్ఖలు చెప్పే వాళ్లకి లెఖ్ఖేలేదు.

ఇంక వారి సంస్థనుండి వెలువడిన పత్రికలు 'ఆంధ్రజ్యోతి' మాసపత్రిక కొంతకాలం తర్వాత ఆగిపోయింది. 'యువ, విజయచిత్ర, వనిత' పాఠకుల అభిమానాన్ని చూరగొన్నాయి, 'చందమామ' కయితే అసంఖ్యాకమైన అభిమానులున్నారు, పేరుకి అది పిల్లల పత్రికేగానీ అది చదవని పెద్దలుండేవారు కాదు. ప్రముఖ రచయిత విశ్వనాథ సత్యనారాయణగారు కూడా పత్రిక రావడం కాస్త ఆలస్యమయితే గిలగిలలాడిపోయే వారట. ప్రముఖ రచయిత్రి రంగనాయకమ్మగారు కూడా తన 'స్వీట్ హోమ్' నవలలో బుచ్చిబాబు చందమామ పత్రిక ఫోటో కాంటెస్ట్‌లో పాల్గొని "ఇక్కడ ఇది వుంది, అక్కడ అది వుంది" అని రాయడం, దానికింద విమల "ఆ ప్రయిజ్ డబ్బు పది రూపాయలూ తొందరగా పంపండి ఇంట్లో చాలా అవసరం" అని రాయడం నాకింకా గుర్తే. ఆ విధంగా 'చందమామ' తెలుగు వారి జీవితాల్లో భాగమయిపోయింది. అది చదవడం వలన భాష నేర్చుకున్న వారున్నారు. అంతేకాదు అది పిల్లల్లో ఊహాశక్తినీ, సృజనాత్మకతనీ, వ్యక్తిత్వాన్నీ పెంపొందించేందుకు ఉపయోగ పడిందనడంలో సందేహం లేదు. అది దాదాపు పదకొండుకు పైగా భాషలలో వెలువడుతుండేది. ఈ 'చందమామ' పత్రిక గురించి చక్రపాణిగారు అనుక్షణం ఆలోచిస్తూ వుండేవారట. ఆయన చూడనిదే అందులో ఒక్క వాక్యం కూడా అచ్చయ్యేది కాదట! రచయితలు రాసి పంపిన కథలన్నింటినీ దాదాపు తిరగరాసేవారట. అన్నట్టు కొడవటిగంటి కుటుంబరావు గారు చివరిక్షణం వరకూ 'చందమామ'ను తీర్చిదిద్దినవారిలో ఒకరు.

ఈ పనులే కాక చక్రపాణి గారు స్టుడియో నిర్వహణ కూడా చూసుకునే వారు. మొదట్లో వారు నిర్మించిన 'షావుకారు, పెళ్లిచేసిచూడు, మిస్సమ్మ'లకు కథా-సంభాషణలూ సమకూర్చారు. ఒక్కమాటలో చెప్పాలంటే ఆయన ఒక సాటిలేని సంభాషణా రచయిత. ఆయన సంభాషణలు అతి సహజంగా, నాటకీయత లేకుండా, చమత్కారంగా వుంటాయి. కావాలంటే ఒక్కసారి 'షావుకారు, మిస్సమ్మ' డైలాగ్స్

పరిశీలించండి. అయితే ఇదంతా ఆయన యెలా సాధించాడు అనేది, ఆయన జీవన గమనం ఒకసారి పరిశీలించి చూస్తే తెలుస్తుంది. ఇంకా అనేక ఆశ్చర్యాలు కూడా కలుగుతాయి. విజయానికి అడ్డదోవలేమీ వుండవనీ, కష్టపడి సాధించడమొక్కటే మార్గమనీ యెరిగిన వ్యక్తి చక్రపాణి. దానికి ఆయన జీవితమే పెద్ద ఉదాహరణ.

పెద్దగా చదువుసంధ్యలు లేకపోయినా, ఆర్థిక పరిస్థితి అంతంత మాత్రమే అయినా అనారోగ్యం వెంటాడుతున్నా స్వయంకృషితో నాలుగు భాషల్లో ప్రావీణ్యత సంపాదించి, సాహిత్యరంగంలో రచయితగా, అనువాదకుడుగా, పత్రికా సంపాదకుడుగా ఉన్నత స్థానం సంపాదించడమే కాక, సినీ నిర్మాణంలో, స్టూడియో నిర్వహణలో పాలుపంచుకుని విజయా సంస్థని విజయాల బాటలో నడిపించారు.

ప్రపంచమందరికీ చక్రపాణిగా, ఆత్మీయులకీ, సన్నిహితులకీ 'చక్కన్న'గా సుపరిచితమైన ఆయన అసలు పేరు ఆలూరి వెంకట సుబ్బారావు. తల్లిదండ్రులు గురవయ్య, వెంకటమ్మ. పుట్టి పెరిగింది 1908లో తెనాలి దగ్గర వున్న ఐతానగరంలో. ప్రస్తుతం అది తెనాలిలో కలిసిపోయినట్టుంది. చదువుకున్నది ఆ రోజుల్లో ఫిఫ్తుఫారం వరకే. అది ఇప్పటి పదవ తరగతికి సమానమనుకుంటా. అప్పుడు ముమ్మరంగా సాగుతున్న స్వాతంత్రోద్యమంలో పాల్గొని జైలుకు కూడా వెళ్లారు.

ఆ తర్వాత హిందీ చదువుకున్నారు. కొంతకాలం హిందీ పాఠశాల నడపడంలో వెంకటప్పయ్య అనే ఆయనకు సహాయపడ్డారు కూడా. అదే సమయంలో ఆయనకి సాహిత్యం పట్ల ఆసక్తి కలిగింది. చిన్న చిన్న కథలు రాయడం, హిందీ రచనలను అనువదించడం చేస్తూ వుండేవారు. ఇలా ఆయనలో సాహిత్యాభిరుచి పెంపొందడానికి ఆయన మేనమామ నలజాల తిరుపతి రాయుడుగారి ప్రభావమే కారణమంటారు. ఆయన మేనల్లుడిని ప్రోత్సహించడమే కాక, తన కుమార్తె రంగమ్మనిచ్చి వివాహం చేసి అల్లుడిని కూడా చేసుకున్నారు.

ఏదో సందర్భంలో ఈయన హిందీ రచనల అనువాదాలలోని పసనీ, పదునునీ గమనించిన ప్రఖ్యాత హిందీ సాహితీవేత్త వ్రజనందన శర్మ, 'చక్రపాణి' అనే కలం పేరు పెట్టుకుంటే బాగుంటుందని సూచించారు. అలా ఆలూరి వెంకట సుబ్బారావు 'చక్రపాణి'గా మారారు.

సుమారు 1932లో ఆయన వివాహం జరిగితే మరో రెండు సంవత్సరాలకి అంటే 1934 ప్రాంతాలలో ఆయన తీవ్రమైన అనారోగ్యానికి గురయ్యారు. క్షయవ్యాధి

సోకింది. 1935లో మదనపల్లి టి.బి.శానటోరియంలో చేరి చికిత్స తీసుకున్నారు. ఒక ఊపిరితిత్తి పూర్తిగా తొలగించవలసి వచ్చింది. ఇక్కడ ఆయన జీవితం ఒక ముఖ్యమైన మలుపు తీసుకుంది.

ఇంకొకరెవరైనా అటువంటి పరిస్థితులలో వుంటే తీవ్రమైన నిరాశా, నిస్పృహలకు లోనవుతారు కానీ, ఈయన మాత్రం పక్క బెడ్ మీదున్న బెంగాలీ అతనిని పరిచయం చేసుకుని, బెంగాలీ భాష నేర్చుకున్నారు. అతను కొన్ని పుస్తకాలు పంపితే అవి చదివి, వాటిని తెలుగులోకి అనువదించడం మొదలెట్టారు. అలా శరత్ చంద్ర ఛటర్జీవీ, మిగతా బెంగాలీ రచయితలవీ కూడా అనువదించారు. ఆయన అనువాదాలలో గొప్పతనమేమిటంటే, అవి చదివిన తెలుగువాళ్లు అందులో బెంగాలీ పేర్లున్నప్పటికీ అవి తమ కథలేనన్నట్లుగా మమేకమయ్యారు. ఆ కథల ప్రభావంతో తమ పిల్లలకి బెంగాలీ పేర్లు పెట్టుకున్నవారు కూడా లేకపోలేదు. అంతకు ముందు వేలూరి శివరామ శాస్త్రి లాంటి వారు చేసిన అనువాదాలున్నప్పటికీ, చక్రపాణి గారి అనువాదాలు బాగా పాపులర్ అయి ప్రామాణికంగా నిలిచాయి. కొంతమంది శరత్ మన తెలుగు రచయితే అనుకునేవారట! అదీ ఆయన అనువాద మహత్యం. కుటుంబరావు గారేమంటారంటే జరుక్ శాస్త్రి యేదైనా అనువాదం బాగుందనడానికి "చక్ర పాణీయంగా వుంది" అనేవారని. ఇంతకీ ఐరనీ యేమంటే చక్రపాణి గారు బెంగాలు దేశం చూడనేలేదు. ఆయన అనువదించిన వాటిలో బాగా పేరు గాంచినవి "దేవదాసు, బడీదీదీ, వాగ్దత్త, పల్లీయులు". వీటిని పత్రికలలో ప్రచురణకి ఇవ్వడమే కాక ఆయనే సొంతగా ప్రచురిస్తూ వుండేవాళ్లు. ఆయనకి కావలసిన బెంగాలీ పుస్తకాలు బి.యన్.రామారావు (చందమామ రామారావు) గారు బెంగాల్ నుండి తెచ్చిపెడుతుండేవారు. ఆయన మెడికల్ రిప్రజెంటేటివ్‌గా పనిచేస్తూ వుండేవారట అప్పుడు.

ఆ రోజుల్లోనే అంటే 1939 ప్రాంతాలలో ఆయన సినీ రంగ ప్రవేశం విచిత్రంగా జరిగింది. చక్రపాణిగారు తెనాలిలో వున్నప్పుడు ఒక పక్క బెంగాలీ రచనలను అనువాదం చేసి పత్రికలకి పంపడంతో బాటు సొంతంగా యువ ప్రచురణల పేరిట తన పుస్తకాలతో బాటు, ఇతర రచయితల పుస్తకాలు కూడా ప్రచురించేవారు. అలా వారి సంస్థ ద్వారా రచనలు ప్రచురించబడిన వారిలో చలం, పాలగుమ్మి పద్మరాజు, ధనికొండ హనుమంత రావు, శిష్ట్లా ఉమామహేశ్వరరావు, కొడవటిగంటి కుటుంబరావు లాంటి ప్రముఖ రచయితలున్నారు.

ఈలోగా 1939లో పి.పుల్లయ్య 'ధర్మపత్ని' సినిమా తలపెట్టి, వేరే ఒక రచయిత రాసిన సంభాషణలు నచ్చక, చక్రపాణి ప్రతిభ గురించి బి.యస్.రామారావు (ఆయనే తర్వాత చందమామలో చేరి చందమామ రామారావు అయ్యారు) ద్వారా తెలుసుకుని, ఆ సినిమాకు రచయితగా యెన్నుకున్నారు. చక్రపాణి ఆ సినిమా కోసం కొల్హాపూరు వెళ్లి మాటలు రాశారు. దురదృష్టం ఆయన్ని వెన్నాడుతూనే వుంది. 'ధర్మపత్ని'కి సంభాషణలు రాసే సమయంలోనే ఆయన ధర్మపత్నిని కోల్పోయారు. ఆయన మళ్లీ పెళ్లి చేసుకోలేదు జీవితాంతం ఒంటరిగానే గడిపారు.

ఆ సినిమా పూర్తయ్యాక తిరిగి తెనాలి వచ్చి రచనా వ్యాసంగం, పుస్తక ప్రచురణా కొనసాగించసాగారు. అయితే 'ధర్మపత్ని' సంభాషణల తీరు నచ్చి ప్రముఖ నిర్మాతా, దర్శకులూ అయిన బి.యన్.రెడ్డి 'స్వర్గసీమ' సినిమాకి రచయితగా చక్రపాణే సరి అయిన వారు అని భావించి, కె.వి.రెడ్డి గారి ద్వారా ఆయనను పిలిపించారు. చక్రపాణి 'స్వర్గసీమ'కు అలా కథ, సంభాషణలు కూడా సమకూర్చారు. ఇది జరిగింది 1943 జులైలో. 1944 జనవరికంతా సినిమా పని పూర్తి చేసి, ఇక తెనాలి వెళతానన్నారు చక్రపాణి. 'అక్కడికయినా వెళ్లి చేసేది పుస్తక ప్రచురణే కదా. ఇక్కడే వుండి మా బి.యన్.కె. ప్రెస్‌లో పుస్తకాలు వేసుకోవచ్చు' అని బి.యన్. రెడ్డి అన్నారు. అప్పట్లో ఆ ప్రెస్‌ని బి.యన్.రెడ్డి సోదరుడు బి.నాగిరెడ్డి నిర్వహిస్తూ వుండేవారు. అలా 1944లో బి.నాగిరెడ్డి గారితో కలిసిన స్నేహం, చక్రపాణి గారు 1975లో కాలం చేసేవరకూ నిరాఘాటంగా కొనసాగింది.

చక్రపాణి-నాగిరెడ్డిల స్నేహం గురించి నాలుగు మాటలు చెప్పాలి. మొట్టమొదట చక్రపాణిని 1944 ప్రాంతాలలో, తన రెండవ కథల సంపుటి ప్రచురణ నిమిత్తం బి.యన్.కె.ప్రెస్‌కి వచ్చినప్పుడు చూశారు నాగిరెడ్డి. అలా మొదలైన పరిచయం ఒక సంవత్సర కాలంలో గాఢమైన స్నేహంగా పరిణమించింది. నాగిరెడ్డిలో పత్రిక నడపాలన్న ఉత్సాహం వుండేది. చక్రపాణికి అంతకుముందు తెనాలిలో వున్నప్పుడే 'విహారి' అనే పత్రిక నడిపిన అనుభవం వుంది. సరే ఇద్దరూ కలిసి 1945 జూలైలో బి.యన్.గుప్తా నడుపుతున్న 'ఆంధ్రజ్యోతి' వారపత్రిక ఆగిపోతే, దానిని కొని తిరిగి చక్రపాణి సంపాదకత్వంలో మాసపత్రికగా విడుదల చేశారు. అది నడిచింది కొంతకాలమే అయినా, దాని స్థాయిని ప్రామాణికంగా 'భారతి'తో సమానంగా భావించే పాఠకులున్నారు. తిరిగి రెండేళ్లకి అంటే 1947 జూలైలో పిల్లల పత్రిక 'చందమామ' ప్రారంభించారు. ఈ పత్రిక చక్రపాణి మానస పుత్రిక. హిందీ, బెంగాలీ భాషల్లో వెలువడే పిల్లల పత్రికలు చూసి తెలుగులో చక్కని పిల్లల పత్రిక తీసుకు రావాలని

కలలు కనేవాడాయన. ఆ తర్వాత నెమ్మదిగా యువ, విజయచిత్ర, వనిత అనే పత్రికలు కూడా వీరి ఆధ్వర్యంలోనే నడుస్తూ, పాఠకుల అభిమానాన్ని చూరగొన్నాయి. 1949 జూలైలో వీరిద్దరూ చిత్రనిర్మాణ రంగంలో కూడా అడుగుపెట్టారు.

అలా వారిద్దరి స్నేహం బలపడి ఒక ఆత్మీయానుబంధంగా స్థిరపడింది. నాగిరెడ్డి–చక్రపాణి అని చెబితే తప్ప విడిగా వారి పేర్లు చెబితే గుర్తు పట్టలేని విధంగా పాపులర్ అయ్యారు. కొంతమంది వారిద్దరినీ అన్నదమ్ములనుకుంటే, ఇంకొంతమంది అది ఒకే పేరని పొరబడేవారు. తర్వాత కాలంలో నాగిరెడ్డి–చక్రపాణి, బాపూ–రమణ జంటలు స్నేహానికి మారుపేర్లుగా పేరు పడ్డాయి.

వ్యక్తిగత జీవితానికి వస్తే, చక్రపాణి గారికి ఇద్దరు మగపిల్లలు. తల్లి చనిపోయినాక వారిద్దరూ అమ్మమ్మ దగ్గర తెనాలిలో పెరుగుతూ వుండేవారు. వాళ్లకోసం మద్రాసు, తెనాలి తిరుగుతున్న చక్రపాణితో, పిల్లలను మద్రాసు తీసుకొచ్చి ఇక్కడే స్కూలులో చేర్చమన్నారు నాగిరెడ్డి. అలా వారు 'చిల్డ్రన్స్ గార్డెన్' స్కూల్‌లో చేరారు. తీరాచేసి ఆ స్కూలు హాస్టల్‌లో ఖాళీ లేకపోతే నాగిరెడ్డి ఆ పిల్లలను ఇంటికి తీసుకు వచ్చి భార్య శేషమ్మ గారితో "తల్లిలేని ఈ ఇద్దరు పిల్లలకీ నీవే తల్లిగా వుండాలి" అన్నారట. మారు మాట లేకుండా ఆమె అంగీకరించారట. పిల్లలిద్దరూ తిరుపతిరావు, సుధాకరరావు శేషమ్మ గారినే 'అమ్మా' అని పిలిచేవారట. పిల్లలెప్పుడయినా చక్రపాణి గారినేదయినా కావాలని అడిగితే "పోయి అమ్మనడగండి" అనేవారట.

ఇక నాగిరెడ్డి గారిని యెవరయినా యేమైనా అంటే వూరుకునేవారు కారట చక్రపాణి. చివరికాయన సొంతపిల్లలైనా సరే, మళ్లీ యేదైనా మందలించవలసి వస్తే ఆయనే ఒక గురువు శిష్యుణ్ణి మందలించినట్టు మందలించేవారట. ఎప్పుడయినా నాగిరెడ్డి గారు ఇంటికి రావడం ఆలస్యమైతే, రాత్రి యెనిమిది దాటిన దగ్గరనుండీ కాలుగాలిన పిల్లిలా తిరుగుతూ వుండేవారట చక్రపాణి. ఆయన ఇంటికొచ్చాక కారణం చెప్పి తీరాలి. అలా పరిఢవిల్లిన వారి స్నేహం ప్రాతిపదికగా వారు నెరపిన వ్యాపారాలు మూడు పువ్వులూ, ఆరు కాయలుగా వర్థిల్లడానికి నాగిరెడ్డిగారి వ్యాపారదక్షతా, చక్రపాణి గారి సూక్ష్మగ్రాహ్యతా, సునిశిత మేథాశక్తీ, యేదైనా సాధించాలనే పట్టుదలా తోడ్పడ్డాయి. చక్రపాణిగారి స్వభావం విలక్షణమైనది, తాననుకున్నదాన్ని, సూటిగా, స్పష్టంగా, పల్లెటూరి యాసలో నిర్మొహమాటంగా కుండబద్దలు కొట్టినట్టు చెప్పేవారు. సున్నితమైన హాస్యం, వ్యంగ్యం ఆయన సంభాషణల్లోనూ, రచనల్లోనూ తొంగిచూసేది. పొగడ్తలూ సన్మానాలూ ఆయనకు గిట్టేవికావు. చక్రపాణిగారి గురించి కొడవటిగంటి

కుటుంబరావు యేమంటారంటే "చక్రపాణి సూక్ష్మగ్రాహి, అసాధారణ ప్రతిభావంతుడు. యే కొత్త రంగంలో ప్రవేశించినా దాని అంతు చూసి, అంతకుముందు అందులో పడి కొట్టుకునే వాళ్లకంటే యెక్కువ జ్ఞానం సంపాదిస్తారు కానీ ఆయన మానసికంగా ఒంటరి", 'షావుకారు'లో చంగయ్య పాత్ర ఆయనదేనని అంటారు.

"స్పష్టమైన ఆలోచన, నూతన ప్రయోగాలు చేయడం, పట్టుదలగా యే పనయినా సాధించడం ఆయన విజయానికి కారణాలు" అని ధనికొండ హనుమంతరావు గారు అంటారు.

విజయా వారి పత్రికలన్నా, సినిమాలన్నా పాఠకులలోనూ, ప్రేక్షకులలోనూ ఒక రకమైన క్రేజ్ వుండేది. చిత్రరంగంలోకి ప్రవేశించిన నాగిరెడ్డి-చక్రపాణి మొట్ట మొదట నిర్మించిన చిత్రం 'షావుకారు'. ఇది మా తెలుగు సినిమా అని తెలుగు వారందరూ గర్వంగా చెప్పుకోవలసిన సినిమా. కథ అచ్చమయిన తెలుగుకథ, యే బెంగాలీ సినిమా నుండో, హిందీ సినిమా నుండో కాపీ కొట్టినది కాదు. కథా, సంభాషణలూ సమకూర్చింది చక్రపాణే. ఆయన ఈ చిత్రానికి రాసిన సంభాషణల గురించి చెప్పాలంటే అదే పెద్ద గ్రంథమవుతుంది. ఈ చిత్రానికి ఘంటసాల సమకూర్చిన సంగీతం అతి మధురంగా వుంటుంది. ఎప్పుడయినా ఘంటసాలగారు ఆ సినిమా పాటల పని జరిగే సమయంలో తనకి నచ్చని సంఘటన యేదైనా జరిగితే ఇంటికొచ్చి అలిగి పడుకుంటే, చక్రపాణి గారు ఇంటికొచ్చి పక్కనే కూచుని బతిమాలి తీసికెళ్లే వారట. ఈ విషయం ఘంటసాల సావిత్రమ్మగారు స్వయంగా నాతో చెప్పారు. అంతేకాదు ఘంటసాలగారు తమ పెద్ద కుమారుడి పేరు విజయా సంస్థ మీదున్న కృతజ్ఞతతో విజయకుమార్ అని పెట్టుకుంటే, ప్రముఖ నటి సావిత్రి తన కుమార్తె పేరు విజయ చాముండేశ్వరి అని పెట్టుకున్నారు. అదీ ఆ సంస్థకున్న విశిష్టత. ఇక 'షావుకారు' చిత్రం మొదటి విడుదలలో అనుకున్నంత విజయాన్ని సాధించలేదు. పేరైతే వచ్చింది కానీ, ఆర్థిక విజయాన్నే విజయంగా భావించే చక్రపాణి, జనం కోరేదే మనం చేయాలి అని నిర్ణయించుకుని, తమ తదుపరి చిత్రంగా 'పాతాళ భైరవి' అనే జానపద చిత్రాన్ని నిర్మించి విజయాసంస్థని విజయాల బాట పట్టించారు.

విజయా సంస్థ తీసిన చిత్రాలలో "షావుకారు, పెళ్లి చేసి చూడు, మిస్సమ్మ, గుండమ్మ కథ" పూర్తిగా ఆయన పర్యవేక్షణలో తయారయ్యాయి. మిస్సమ్మ, షావుకారు సినిమాలకు ఆయన రాసిన సంభాషణలు, సినిమాల్లో సంభాషణలు యెలా వుండాలో చెప్పే నిఘంటువులు. ఒక్క పడికట్టు డైలాగ్ వుండదు. అందుకే నా దృష్టిలో చక్రపాణి

సాటిలేని సంభాషణా రచయిత. విజయా సంస్థ దాదాపు 35 చిత్రాలు నిర్మించింది. అందులో కె.వి.రెడ్డి దర్శకత్వం వహించిన వాటి మీద తప్ప మిగతా వాటన్నిటి మీదా చక్రపాణి ప్రభావముంది.

విజయా వారి చిత్రాల మీద ప్రజలకి ఒక అంచనా, ఆశా వుండేవి. "పాతాళభైరవి, మిస్సమ్మ, పెళ్లి చేసి చూడు, మాయాబజార్, అప్పుచేసి పప్పుకూడు, గుండమ్మ కథ" యెలాంటి చిత్రాలు చెప్పండి. "గుండమ్మ కథ"లో మెసేజ్ యేముంది అన్నవారితో "మెసేజ్ ఇవ్వాలంటే టెలిగ్రామ్ ఇస్తే పోలా, సినిమా తియ్యాలా" అన్నారట చక్రపాణి. ఏ సినిమా అయినా పిల్లలు మెచ్చితే అది హిట్టే అని తీర్మానించే వారట. ఒకసారెవరో పాత్రికేయుడు చిత్ర నిర్మాణ వ్యయం తగ్గించాలంటే యేం చెయ్యాలంటే? "అందరికీ రెమ్యూనరేషన్ యెగ్గొడితే పోలా" అన్నారట.

యన్.టి.ఆర్.అంటే ప్రత్యేకాభిమానం. ఆయన యేడుపుగొట్టు వేషాలూ, ముసలి వేషాలూ వేస్తే ఇష్టపడేవారు కాదట. "నువ్వు యేడిస్తే యెవరు చూస్తారు, యేదైనా మగతనంగా నలుగురు సాధించలేని కార్యమేదో సాధించగల పాత్రయితే జనానికి నచ్చుతుంది గానీ, నువ్వెప్పుడూ కళ్లకి గ్లిసరిన్ పెట్టబాక" అనేవారట. ఇంకా వినకపోతే "రామారావు వితండం మనిషి, మీరయినా వెళ్లి చెప్పండి" అని యెవరితోనైనా కబురంపేవారట. ఆయనవి నిర్దుష్టమైన అభిప్రాయాలు. చిత్రరంగంలో అన్ని శాఖల గురించీ లోతైన అవగాహన వున్న మనిషి. ఔత్సాహికులు చాలామంది ఆయన సలహాలూ, సూచనలూ అడుగుతూ వుండేవారు.

తనకే కష్టమొచ్చినా చలించని ఆ మనిషి, తన దగ్గరి వారి కష్టాలపట్ల సున్నితంగా స్పందించేవారని ఈదర లక్ష్మీ నారాయణ గారు రాసిన వ్యాసం వలన అర్థమవుతుంది. ఈయన చక్రపాణి గారికి చాలా దగ్గర స్నేహితులు. ఆయన్ని బాగా దగ్గరగా యెరిగిన వారూ, దీర్ఘకాలం సన్నిహితులుగా మెలిగిన వారూనూ. ఆయన రాసిన వ్యాసం వలన చాలా సంగతులు తెలిశాయి. ఆయన కొంతకాలం చక్రపాణి గారికి లేఖకుడుగా కూడా పని చేశారు ఆయన తెనాలి జీవితంలో. లక్ష్మీనారాయణగారి యెనిమిదేళ్ల కుమార్తె అకాల మృత్యువు బారిన పడ్డప్పుడు చక్రపాణి గారు రాసిన లేఖ జీవితం పట్ల ఆయన దృక్పథాన్నీ, ఆయన ఆలోచనా ధోరణినీ తెలుపుతుంది.

"కష్టాలు సహించడంలోనే వుంది మానవుని గొప్పతనం, వాటికి సుఖమూ లేదూ, శాంతీ లేదు. భగవంతుడు చేసే ప్రతి పనీ మామూలుగా తీసుకోవడానికి ప్రయత్నించడమే మన కర్తవ్యం. చెడుకు దుఃఖపడటం, మేలుకు సంతోషించడం

మానుకోగలగడంలోనే మనిషికి శాంతి వుంది. బాల్యం వదిలిన తర్వాత మానవుడి జీవితంలో సుఖాలకన్నా కష్టాలే ఎక్కువగా వుంటై. అందువల్ల మానవుడికి మంచికంటే చెడుకు తయారయి వుండటంలోనే శాంతి వుంది. ఇవి అన్నీ నగ్నసత్యాలు కానీ వాత్సల్యమూ, ప్రేమా, సుఖమూ, కీర్తీ, ఆనందమూ వీటికోసమే మానవుడు జీవిస్తాడు. ఇదీ నగ్న సత్యమే. ఇవి లేకపోతే నిజానికి ఈ ప్రపంచంలో అతనికి వేరే ఆకర్షణ యేముంది? కానీ కాలం అతీతమైంది. ప్రపంచం పుట్టినప్పటి నుంచీ ఇంతవరకు ఎంతోమంది పుట్టారు, గిట్టారు. చచ్చిపోయినవారు సుఖపడటమూ, బ్రతికిన వారు బాధపడటం తప్పనిసరే. అందుచేత కష్టాలను సహించడానికి అలవాటు పడటమే, అంటే కష్టాలను సహించగలగడమే అంటే ఎదుర్కొనగలగడమే మానవత్వం. నేను వస్తున్నాను, ఈలోపు నీవు ధైర్యం వహించి వుండవలసింది. ఇదే నేను నిన్ను కోరుతున్నది".

ఇంతకన్నా ఓదార్పు, వ్యక్తిత్వవికాస పాఠమూ వుంటాయా? ఆయనే యేదో వ్యాపారం ప్రారంభించబోతూ చక్రపాణిగారిని ఆశీస్సులడిగితే యేమన్నారో చూడండి "మంత్రాలకు చింతకాయలు రాలవు, నీలో పట్టుదల వుంటే నీకు ఎవరి ఆశీస్సులతో పనిలేదు. పట్టుదల, ఆత్మ విశ్వాసం వున్నంతకాలం విజయలక్ష్మి నీ వెంట వుంటుంది" అదన్న మాట ఆయన జీవన సూత్రం.

1975లో 'శ్రీ రాజేశ్వరీ విలాస్ కాఫీ క్లబ్' సినిమాకు బాపుని డైరెక్టర్‌గా తీసుకున్నారు. అప్పుడు జరిగిన విషయాలు చెబుతూ బాపూ గారేమన్నారో... రావి కొండల్రావు గారు తమ 'బ్లాక్ అండ్ వైట్' పుస్తకంలో ఇలా రాశారు. "నన్ను డైరెక్టర్‌గా పెట్టుకున్నా, అంతా ఆయనే చేసేవారు. తెలియనివాడు దర్శకుడికి సలహా ఇవ్వడానికీ, తెలిసినవాడు ఇవ్వడానికీ యెంతో తేడా వుంది. షూటింగ్ టైములో యేదో ఒక పాయింట్ సూచించేవారు, ఎంత గొప్ప స్టడీ అనిపించేది". చక్రపాణి యెంత నచ్చజెప్పినా బాపు ఈ చిత్రానికి డైరెక్టర్‌గా తన పేరు వేసుకోడానికి ఒప్పుకోక "సంచాలకుడు చక్రపాణి, సహాయకుడు బాపు" అని వేయించారట. ఇంకా దర్శకుడిగా తమిళ 'గుణసుందరి కథ'కీ, తమిళ 'గుండమ్మ కథ'కీ చక్రపాణి పేరు చూడవచ్చు అంటారు రావి కొండలరావు.

అలా దాదాపు ముప్ఫయి సంవత్సరాలు తెలుగు పత్రికా రంగాన్నీ, చలనచిత్ర రంగాన్నీ శాసించిన చక్రపాణి 1975లో తన స్నేహితుడైన నాగిరెడ్డి నిర్మించిన విజయా హాస్పిటల్‌లోనే తన ఆఖరి శ్వాస విడిచారు. ఈ సందర్భంగా బాపు-రమణల కార్ట్యూన్‌ని తలచుకుంటూ, ముందు తరాలవారికి మార్గదర్శి అయిన ఆయనకు నా నివాళి.

బాపు కొట్ట్యానులు

కింగ్ సైజ్ సిగరెట్ లా
షోగ్గా పొడుగ్గా
ఆప్తమిత్రుల అభిప్రాయ భేదంలా
సన్నగా నాజూగ్గా
ఉండేవాడే విజయసారథుల్లో
సహారథి చక్రపాణి

భాషకీ భావానికీ మధ్య వ్యాకరణైకం
నెరపిన పాణినీయం మేటిది;
కళకీ కాసుకీ ఆ మధ్య
పెళ్ళిచేసి చూపిన చక్రపాణీయం
సినిమాకలాటిది_

అక్కా బావా అమ్మా నాన్నా
పాపా నేనూ బాబూ చిన్నా
కలిసికట్టుగా చూసేటట్టు
(కాదు సుమా ఎబ్బెట్టు_ఒట్టు)
సెన్సారప్పక్షంగా తీసేవ
చాలునన్నదా శాస్త్రం గుట్టు

అంటే చంటి వెధవ
డిప్పకాయని కాదు
ఐతే నాన్న చంటాడితో సమమా
అనకు — సబబా? కాదు!

ENB శర్మ

దేవుడు డాక్టర్

మూర్తీభవించిన మానవత్వం, పరిమళించిన మంచితనం, రోగుల పాలిట నడిచే దేవుడు, విద్యార్థులకి ఇష్టమైన టీచర్, అసిస్టెంట్ ప్రొఫెసర్లకీ, పోస్ట్ గ్రాడ్యుయేట్లకీ స్ఫూర్తిదాయకమైన సీనియర్, తోటి ప్రొఫెసర్లకి కించిత్తు అసూయ కలిగించే కొలీగ్... ఇదంతా మా సర్జరీ ప్రొఫెసర్ డా॥ ఈ.యన్.బి.శర్మ గారి గురించిన ఉపోద్ఘాతం. నిజానికి ఆయనని నిర్వచించటం చాలా కష్టం. ఈ మధ్య వరకూ ఆయన పూర్తి పేరు ఈశ్వర నృసింహేశ్వర భగీరథ శర్మ అని కూడా తెలీదు, అంతా శర్మ గారనే పిలిచేవారు.

మేము గుంటూరు మెడికల్ కాలేజ్‌లో 1977లో జాయినయినప్పుడే ఆయనా వైజాగ్ నుండి ట్రాన్స్‌ఫర్ అయి గుంటూరు మెడికల్ కాలేజ్‌కి వచ్చినట్టున్నారు. మా ఫ్రెషర్స్ డే వేడుకలలో అల్లరి చేసే అబ్బాయిలను అదుపులో పెట్టడానికి వెనక వరస కుర్చీల దగ్గరకెళ్లి అక్కడే కూర్చోవడం బాగా గుర్తు. 'ఎవరాయన?' అంటే సర్జరీ ప్రొఫెసర్ శర్మగారు అని చెప్పారెవరో. శర్మగారి భార్య అన్నపూర్ణమ్మ గారు మా మైక్రోబయాలజీ ప్రొఫెసర్. ఆవిడ పేరుకు తగ్గట్టే అన్నపూర్ణాదేవిలా వుండేవారు. కళ్లలో నుండి కరుణ కురుస్తూ వుండేది. ఆవిడ గట్టిగా మాట్లాడటం మేమెవరమూ

వినలేదు.

మేమింకా క్లినిక్స్‌కి రాకముందునుంచే మా సీనియర్స్ ద్వారా శర్మగారి మంచితనం గురించీ, సర్జికల్ స్కిల్స్ గురించీ కథలు కథలుగా వింటూ వుండే వాళ్లం. అందువల్ల మేము క్లినిక్స్‌లో అడుగు పెట్టే సమయానికే ఆయనంటే ఒక ఆరాధనా భావం వుండేది. అది ఎంతంటే చెబుతా – ఆయనకో నల్ల అంబాసిడర్ కారుండేది. దాంట్లో ఆయన వేగంగా వచ్చి కాలేజ్ గార్డెన్లో వుండే ఆఫీస్ ముందు సడెన్‌గా బ్రేకేసి ఆపేవారు. అది చూడంగానే మేము 'శర్మగారి కారు గారు' అనేవాళ్లం.

క్లినిక్స్‌కి వచ్చాక ఆయన గురించి తెలుసుకున్న కొద్దీ ఆయనంటే గౌరవం పెరిగిపోయింది. చాలామంది గవర్నమెంట్ డాక్టర్లు లంచాలు తీసుకుంటారనీ, ఇంటి దగ్గరకెళ్లి లంచమిచ్చే రోగులకే ఫుడ్డూ, బెడ్డూ దొరుకుతాయనీ, మా స్టూడెంట్లూ మిగతా స్టాఫూ చెప్పుకోగా వింటూ వుండేవాళ్లం. అయితే శర్మగారి ఇంటి దగ్గర కనీసం నేమ్ బోర్డ్ కూడా వుండదనీ, హాస్పటల్ సమయంలో తప్ప ఆయన యే రోగినీ ఇంటి పరిసరాలకి రానివ్వరనీ, ఈ విషయాలలో చాలా స్ట్రిక్ట్ అనీ చెప్పుకునేవారు. అందుకే రోగులు ఆయనని దేవుడు డాక్టర్ అనేవారు.

మా గుంటూరు గవర్నమెంట్ హాస్పటల్‌లో నాలుగు సర్జరీ యూనిట్లుండేవి. అందులో సెకండ్ యూనిట్ ప్రొఫెసర్‌గా వుండేవారు శర్మగారు. మా స్టూడెంట్లకి గానీ హౌస్ సర్జన్లకి గానీ యూనిట్స్ అలాట్ చేయడంలో పేరుని బట్టి ఆల్ఫబెటికల్ ఆర్డర్‌లో చేసేవారు. నా దురదృష్టం నేనెప్పుడూ ఆయన వార్డులో పని చేయలేదు. మా ఆయన బదరీ నారాయణకి మాత్రం ఎప్పుడూ ఆయన వార్డ్‌లోనే పోస్టింగ్. ఆయనంటే అంతులేని అభిమానం. ఆయనకి కూడా ఈయన ఇష్టమైన విద్యార్థులలో ఒకరు అని నిరూపించే సంఘటన గురించి తర్వాత చెబుతా.

ఇక ఆయన దినచర్య గురించి చెప్పాలంటే... పొద్దున్నే యెనిమిది గంటలకంతా, మల్లెపువ్వుల్లాంటి తెల్లటి పాంటూ షర్టూ తెల్లని మనిషి తెల్లని జుట్టుతో నల్లని బ్రీఫ్ కేస్ పట్టుకుని బ్రిస్క్‌గా నడుచుకుంటూ, వార్డ్‌కొచ్చి బ్రీఫ్‌కేస్ టేబుల్ మీద పెట్టి రౌండ్స్ మొదలు పెట్టేవారు. ఆ రౌండ్స్‌లో ఆయన చుట్టూ పెద్ద గుంపు తయారయ్యేది. అందులో అసిస్టెంట్ ప్రొఫెసర్లూ, పి.జి.లతో బాటు వారి వార్డ్ స్టూడెంట్సే కాక, వేరే వార్డులకు చెందిన స్టూడెంట్సు కూడా బోలెడంతమంది అనుసరిస్తూ వుండేవాళ్లు. సింపుల్‌గా చెప్పాలంటే పిల్లలను వెంటేసుకుని ఆహారానికి బయలుదేరిన తల్లికోడిలా వుండేవారప్పుడాయన.

ఒక్కొక్క బెడ్ ముందూ ఆగి, ఆ రోగిని చిరునవ్వుతో పలకరించి, అతని వ్యాధి గురించి సాధ్యమైనంత క్లుప్తంగా సూటిగా విద్యార్థికి వివరించి, ఆ వ్యాధి నిర్ధారణ గురించీ, ఇంకా ఆ వ్యాధికి అనుబంధమైన విషయాల గురించీ వివరిస్తూ, అవసరమైన ప్రశ్నలు వేస్తూ, అప్పుడప్పుడూ వారి అసిస్టెంట్లనీ, పోస్ట్ గ్రాడ్యుయేట్లనీ ఆ వ్యాధికి సంబంధించిన నూతన విషయాలని అడిగి, వారితో విద్యార్థులకి చెప్పిస్తూ వుండేవారు. దానితో ఆ వ్యాధి లక్షణాల గురించీ, నిర్ధారణ గురించీ, చికిత్స గురించీ, లేటెస్ట్ అప్‌డేట్స్ గురించీ కూడా వైద్య విద్యార్థికి అవగాహన కలిగేది. అంతేకాదు రోగితో ఎలా మాట్లాడాలీ, వారినెంత దయగా సానుభూతితో చూడాలీ, వారి ఆర్థిక, సామాజిక విషయాల పట్ల ఎంత అవగాహనతో చికిత్స జరపాలీ అనేది అనుక్షణం ఆలోచిస్తూ చుట్టుపక్కల వారికి నేర్పిస్తూ వుండేవారాయన.

ఇంక ఆయన OPలు (అవుట్ పేషెంట్ విభాగం) కూడా ఎప్పుడూ రోగులతోనూ విద్యార్థులతోనూ ఒక చిన్న సైజు తిరణాలలాగా కిటకిటలాడుతుండేవి. ఎక్కడ సమయం దొరికితే అక్కడ ఒక్క క్షణం కూడా వృథా పోనివ్వకుండా విద్యార్థులకి పాఠం చెబుతూనో రోగికి సేవ చేస్తూనో వుండాలని తపించేవారాయన.

సర్జరీ డిపార్ట్‌మెంట్ వాళ్లకి ఆపరేషన్ థియేటర్ డే అని ఒకటి వుండేది. అంటే వారంలో ఒకో యూనిట్‌కి ఒకో రోజు ఆపరేషన్ డే. ఆ రోజు ఆ యూనిట్ వాళ్లు, వాళ్ల సర్జరీలన్నీ చేసుకోవచ్చన్న మాట. యేదన్నా యెమర్జన్సీ సర్జరీ అయితే యెప్పుడయినా చేసుకోవచ్చు. ఇక వారి యూనిట్ ఆపరేషన్ డే నాడు సాధ్యమైనన్ని ఎక్కువ కేసులు చేసి రోగులకు సేవ చేయాలనుకునే వారు శర్మగారు. సర్జరీ కూడా చాలా ఫాస్ట్‌గా చేసేవారు. అలా అని నిర్లక్ష్యంగా కాదు. అందరికీ మూడు గంటలు పట్టే G.J.Vagotomy అనే ఆపరేషన్ పదమూడు నిముషాలలో పూర్తి చేసేవారు. అంత వేగంగా చేయడం వలన, రోగి అంతరావయవాలు బయటి వాతావరణానికి తక్కువ సేపు బహిర్గతమయి వుంటాయి కాబట్టి ఇన్ఫెక్షన్‌కి గురయ్యే అవకాశం తక్కువగా వుంటుంది. మత్తు కూడా ఎక్కువ సేపు ఇవ్వనవసరం లేదు. రక్తం ఎక్కువగా పోదు. ఇంకా సమయం కూడా చాలా ఆదా అవుతుంది. మిగతా వాళ్లకి ఒక ఆపరేషన్‌కి పట్టే సమయంలో, ఈయన నాలుగు ఆపరేషన్లు చేసి నలుగురు రోగులకు సేవ చేయగలిగేవారు.

అయితే మంచి పని చేయాలని పూనుకునే వారే, చెడుపని చేయాలనుకునే వారికంటే ఎక్కువ అవరోధాలనెదుర్కోవాలసి వస్తుందనుకుంటా! ఆయనన్ని కేసులు

ఆపరేట్ చేయాలంటే, మిగతా వారి సహాయం అంటే కింద స్థాయి ఉద్యోగులూ, తోటి డిపార్ట్‌మెంట్‌ల వారూ కూడా సహకరించాలి. వారి సహాయం కూడా కావాలి. ఒక పేషెంట్‌కి ఆపరేషన్ చెయ్యాలంటే, ఆ పేషెంట్‌ని ప్రిపేర్ చేసే ఆయాలూ, నర్సులూ, తోటీలూ, అసిస్టెంట్ ప్రొఫెసర్లూ, పీజీలూ, హౌస్ సర్జన్లూ, మత్తు డిపార్ట్‌మెంట్ వాళ్లూ వీరందరి సహకారమూ కావాలి. అవసరమైతే అందరూ మెషీన్లలాగా పనిచేయాలి.

అందులో కొంతమందికి అలా పనిచేయాలంటే కష్టంగా వుండేదనుకుంటా. ఒక్కోసారి ఎవరో ఒకరి వల్ల అవరోధం ఏర్పడుతూ వుండేది. అప్పుడు మాత్రం శర్మగారు యేమీ వెనుకాడేవారు కాదు. ఏ పని కాలేదో తెలుసుకుని, ఆ పని తన స్థాయికి తగని పని అయినా సరే, స్వయంగా ఆయనే ఆ పని చేయడానికి ముందు కొచ్చేవారు. ఒకసారేమయిందంటే, పేషెంట్ వున్న స్ట్రెచర్ తోసుకుంటూ ఆపరేషన్ థియేటర్‌కి తీసుకుని వెళ్లవలసిన ఉద్యోగి తనకు రావలసిన లంచం రాలేదనో, పనెక్కువయిందనో, నిర్లక్ష్యంగా ఆ పని చేయకుండా నిలబడ్డాడు. ఇంకొకరయితే అతన్ని తిట్టడమో, విసుక్కోవడమో, పై ఉద్యోగికి ఫిర్యాదు చేయడమో చేసి వుండే వాళ్లు. కానీ శర్మగారు యేమీ మాట్లాడకుండా అతని వేపు నవ్వుతూ చూసి స్ట్రెచర్ తోసుకుంటూ వెళ్లారు ఆపరేషన్ థియేటర్ (OT) వరకూ.

"ఆయా పనీ, నర్సు పనీ, డాక్టర్ పనీ అనే తేడాలుండవనీ... షేవింగ్ చేయడం దగ్గరనుండీ ఆపరేషన్ చేయడం వరకూ డాక్టర్‌కి ప్రతిపనీ తెలిసి వుండాలని" ఆయన చెప్పిన మాటలు నాకు ప్రతిరోజూ యేదో ఒక సందర్భంలో గుర్తొస్తూనే వుంటాయి.

ఇలాంటిదే మరో సంఘటన. ఆపరేషన్ థియేటర్లో ఆయన అన్నన్ని ఆపరేషన్లు చేయడం కిట్టని వారెవరో, శర్మగారు ఆపరేషన్ చేస్తుండగా, ఉన్నట్టుండి ఆపరేషన్ థియేటర్ శుభ్రం చేయడానికుపయోగించే పొగలు కక్కే ఫార్మలిన్ సీసా థియేటర్ మధ్యలో పగలగొట్టారు. ఇక చూడండి ఫార్మలిన్ పొగలు థియేటరంతా వ్యాపించాయి. అక్కడున్న వారందరూ కళ్లూ, ముక్కూ మండిపోయి, నీళ్లు కారుతూ బయటకు వెళ్లిపోతే, శర్మగారు మాత్రం స్థిరంగా నిలబడి ఆపరేషన్ పూర్తిచేసి కానీ బయటకు రాలేదట. అప్పుడు మాత్రం ఎప్పుడూ ఎవరి గురించీ పల్లెత్తు మాట మాట్లాడని శర్మ గారు కాస్త అనుమానంగా "ఇది ఎవరైనా కావాలని చేశారంటారా?" అని చిన్నగా ప్రశ్నించారని, అప్పుడు అక్కడే వున్న ప్రత్యక్ష సాక్షి, మా స్నేహితుడూ, మా సీనియర్ అయిన డా॥డి.ఆర్కే. ప్రసాద్ చెప్పాడు. అదీ ఆయన సంస్కారం.

మా క్లాస్‌మేటూ నా స్నేహితుడూ ప్రముఖ ఆర్థోపెడిక్ సర్జనూ అయిన డాక్టర్ గురవారెడ్డి శర్మగారితో తనకి వున్న అనుబంధాన్ని స్మరించుకుంటూ, తను ఆయన వార్డ్ స్టూడెంట్‌నని చెబుతూ యేమంటారంటే - "ఆయన వార్డ్ బాయ్ నుండీ, స్టూడెంట్ వరకూ ప్రతి ఒక్కరినీ యేమండీ అని పిలిచి గౌరవిస్తారనీ, ప్రతి నెలా మొదటి వారంలో స్టూడెంట్లందరినీ బ్లడ్ బాంక్‌కి తీసికెళ్లి తాను రక్తదానం చేసి, మిగతా వారిని కూడా రక్తదానం చేయమని ప్రోత్సహించేవారనీ ఆయనలాంటి సర్జన్‌నీ, టీచర్‌నీ, మంచి మనిషినీ చూడబోమని!"

మావారు డాక్టర్ బదరీ నారాయణ కూడా తన ప్రతి పుట్టినరోజున సైలెంట్‌గా ఎవరికీ చెప్పకుండా బ్లడ్ బాంక్‌కి వెళ్లి రక్తదానం చేసి వచ్చేవారు. ఆయనకి శర్మగారు నడిచే దేవుడు.

నేను హౌస్ సర్జన్సీలో వున్నప్పుడొక రోజు కాంటీన్లో కాఫీ తాగుతున్న నన్ను తన పరివారంతో కాఫీకి వచ్చిన శర్మ గారు పలకరించడం నా జీవితంలో మర్చిపోలేని సంఘటన. అవి మా పెళ్లయిన కొత్తరోజులు. "ఏం చేస్తున్నారండీ... ఎక్కడా పోస్టింగ్, ఆల్ ద బెస్ట్" అని చెప్పి వెళ్లిపోయారు. ఆ తర్వాత నాకర్థమయింది. తన వార్డ్ స్టూడెంట్ అయిన మా ఆయనా, నేనూ పెళ్లి చేసుకున్నామని ఎవరో చెప్పివుంటారు. అందుకే నన్ను పలకరించారని. "ఇతరులకెప్పుడూ అపకారం చెయ్యకు, నీకపకారం చేసిన వారికి కూడా ఉపకారమే చెయ్యి" అని ఆయన రాసిచ్చిన ఆటోగ్రాఫ్ కాగితం ముక్క భారాన్ని అతి విలువగా మోస్తూ, భద్రంగా దాచుకున్నాడు మా ఆయన.

వ్యక్తిగత జీవితం విషయానికొస్తే - శర్మ గారు ఫ్యామిలీ మేన్. సాయంత్రం డ్యూటీ అయిపోగానే మైక్రోబయాలజీ ప్రొఫెసర్‌గా పనిచేస్తున్న వారి భార్య డా॥అన్నపూర్ణ గారితోనూ, మా కాలేజ్‌లోనే మెడిసిన్ చదువుతున్న వారి అమ్మాయితోనూ కలిసి, నల్ల అంబాసిడర్ కారులో ఇంటికెళ్లి పోతుంటే మేమంతా అభిమానంగా చూస్తుండేవాళ్లం. మా సీనియర్ ఒకాయన "నల్ల కారులో తెల్ల మనుషులు వెళుతున్నారు" అని కామెంట్ చేసుకునేవాళ్లం అని చెప్పారు.

ఎప్పుడన్నా ఏ హోటల్లోనో, సినిమాహాల్లోనో మా విద్యార్థులకు కనపడితే మేము "శర్మగారూ ఫ్యామిలీ ఐస్‌క్రీమ్ తిని కాఫీ తాగారనో, కాఫీ తాగి ఐస్ క్రీమ్ తిన్నారనో" అదే పెద్ద న్యూస్‌గా చెప్పుకునేవాళ్లం.

కొంతమందికి ఆయనంటే కంటగింపుగా వుండేది. ఆయనకు వృత్తిపరంగా ఇబ్బందులు కలగజేయడమే కాకుండా, ఆయన్ని వ్యక్తిగతంగా కూడా దెబ్బతీయాలని

చూశారు. అయినా ఆయన ఎవర్నీ యేనాడూ నిందించలేదు. అలా మానసికంగా, శారీరకంగా ధృఢంగా కనపడే ఆయనని కూడా అనారోగ్యం కబళిస్తుందని ఊహించలేదు మేము. విధి బలీయమని నమ్మవలసి వస్తుంది ఇలాంటివి జరిగినప్పుడే!

ఎప్పుడూ చలాకీగా చకచకా నడిచి వెళ్లే ఆయన నెమ్మదిగా నడుస్తూ కనపడడం, ఆయన కారు కూడా నిదానంగా వెళుతూ కనపడడం మా విద్యార్థులలో ఆందోళన కలిగించింది. ఈలోగా "శర్మ గారికి సుస్తీ చేసిందట" అనే కబురూ, "ఏం వ్యాధో తెలియడం లేదట, విపరీతమైన నెప్పితో బాధపడుతున్నారట" అని ఇంకో కబురూ అందాయి. చివరికి ఆయనకు 'కార్సినోమా హెడ్ ఆఫ్ ది పాంక్రియాస్' అనే చికిత్సకు లొంగని వ్యాధి వచ్చిందని తెలిసిన రోజు బాధపడని విద్యార్థి లేడంటే అతిశయోక్తి కాదు. చివరి రోజుల్లో ఆయన గుంటూరు నుండి దూరంగా, తనకిష్టమైన వైజాగ్‌కి ట్రాన్స్‌ఫర్ చేయించుకుని వెళ్లిపోయారు.

అయినా ఆయనను ప్రేమించే మనుషులు ఆయనని వెదుక్కుంటూ చూడాలని వెళ్లేవారు. ఆయనకు ఓపికున్నంత వరకూ చూశారు. తర్వాతర్వాత అదీలేదు. ఇంతలో ఒక దుర్దినం ఆయన ఇక లేరనే వార్త మోసుకువచ్చింది. ఆ రోజు నేనూ, బదరీ ఒకరెదురుగా ఒకరం మౌనంగా కూచున్నాం. కళ్లల్లో నీళ్లు తిరిగిపోతున్నాయి. ఏం చేయగలం ఆ మహనీయుడిని తలుచుకోవడం తప్ప.

ఎంతోమంది విద్యార్థుల, సహచరుల అభిమానం చూరగొని, వారి హృదయాలలో కొలువై వున్న శర్మగారిని, కొంతమంది మాత్రం ఫోటో ఫ్రేములలో బంధించి వారి వారి హాస్పిటళ్లలో నిలుపుకున్నారు. మా స్నేహితుడు డా॥డి. ఆర్కే.ప్రసాద్ హాస్పిటల్‌లో ఆయన ఫోటో ఫ్రేము కింద 'కోపం ఎరుగని మనిషి' అని రాసి పెట్టుకున్నాడు.

ఆయన విద్యార్థులు ఎంతోమంది నేడు ఉన్నత స్థానాలలో వున్నారు. మేము చదివేటప్పుడు ఆయన దగ్గర పి.జి. చేసిన డా॥ సింహాద్రి చంద్రశేఖర్ నేడు పేరొందిన ఆంకోసర్జన్.

మనిషన్న వాడు నిజాయితీగా బతకాలనీ, డాక్టరన్న వాడు నిస్వార్థంగా రోగులకు సేవ చేయాలనీ, తన జీవితమనే అద్దంలో మాకు చూపిన శర్మగారి స్టూడెంట్స్‌మని మేము గర్వంగా చెప్పుకుంటాం!

ఆయన పాటించిన విలువలలో వందోవంతు మేము పాటించగలిగినా మా జీవితాలు ధన్యమయినట్టే. లాంగ్ లివ్ డా॥ ఈ.యన్.బి.శర్మగారూ..!

మాతాహరి

వీడని ఒక చిక్కుప్రశ్న

మాతాహరి అంటే ఎవరు? 1905-1915 ప్రాంతాలలో ప్రపంచాన్ని ఒక ఊపు ఊపిన అందగత్తె, అపురూప లావణ్యవతి, అసాధారణమైన నర్తకి అందులోనూ విదేశీ పోకడలున్న ఆలయనృత్యం ఆమె ప్రత్యేకత. ఐరోపా ఖండంలో అనేకమంది అత్యున్నత స్థాయి ధనవంతులతోనూ, సైనికాధికారులతోనూ, రాజకీయ నాయకులతోనూ సంబంధ బాంధవ్యాలున్న వ్యక్తి.

మొదటి ప్రపంచ యుద్ధ కాలంలో జర్మనీకి గూఢచారిగా పనిచేసిందనే అభియోగంతో ఫ్రాన్స్ ప్రభుత్వం మరణశిక్ష విధించి అత్యంత క్రూరంగా కాల్చి వేసిందీమెని.

అయితే ఐరోపాకి చెందిన ఈమె 'మాతాహరి' అనే ఆసియా ఖండపు పేరెందుకు పెట్టుకుంది? ఈ ఆలయ నృత్యాల పేరిట ఆమె కొనసాగించిన నగ్నప్రదర్శన లేమిటీ? ఆమె నిజంగా గూఢచర్యం నెరపిందా? ఇవన్నీ తెలుసుకోవాలంటే ఆమె పుట్టు పూర్వోత్తరాలూ, ఆమె జీవనప్రయాణం తెలుసుకుంటేనే సాధ్యమవుతుంది, మరయితే

తెలుసుకుందాం పదండి.

మాతాహరి అసలు పేరు మార్గరీటా జెర్ర్టూడా జెలె, (Margaretha Geertruida Zelle) డచ్ దేశస్తురాలు, నెదర్లాండ్స్‌లోని లివార్డెన్‌లో 1876 ఆగస్టు 7న జన్మించింది.

తండ్రి పేరు ఆడమ్ జెలె, మంచి స్థితిమంతుడు, ఆయనకొక టోపీలషాపు వుండేది. ఇంకా నూనె వ్యాపారంలో కూడా పెట్టుబడులు పెట్టేవాడు. అందుచేత ఆమె బాల్యం ఆడుతూ పాడుతూ తమ్ముళ్లు ముగ్గురితోనూ హాయిగా గడిచింది పదమూడేళ్లు వచ్చేవరకూ.

ఆ తర్వాతే అంతరాయాలొచ్చాయి. 1889లో ఆమె తండ్రి వ్యాపారంలో దివాళా తీయడంతో పాటు ఆమె తల్లికి విడాకులు కూడా ఇచ్చాడు. అంతవరకూ యెంతో గారాబంగా, మంచి స్కూళ్లలో చదువుతూ పెరిగిన ఆమె నిర్లక్ష్యానికి గురయింది. ఈ సమస్యకు తోడు 1891లో తల్లి మరణం కూడా ఆమెను మరింత క్రుంగదీసింది.

మిస్టర్ విస్సర్ అనే బంధువొకాయన ఈమె మంచి చెడ్డలు చూసేవాడు. హైస్కూల్‌లో చదువుతుండగానే హెడ్మాస్టర్‌తో సంబంధం పెట్టుకుందన్న పుకారు బయలుదేరడంతో ఆ బంధువు ఆమెను స్కూలు మానిపించాడు. ఆ తర్వాత బంధువుల పంచన కొంతకాలం ఆమె జీవితం గడిచింది.

తన పంతొమ్మిదేళ్ల వయస్సులో 'వధువు కావాలి' అనే ఒక పత్రికా ప్రకటన చూసి తన అందాలన్నీ ఆరబోసే ఒక ఫోటో పంపింది. ఇంతకీ ఆ ప్రకటన ఇచ్చింది రుడాల్ఫ్ జాన్ మెక్లియాడ్ అనే ఆర్మీ కాప్టెన్. అతను స్కాట్లాండ్‌కి చెందిన వ్యక్తి. చిన్నప్పటినుండీ మార్గరెట్ మిలటరీ ఆఫీసర్లంటే పడి చచ్చిపోయేది. అందుకనే తనకంటే రెట్టింపు వయసున్న అతనిని ఆకర్షించి పెళ్లాడింది. 1895 జూలై పదకొండున అతన్ని వివాహం చేసుకుని అతనితో పాటు ఇండోనేషియా చేరుకుంది. అతనితో ఆమె జీవితం ఆశించినంత సాఫీగా సాగలేదు, అతను తాగుబోతు, స్త్రీలోలుడు. అనవసరంగా ఆమెను తిట్టడమే కాక చీటికీ మాటికీ చేయికూడా చేసుకునేవాడు, అంతేకాదు ఆమె అందానికి ఇతర మిలటరీ ఆఫీసర్లు ఆకర్షితులవడం అతనికి కంటగింపుగా వుండేది.

ఇలాంటి ఒడుదుడుకుల సంసారంలోనే ఇద్దరు బిడ్డలకు జన్మనిచ్చింది. ఒక ఆడపిల్ల, ఒక మగపిల్లవాడు. రుడాల్ఫ్‌కి వున్న చెడు అలవాట్ల వలన సోకిన సిఫిలిస్ అనే సుఖవ్యాధి భార్యకూ బిడ్డలకూ కూడా సోకింది. పిల్లవాడు చికిత్స జరుగుతుండగా మరణించాడు.

ఇండోనేషియా దీవులలోని సంస్కృతీ, ఆచారాలూ, నాట్య పద్ధతులూ మార్గరెట్‌ను అమితంగా ఆకర్షించాయి. ఆమె వాటిని అధ్యయనం చేసి నేర్చుకుంది. పెళ్లయిన కొంతకాలం తర్వాత రుడాల్ఫ్ పెట్టే హింస తట్టుకోలేక ఇంకొక మిలటరీ ఆఫీసర్ దగ్గర ఆశ్రయం పొందింది మార్గరెట్. అయితే రుడాల్ఫ్ తాను మారిపోయాననీ, ఆమెను ప్రేమగా చూసుకుంటాననీ బతిమాలి మళ్లీ తన దగ్గరకు తెచ్చుకున్నాడు. అయినా అతనేం మారలేదని ఆమెకు తర్వాత అర్థమయింది. ఇక ఆ వివాహ బంధం నిలిచేది కాదని ఆమెకు తెలిసొచ్చింది. 1902లో నెదర్లాండ్స్ తిరిగి వచ్చాక చట్టబద్ధంగా విడాకులు తీసుకున్నారిద్దరూ.

ఆమె కుమార్తె జీన్ ఆమె రక్షణలోనే వుండేది. అతను బిడ్డకు ఆర్థిక సహాయం చేయవలసి వున్నా చేసేవాడు కాదు. 1906లో ఒకనాడు యెనిమిదేళ్ల పిల్లను తీసుకుని రుడాల్ఫ్‌ను చూడవచ్చింది మార్గరెట్. అంతే, ఆ రోజే పిల్లను తన దగ్గరే వుంచుకుని ఆమెకు ఇవ్వకుండా తల్లినీ, బిడ్డనూ వేరు చేశాడు రుడాల్ఫ్ మెక్లియాడ్. చేసేదేమీ లేక అతనితో పోరాడే శక్తిలేక వెనుదిరిగిందామె. ఆ పిల్ల ఇరవయ్యేళ్లు జీవించి, ఇరవయ్యొకటో యేట 1919లో మరణించింది.

తొమ్మిదేళ్ల వైవాహిక జీవితం విచ్ఛిన్నమయ్యాక 1903లో పారిస్ చేరిన మార్గరెట్ జీవిక కోసం చిన్నా చితకా ఉద్యోగాలు చేసింది. కొన్నాళ్లు సర్కస్‌లో హార్స్ రైడర్‌గానూ, కొన్నాళ్లు ఆర్టిస్ట్‌లకు మాడల్ గానూ, లాండ్రీ అసిస్టెంట్ గానూ పని చేసింది. విలాస జీవితానికి అలవాటుపడ్డ ఆమెకు చాలీచాలని ఆదాయంతో చాలా కష్టంగా వుండేది.

1904లో ఆమెకు పరిచయమైన ఒక ఫ్రెంచ్ దౌత్యవేత్త సలహాతో ఆమె నర్తకిగా అవతారమెత్తింది. ఆ సమయంలో యూరప్‌లో ఆసియా ఖండానికీ ఈజిప్టుకీ చెందిన నృత్యరీతుల పట్ల విపరీతమైన ఆసక్తి వుండేది. 1905లో ఒక మ్యూజియమ్‌లో ఇచ్చిన నృత్య ప్రదర్శనతో ఆమె ఒక్క రాత్రికే నృత్యతారగా తారా పథాన్నందుకుంది.

ఇండోనేషియన్ దీవులలో నేర్చుకున్న ఆలయ నృత్యరీతులు ఆమెకు ఇప్పుడు పనికి వచ్చాయి. వాటిని ఆమె తన నృత్యాలలో చేర్చి ప్రదర్శించి ప్రేక్షకులను పరవశులను చేసేది. తాను ఇండియాలో జన్మించాననీ అక్కడుండే మతగురువుల దగ్గర నృత్యరీతులను అభ్యసించాననీ చెబుతూ వుండేది. అంతేకాదు తనపేరు 'మాతాహరి' అని మార్చుకుంది. ఆ పేరుకి మలయా భాషలో 'ఐ ఆఫ్ ది డే' అని అర్థమట. అది సూర్యుడి పేరట.

పొడవుగా, సన్నగా, తీగలాగా వంగే దేహమూ, వేయి వంపులతో వేయి లయలకు అనుగుణంగా నర్తించే సామర్థ్యమూ ఆమె ప్రత్యేకతలు. నర్తించేటప్పుడు సంగీతానికి అనుగుణంగా దుస్తులను జారవిడుస్తూ ఆమె ఇచ్చే నగ్నప్రదర్శనలకు ప్రజలు వెర్రెత్తిపోసాగారు. ధనవంతులూ, మిలటరీ ఆఫీసర్లూ, రాజకీయనాయకులూ ఆమె ఇంటిముందు క్యూ కట్టసాగారు. పెద్ద పెద్ద మిలియనీర్లూ, వ్యాపారవేత్తలూ ఆమె కనుసన్నలలో మెలగసాగారు.

ఆమె నృత్యం చేసే సమయంలో వెలువడిన అర్ధనగ్న ఫోటోలను సేకరించిన రుడాల్ఫ్ మెక్లియాడ్ కోర్టుకేసులో తనను బలపరచే సాక్ష్యంగా ఉపయోగించి కేసులో విజయం సాధించడమే కాక కూతురి మనసుకూడా మార్చేశాడు.

కొద్దికాలంలోనే ఆమె కీర్తి యూరప్ అంతటా పాకింది. దేశదేశాలలో ఆమె నృత్య ప్రదర్శనలు యేర్పాటు కాసాగాయి. రత్నాల బ్రాసరీ, ఆభరణాలూ ధరించి ఆమెచేసే అర్ధనగ్న నృత్యాలకు అంతులేని ఆదరణ లభించసాగింది. మాతాహరి అత్యంత విలాసవంతమైన జీవితం గడపసాగింది. ఉన్నత స్థాయి వ్యక్తులతో ఆమెకు సంబంధాలు యేర్పడ్డాయి. అందులో మిలటరీ ఆఫీసర్లంటే ఆమెకు ప్రత్యేకాభిమానం. 1910 ప్రాంతాలకి వచ్చేటప్పటికి ముదురుతున్న ఆమె వయసూ, స్థూలమౌతున్న ఆమె శరీరమూ, కొత్తగా నృత్య పరిశ్రమలో కొస్తున్న నృత్య తారలూ ఆమె ప్రదర్శనలను తగ్గించుకునేటట్టు చేశాయి. దీనికి తోడు, 'ఆమె నృత్యం కేవలం ఒక లేకి శరీర ప్రదర్శనే కానీ, కళాత్మక ప్రదర్శన కాదు' అనే విమర్శలు కూడా బయలుదేరడంతో ఆమె ఒక ఖరీదయిన వేశ్యగా మారింది. 1912 నుండీ ఆమె ప్రదర్శనలు తగ్గిపోయాయి. ఆమె ఆఖరి ప్రదర్శన 1915లో జరిగింది.

మొదటి ప్రపంచ యుద్ధ మేఘాలు యూరప్‌నంతా కమ్ముకున్నాయి. అయినా మాతాహరి స్వేచ్ఛగా యూరప్ మొత్తం పర్యటిస్తూనే వుండేది. ఆమె రాకపోకల మీద ఇంగ్లండ్ నిఘా పెట్టి గమనించడం మొదలెట్టింది. ఉన్నత స్థాయి మిలటరీ అధికారులతో ఆమె సంబంధాలు యథావిధిగా కొనసాగుతున్నాయి.

తనకన్నా చాలా చిన్నవాడైన ఒక 23 యేళ్ల రష్యన్ మిలటరీ అధికారి వ్లాదిమిర్ మస్లావ్ మీద మనసు పారేసుకుంది మాతాహరి. అతనితో గాఢమైన అనుబంధాన్ని యేర్పరుచుకుంది. మొదటి ప్రపంచ యుద్ధంలో జర్మనీతో పోరాడుతూ అతను

గాయపడ్డాడు, ఒక కన్ను కూడా కోల్పోయాడు. అతని కోసం ఆమె చాలా ఖర్చుపెట్టింది. అతనిని చూడటానికి ఆమెకు అనుమతి ఇవ్వడానికి ఫ్రెంచ్ ప్రభుత్వం ఒక కండిషన్ పెట్టింది. అదేమంటే ఆమె ఫ్రెంచ్ గూఢచారిగా పనిచేస్తూ జర్మనీ రహస్యాలను తెలుసుకొని అందజేయాలని.

ఈ షరతుకి లోబడి మాతాహరి జర్మనీ అధికారులతో అంతకుముందే వున్న సాన్నిహిత్యాన్ని వుపయోగించుకుంటూ, ఫ్రెంచి వారికి విశ్వాసంగా మెలిగింది. అయితే జర్మన్ అధికారులు ఈమె జర్మన్ గూఢచారి అని అనుమానం కలిగే విధంగా కొన్ని రహస్య సంకేతాలను పంపారు. వాటిని డీకోడ్ చేసిన ఫ్రెంచి ప్రభుత్వాధికారులు ఆమె రెండు వేపులా గూఢచారిగా పని చేసి వుంటుందనీ, జర్మనీ వారికి ఫ్రెంచి యుద్ధ టాంక్ గురించిన సమాచారం అందించిందనీ, తత్ఫలితంగా సుమారు యాభై వేల మంది సైనికుల దుర్మరణానికి కారణమైందనీ ఆరోపించారు.

మాతాహరిని 1915 ఫిబ్రవరిలో అరెస్టు చేశారు. పియరీ బుఖార్డైన్ ఆమె కేసుని విచారించాడు. ఆమెని దోషిగా తేల్చారు.

తను కేవలం ఒక డాన్సర్‌గానూ, ఒక వేశ్యగానూ మాత్రమే పని చేశాననీ గూఢచర్యం సంగతి తనకేమీ తెలీదనీ, తాను ఫ్రెంచి ప్రభుత్వానికి విధేయురాలిననీ, ఆమె ఎంత మొత్తుకున్నా ఏమీ ఉపయోగం లేకపోయింది. రాజకీయపు టెత్తులలో పావులుగానూ, బలిపశువులు గానూ వినియోగింపబడేది బలహీనులైన స్త్రీలూ, పిల్లలూ, పేదవారే కదా!

మొదటి ప్రపంచ యుద్ధకాలంలో చనిపోయిన వేలాదిమంది సైనికుల మరణానికీ జవాబు చెప్పలేక మాతాహరిలాంటి అమాయకులపై గూఢచర్యమనే నేరం ఆరోపించి ప్రజలను మభ్యపెట్టి సమస్యను పక్కదోవ పట్టిచడం నాటి ప్రభుత్వానికి పరిపాటేననీ, అలాంటి కుట్రకే మాతాహరి బలై పోయిందనీ చరిత్రకారులు భావిస్తారు.

1917 అక్టోబర్ 15వ తేదీన మాతాహరికి మరణశిక్ష అమలు చేశారు. నీలం కోటూ, త్రిభుజాకారపు హేటూ ధరించి ఆమె నిటారుగా నడుస్తూ తనకు నిర్దేశింపబడిన స్థలంలో తల యెత్తుకుని నిలబడింది. కళ్లకు కట్టిన గంతలను విసిరేసింది. తన వేపు తుపాకులు యెక్కుపెట్టిన సైనికుల కేసి చిరునవ్వుతో చూస్తూ గాలిలోకి ఒక ముద్దు విసిరింది. ఈ లోగా ధన్‌ధన్‌మని తుపాకులు పేలాయి. దూసుకొచ్చిన గుళ్లకు జవాబుగా తలవాల్చేసింది మాతాహరి.

చరిత్రలో ఆమె ఒక అద్భుత నృత్య కళాకారిణిగా, అత్యంతాకర్షణీయమైన స్త్రీగానే కాక వీడని ఒక చిక్కుప్రశ్నగా కూడా మిగిలిపోయింది యెందుకంటే ఆమె గూఢచర్యం గురించి చరిత్రకారులలో భిన్నమైన అభిప్రాయాలున్నాయి.

ఆమె జీవిత చరిత్ర ఆధారంగా అనేక పుస్తకాలు వెలువడ్డాయి. సినిమాలు తీశారు. డాక్యుమెంటరీలూ నాటకాలూ సరేసరి. ఆమె మీద తీసిన సినిమాలలో 1931లో ప్రఖ్యాత నటి గ్రేటాగార్బో మాతాహరిగా నటించిన సినిమా ప్రత్యేకమైనది అని భావిస్తారు.

నెదర్లాండ్స్లో ఆమె జన్మించిన లివార్డెన్లో ఆమె నగ్న ప్రతిమను స్త్రీ శక్తికి ప్రతీకగా నెలకొల్పారు. ఆ విధంగా మాతాహరి అంటే 'ఉదయించే సూర్యుడు'గా పిలిపించుకున్న ఆమె అస్తమించింది కానీ చరిత్రలో ఒక పేజీగా మిగిలింది.

గీతా దత్

భగ్న స్వప్నం

హిందీ సినిమా పాటల ప్రియుల పాలిట భగ్నమయిన వొక సుందర స్వప్నం గీతా దత్. మొట్టమొదటిసారి ఆమె గొంతు విన్నపుడు వొక వుద్వేగానికి గురయ్యాను నేను. యేవిటీ! యీ గొంతు యింత లాగేస్తోంది! యేముందీ గొంతులో! అని గిలగిలా కొట్టుకున్నాను. వరసగా ఆమె పాటలు వింటుంటే ఆ రేంజ్ చూసి పిచ్చెక్కి పోతుంది నాకు. నిర్వచనాలకి అందని, యిమిటేషన్‌కి లొంగని గొంతు ఆమెది. ఆమె పాటలోని ప్రత్యేకత యేమిటంటే పాడే పాటకి జవం, జీవం, మార్దవం, మాధుర్యం అద్ది తన సొంతం చేసుకోవడం. అందుకనే అదే పాట వేరెవరి నోటయినా వింటే చప్పగా వుంటుంది.

ఒక లాలిపాట గానీ, ప్రేమగీతం గానీ, క్లబ్‌సాంగ్ గానీ, భజన్ గానీ, విషాదగీతి గానీ, హాస్యగీతం గానీ... యే రకం పాటనయినా తన గొంతులో అవలీలగా పలికించడమే కాక దానికి నూటికి నూరుపాళ్లూ న్యాయం చేయడం ఆమెను అత్యున్నత నేపథ్య గాయనిగా నిలబెట్టాయి.

నాకు ఆమె పాట విన్నపుడు గులాబీ రేకులోని సౌకుమార్యం, మొగలిరేకులోని

మెత్తగా గుచ్చుకునే గుణం, పచ్చకర్పూరంలోని చల్లదనంతో కూడిన పరిమళపు ఘాటూ ఇవన్నీ గుర్తొస్తాయి. ఒక్క మాటలో చెప్పాలంటే ఒక లతా, ఒక ఆశా, ఒక షంషాద్ బేగం కలిస్తే ఒక గీతా దత్ అనిపిస్తుంది నా మటుకు నాకు. ఆమె గాన ప్రయాణం పరిశీలించితే ఆమె కెరీర్‌లో యెలా యెదిగిందో యెలా క్షీణదశకు చేరుకుందో అవగతమవుతుంది.

ఆమె అసలు పేరు గీతా ఘోష్ రాయ్ చౌధురీ. ఫరీద్ పూర్లో (నేటి బంగ్లాదేశ్) 1930 నవంబర్ 23న జమీందార్ల కుటుంబంలో పదిమంది సంతానంలో వొకతెగా జన్మించింది. ఆ తర్వాత కొంతకాలానికి ఆ కుటుంబం ఆస్తులనూ భూములనూ వదులుకుని కలకత్తా చేరుకుంది. అటు పిమ్మట బొంబాయికి మకాం మార్చారు. అప్పటికి గీతా హైస్కూల్‌లో చదువుతోంది.

ఇంట్లో కూనిరాగాలు తీస్తూ అటూ ఇటూ తిరుగుతుంటే ఆమె గొంతు విని ముచ్చటపడి కె.హనుమాన్ ప్రసాద్ అనే సంగీత దర్శకుడు ఆమె తల్లిదండ్రుల అనుమతి తీసుకుని ఆమెచేత 'భక్త ప్రహ్లాద' అనే సినిమాలో (1946లో) రెండు లైన్లు పాడించాడు. పాడింది రెండు లైన్లయినా అది యస్.డి.బర్మన్ చెవిన పడటం, ఆయన ఆమెలోని ప్రతిభను గుర్తించి తన చిత్రంలో ('దోభాయీ'లో) అవకాశం యివ్వడం జరిగింది.

'మెర సుందర్ సప్‌నా బీత్ గయా' అన్న ఆ పాట ఆమెకు మంచి గుర్తింపు తెచ్చిపెట్టింది. కొంతమంది ఆమెను 'బెంగాలీ మాజిక్' అని పిలవసాగారు. ఆ తర్వాత ఆమె వెనుదిరిగి చూడలేదు. 'మహల్'లో 'ఆయెగా ఆనే వాలా'తో హిట్ కొట్టిన లతా అప్పటిదాకా పాపులర్ సింగర్‌గా వున్న షంషాద్ బేగం – ఆమెకు పోటీ కాలేకపోయారు.

ఆమెను గుర్తించినది హనుమాన్ ప్రసాద్ అయినా, ప్రతిభకు తగిన అవకాశాలిచ్చి ప్రోత్సహించినది యస్.డి.బర్మన్, ఓ.పి.నయ్యర్ తర్వాత హేమంత్ కుమార్. ఇంతలో ఆమె జీవితం మలుపు తిరిగింది బర్మన్ దా దర్శకత్వంలో దేవానంద్ సొంత సినిమా 'బాజీ'లో 'తద్ బీర్ సే బిగిడీ హుయీ తక్ దీర్ బనాలే' పాట పాడేటపుడు ఆమె తక్ దీర్ కూడా మారుతుందని ఆమె కూడా వూహించి వుండదు. అప్పుడు పరిచయమైన ఆ చిత్ర దర్శకుడు గురు దత్‌తో గాఢమయిన ప్రేమలోపడి రెండేళ్ల తర్వాత అతనినే పెళ్లాడింది. ఆ సమయానికి అతను అప్పుడప్పుడే పైకి రావడానికి యిబ్బందులు పడుతున్న దర్శకుడు. ఆమె అప్పటికే గాయనిగా లబ్ధ ప్రతిష్ఠురాలు.

అవేమీ ప్రేమకు అడ్డురాలేదుకానీ, అతను ఆమెను సంపాదన కోసం పెళ్లి చేసుకున్నాడని వాళ్లూ వీళ్లూ చెవులు కొరుక్కోవడం గురు దత్ చెవినపడి, ఆమె బయట చిత్రాలలో పాడకూడదనే ఆంక్ష విధించాడంటారు. ఒకరకంగా అది ఆమె కెరీర్‌ని దెబ్బ తీయడానికి వొక కారణమయ్యిందంటారు. అయితే వారి సొంత చిత్రాలలో బర్మన్, నయ్యర్, హేమంత్‌ల సంగీత సారథ్యంలో పాడినవి యెటువంటి పాటలూ! 'సి.ఐ.డీ, ఆర్ పార్, మిస్టర్ అండ్ మిసెస్ 55, ప్యాసా, సాహెబ్ బీబీ అవుర్ గులామ్' వీటిలోవి పాటలా అవి? రసగుళికలు కాదూ!

ఆమె, రఫీ కలిసీ, విడిగానూ ఆ పాటల్లో వొలికించింది మాధుర్యం కాదు అమృతం. ఆ తర్వాత వారి వైవాహిక జీవితంలో వచ్చిన ఒడుదుడుకులు (కారణం వహీదానో లేక గురు దత్ మానసిక స్థితో) ఆమె కెరీర్ మీద కూడా ప్రభావం చూపించడం మొదలయింది. 1958 ప్రాంతాలలో బర్మన్ దాకి లతాతో వచ్చిన విభేదాల కారణంగా గీతానే ప్రధాన గాయకిగా ప్రోత్సహిద్దామనుకుంటే ఈమె తగినంత సాధన చేసి ఆయనకు కావలసిన స్థాయిలో పాడలేకపోయింది తన వ్యక్తిగత సమస్యలతో. దానితో అప్పటిదాకా గొంతు పచ్చిగా వుందని పక్కన పెట్టిన ఆశాకి అవకాశాలన్నీ దక్కాయి. నయ్యర్ దగ్గరా అదే పరిస్థితి.

1964లో గురు దత్ ఆకస్మిక మరణం ఆమెను కుంగ దీసింది. ఆర్నెల్లు దాటాక కానీ మనిషి కాలేకపోయింది. ఒక్కసారిగా చుట్టుముట్టిన ఆర్థిక సమస్యలూ, కోల్పోయిన కెరీర్, భర్త పోయిన దిగులూ, ఆమెను మద్యానికి బానిసను చేశాయి. దుర్గా పూజల్లో పాడినా, స్టేజ్ షోలిచ్చినా, అడపా దడపా సినిమాలలో పాడినా అన్నీ విఫల ప్రయత్నాలే అయ్యాయి. చివరగా 1971లో 'అనుభవ్'లో కానూరాయ్ దర్శకత్వంలో పాడిన పాటల్లో కూడా ఆమె గొంతు మనల్ని నిరాశ పరచదు. 1972లో లివర్ సమస్యతో శాశ్వతంగా ప్రపంచం నుండి శెలవు తీసుకుంది ట్రాజెడీ క్వీన్ గీత. అయితే మాత్రం ఆమె లేదు ఆమె మధురమయిన పాట వుంది 'కోయి దూర్ సే ఆవాజ్ దే చలే ఆవో' అని వినంగానే మనసు మధురంగా కరిగిపోదూ! లాంగ్ లివ్ గీతా!

గురు దత్

ఘనీభవించిన కన్నీటి చుక్క

నా అభిమాన దర్శకుడూ, నా అబ్సెషన్ గురు దత్. అక్టోబర్ పదవతేదీ 1964 సంవత్సరంలో ఈ లోకంతో నాకేమి పని అని నిష్క్రమించాడు. అది హిందీ చిత్రసీమకు అత్యంత విషాదకరమయిన రోజు. గురు దత్ ఎవరని ఈ తరం ప్రేక్షకులడిగితే ఏం చెప్పాలి? కేవలం అతనొక నిర్మాత, దర్శకుడూ, కొరియోగ్రాఫర్ అని చెపితే చాలదు. అతను పని చేసిన పదమూడు సం॥రాలలో తీసిన సినిమాల సంఖ్య యాభై లోపే అయినా 'క్లాసిక్స్' అనదగిన చిత్రాలు తీశాడు. 1951లో 'బాజీ'తో చిత్రరంగ ప్రవేశం చేసి 1964లో తనువు చాలించే వరకూ గడచిన పదమూడేళ్లలో హిందీ చిత్రరంగాన్ని ఒక కుదుపు కుదిపాడు. ఒక కొత్త ఒరవడి సృష్టించాడు. అందుకే ఈనాటికీ అతని చిత్రాలు చిత్రసీమలో ప్రవేశించే విద్యార్థులకు పాఠాలుగాను, స్ఫూర్తిగాను నిలుస్తున్నాయి. కొంతమంది అతనిని 'ఇండియన్ ఆర్సన్ వెల్స్' అంటారు. అతని సినిమాలలో 'ప్యాసా', 'సాహిబ్, బీబీ, అవుర్ గులామ్' టైమ్ మాగజీన్ ఎన్నుకున్న 'వంద ఉత్తమ ప్రపంచ చిత్రాలు' జాబితాలో చేరాయంటే అతని ప్రతిభను గురించి వేరే చెప్పాలా? అయితే ఒక విషయం అతని సినిమాలలో కమర్షియల్ విలువలు

లేవా? అంటే వున్నాయి. నాకేమనిపిస్తుందంటే అతని సినిమాలు కళాత్మక విలువలున్న కమర్షియల్ చిత్రాలు అని.

అంతేకాదు సాంకేతికంగా, భావోద్వేగాలపరంగా, నటనాపరంగా, సంగీత పరంగా, తీసుకునే థీమ్‌పరంగా ఉన్నత ప్రమాణాలు సాధించినవి గురు దత్ సినిమాలు. అతని సినిమాలలో కొన్ని ముఖ్యమయిన వాటి పేర్లు 'బాజీ, జాల్, బాజ్, ఆర్ పార్, మిస్టర్ అండ్ మిసెస్ 55, ప్యాసా, కాగజ్ కే ఫూల్, సాహిబ్ బీబీ అవుర్ గులామ్'. సాంకేతికంగా ఈనాడు ఎంతో అభివృద్ధి సాధించినప్పటికీ నాకు గురు దత్ సినిమాలలో కనిపించే 'క్లోజప్'లు లాంటివి ఇప్పటి వరకూ ఏ సినిమాలోనూ కనిపించలేదు. ముఖ్యంగా 'ప్యాసా'లో పరిశీలించండి. అవి వహీదావి కావొచ్చు, జానీ వాకర్‌వి కావొచ్చు. మనలో మనమాట నాకు 'ప్యాసా'లో కనిపించినంత అందంగా వహీదా ఇంకే సినిమాలోనూ కనపడలేదు.

వ్యక్తిగా గురు దత్ గురించి చెప్పాలంటే అతనొక అంతర్ముఖుడు, మితభాషి, పర్ఫెక్షనిస్టు, కావలసిన ఎఫెక్ట్ కోసం ఎన్ని టేకులు తీయడానికయినా వెనకాడడు. తన దగ్గర పనిచేసే వారినుండి క్రమశిక్షణను, విశ్వాసాన్నీ కోరుకుంటాడు. సున్నిత మనస్కుడు, పనిరాక్షసుడు.

ప్రతి మనిషీ వ్యక్తిగతంగా గానీ వృత్తిపరంగా గానీ యెదగడానికి అతను పుట్టి పెరిగిన వాతావరణం, ఆర్థిక, సాంఘిక, రాజకీయ పరిస్థితులూ ప్రభావం చూపుతాయనిపిస్తుంది. అలా అతని జీవన గమనాన్ని పరిశీలిస్తే అతనొక దిగువ మధ్యతరగతికి చెందిన, కొంకణి మాట్లాడే సారస్వత బ్రాహ్మిన్ కమ్యూనిటీకి చెందినవాడు. 'సారస్వత' అనేది సరస్వతీ నది నుండి వచ్చింది. వీరు ఉత్తర భారతీయులు అయినప్పటికీ మంగుళూరు ప్రాంతంలో విస్తరించి వున్నారు. వీరిలో కళాకారులూ, విద్యావేత్తలూ యెక్కువట. అన్నట్టు దర్శకుడు శ్యామ్ బెనెగళ్ గురు దత్‌కి తల్లితరపు బంధువు.

గురు దత్ తండ్రి శివశంకర్ పదుకోనె, తల్లి వాసంతి. గురు దత్ అసలు పేరు 'వసంతరావు శివశంకర్ పదుకోనె'. అతను జూలై 9న 1925లో గురువారం నాడు బెంగుళూరులో జన్మించాడు. తండ్రికి చాలాకాలం స్థిరమైన ఉద్యోగం లేదు. కొనాళ్ళు టీచరు గాను, బ్యాంక్‌లోనూ, ప్రెస్‌లోనూ పనిచేసి చివరకు కలకత్తాలో 'బర్మా షెల్' కంపెనీలో గుమస్తాగా దాదాపు ముప్ఫయి సం॥రాలు పని చేశాడు. తల్లి టీచర్. ఆమెకు బెంగాలీ, కన్నడ సాహిత్యాలతో పరిచయం వుండేది. తల్లిదండ్రుల మధ్య సయోధ్య వుండేది కాదు.

గురుదత్ పేరు వెనక చిన్న కథ వుంది. అతను పుట్టినపుడు అతని మేనమామ రెండు పేర్లు సూచించాడట. ఒకటి 'వసంతకుమార్' అని, రెండోది గురువారం పుట్టాడు కాబట్టి 'గురు దత్' అని. వసంతకుమార్ అనే ఖాయం చేశారట. అయితే అతని రెండో పుట్టినరోజు చక్కగా ముస్తాబయ్యి ఆడుకుంటూ ఒక బావి దగ్గరలో పడిపోయి రెండు వారాలు మూసిన కన్నెరగకుండా జ్వరం తెచ్చుకున్నాడట. ఇదంతా చూసి భయపడిన తల్లి వాసంతి ఎవరో జ్యోతిష్కుడిని అడిగితే అతని నిజమైన పేరుతో పిలవకుండా మార్చి పిలవమన్నాడట. అలా అప్పటినుండి అతని రెండో పేరు 'గురు దత్'గా స్థిరపడిపోయింది. అతని పేరు చూసి బెంగాలీ అని భ్రమ పడతారు చాలామంది. అయితే చిన్నతనమంతా కలకత్తాలో గడపడంతో అతనికి బెంగాలీ కల్చరన్నా, ఆ ప్రాంతాలన్నా చాలా ఇష్టం. చాలా సినిమాల్లో కథకి అవసరం లేకపోయినా కలకత్తా పరిసర ప్రాంతాలలో షూటింగ్ చేయడానికి ఇష్టపడేవాడట. అలా అని రచయిత అబ్రార్ అల్వీ చెబుతాడు. అతని చిన్నతనం విషయానికొస్తే చాలా చిలిపిగా వుండే వాడట. తల్లిని ప్రశ్నలతో వేధించేవాడట. తొందరగా కోపం కూడా వచ్చేదట. గురు దత్ కుటుంబం బెంగుళూరులో చాలా కొద్దికాలం గడిపి తండ్రికి స్థిరమైన ఉద్యోగం దొరికాక కలకత్తాలో యెక్కువకాలం గడిపారు. రెండవ ప్రపంచ యుద్ధకాలంలో కుటుంబమంతా బొంబాయికి మకాం మార్చింది.

గురు దత్ కుటుంబం గురించి చెప్పాలంటే అతనే ఇంటికి పెద్ద కొడుకు. అతని తర్వాత శశిధర్ అనే పిల్లవాడు పుట్టి ఏడు నెలల వయసులో చనిపోయాడట. ఇది గురు దత్‌ని చాలా బాధించిందట. తర్వాత ముగ్గురు తమ్ముళ్లు ఆత్మారామ్ , దేవీ దత్, విజయ్ దత్, ఒక చెల్లెలు లలితా లాజ్మీ. అందరికీ సినిమాతో కొద్దో గొప్పో సంబంధముంది. తమ్ముడు ఆత్మారామ్ అంటే చాలా ఇష్టం. అతను గురుదత్ దగ్గర కొన్ని సినిమాలకు అసిస్టెంట్‌గా పనిచేశాడు. గురు దత్ పోయాక అతని మీద 'శ్రద్ధాంజలి' అనే డాక్యుమెంటరీ తీశాడు. గురు దత్, గీతా దత్ ఇద్దరూ పోయాక వారి పిల్లలు ఆత్మారామ్ దగ్గర, గీతా సోదరుడు ముకుల్ రాయ్ దగ్గర పెరిగారు. సోదరి లలితా లాజ్మీ ఆర్టిస్ట్, పెయింటర్. ఆమె కూతురు కల్పనా లాజ్మీకి కూడా చిత్రసీమతో సంబంధాలున్నాయి.

ఇక విద్యార్థి జీవితం గురించి పరిశీలిస్తే స్కూలులో మంచి విద్యార్థి. మెట్రిక్యులేషన్ పాసయ్యాడు. అయితే కాలేజ్ మొహం చూడలేదు. అయితేనేం బెంగాలీ, హిందీ, ఇంగ్లీష్ బాగా వచ్చు. ఇంగ్లీషులో బాగా మాటాడేవాడట, రాసేవాడట.

సాహిత్యం బాగా చదివేవాడట. ఈ విషయంలో అతనిది తండ్రి పోలిక అంటారు. తండ్రి కొన్నాళ్లు జర్నలిస్ట్‌గా పనిచేశాడట. ఇంగ్లీషులో మంచి కవిత్వము, వ్యాసాలు రాసేవాడట. అయితే అవేవీ వెలుగు చూడలేదట. అతని తండ్రి యెక్కువ చొరవగా వుండేవాడు కాదట. ఆర్థిక సమస్యలు, కుటుంబ భారం అతనిని అలా తయారు చేసి వుండవచ్చు అంటాడు అతని బంధువు బి. బి. బెనగల్. భర్త మనస్తత్వానికి విరుద్ధంగా చాలా చలాకీగా, కలుపుగోలుగా వుండేదట గురుదత్ తల్లి. ఆమె హిందీ, బెంగాలీ, కన్నడ, ఇంగ్లీష్, మరాఠీ భాషలలో చదవడం మాట్లాడటం అతి సులువుగా చేయగలిగేదట. ఆమె కన్నడంలో గురు దత్ గురించి పుస్తకం రాసిందట. ఒక స్కూలులో టీచర్‌గా పని చేస్తూ ఇంట్లో ట్యూషన్లు చెప్పేదట. ఆమె గురు దత్‌ని ఎక్కువ అభిమానించేదట. అతనికి కూడా తల్లి అంటే ప్రత్యేక అభిమానం. తన మొదటి సినిమా 'బాజీ' హిట్టవ్వంగానే ఆమె కోసం ఒక సీలింగ్ ఫ్యాన్ బహుమతిగా ఇచ్చాడట. గురు దత్‌మీద తల్లిదండ్రు లిద్దరి ప్రభావమూ పడినట్టు కనపడుతుంది. సాహిత్యం చదవడం రాయడంలో తండ్రి పోలిక వచ్చిందని బి.బి. బెనగల్ చెబుతారు.

ఈ బి.బి. బెనెగల్ అనే ఆయన గురుదత్ జీవితంలో చాలా దశలలో ప్రభావం చూపాడు. ఆయన వాసంతి పదుకోనెకి సోదరుని వరస. ఆయన పెయింటర్, సినిమాలకి హోర్డింగ్స్ రాసేవారు. ఆయనకొక స్టుడియో వుండేది కలకత్తాలో. వాసంతి కుటుంబం ఆర్థిక సమస్యలలో వున్నపుడు, ఇతర సమస్యలలోనూ అనేక రకాలుగా తన పరిధిలో తను సహాయం చేసేవాడు. ఆయనకు గురు దత్ అంటే ప్రత్యేకాభిమానం. గురు దత్ ఆయన వేసిన 'జీవన పోరాటం' (Struggle for existence) అనే చిత్రాన్ని చూసి చాలా ఇష్టపడి తనకు తనే డాన్స్ కంపోజ్ చేసుకుని చేసేవాడట. అప్పుడే అతనికి కళల పట్లవున్న అభిరుచి అర్థమయిందట. అలా అతనిలో వుండే కళాకారుడు బయటకొచ్చాడు. ఆ తర్వాత అతను ఉదయశంకర్ (సితార్ మాస్ట్రో రవిశంకర్ సోదరుడు) నడుపుతున్న 'ఇండియా కల్చరల్ సెంటర్'లో (అల్మోరా) చేరి డాన్స్ నేర్చుకోవాలనుకున్నపుడు ప్రోత్సహించి సహాయం చేశాడు. ఈ 'ఇండియా కల్చర్ సెంటర్' నైనిటాల్ దగ్గర అల్మోరాలో విదేశీ నిధులతో నడుస్తూ వుండేది. అందులో నటనలోను, నాట్యంలోను, సంగీతంలోను అంతర్జాతీయ స్థాయిలో శిక్షణనిస్తూ వుండేవారు. ఉద్దండులయిన గురువులుండేవారు. ఉస్తాద్ అల్లావుద్దీన్ ఖాన్ (అన్నపూర్ణాదేవీ, అలీ అక్బర్ ఖాన్‌ల తండ్రి, రవిశంకర్‌కి గురువు), శంకరన్ నంబూద్రిలాంటి వారు కొంతకాలం అక్కడ పనిచేశారు. గురు దత్ సుమారు రెండు

సంవత్సరాలు అక్కడ శిక్షణ పొందాడు. అది అతనికి తర్వాత చలన చిత్ర జీవితంలో అనేక రకాలుగా ఉపయోగపడి ఉంటుందనిపిస్తుంది.

రెండవ ప్రపంచ యుద్ధ సమయంలో విదేశీ నిధులాగిపోయి ఆ సెంటర్ మూత పడింది. గురు దత్ తిరిగి ఇంటికి వచ్చేటప్పటికి కుటుంబమంతా బొంబాయి చేరుకుంది. మాతుంగా ప్రాంతంలో వుండేవారు. ఒకటి రెండు సంవత్సరాలు నిరుద్యోగం. ఈ సమయంలోనే 'కష్మ కష్' అనే కథ రాసుకున్నాడు. అదే తర్వాత 'ప్యాసా'గా రూపుదిద్దుకుంది. అలా కొంతకాలం గడిచాక పూనాలోని 'ప్రభాత్' స్టుడియోలో అసిస్టెంట్ కొరియోగ్రాఫర్‌గా చేరడంతో అతని జీవితం ఒక ముఖ్యమయిన మలుపు తిరిగింది. గురు దత్ పూనాలో ప్రభాత్ స్టుడియోలో కొరియోగ్రాఫర్‌గా బి.బి. బెనగల్ సహాయంతో ప్రవేశించాడు. ఆయన తనకున్న పరిచయంతో అక్కడ చీఫ్ ఎక్జిక్యూటివ్‌గా పనిచేస్తున్న బాబూరావ్ పాయ్‌కి గురు దత్‌ని రికమెండ్ చేశాడు. 'ప్రభాత్ ఫిల్మ్ కంపెనీ'ని ప్రఖ్యాత దర్శకుడు వి.శాంతారామ్, వి.జి. దామ్లే, ఫతేలాల్, యస్వీ కులకర్ణిలతో కలిసి స్థాపించి, కొన్నేళ్ల తర్వాత బొంబాయికి మకాం మార్చి తన సొంత కంపెనీ 'రాజ్ కమల్ కళామందిర్' స్థాపించుకొన్నప్పటికీ ఈ స్టుడియో ఉన్నత ప్రమాణాలలో నడుస్తూ వుండేది. అక్కడ గురు దత్ కొరియోగ్రాఫర్‌గానే కాక అసిస్టెంట్ డైరెక్టర్‌గా, అప్పుడప్పుడూ నటుడిగా కూడా పనిచేసేవాడు.

అక్కడ అతనికి అమూల్యమయిన స్నేహితులు దేవానంద్, రహమాన్ దొరికారు. దేవానంద్‌తో పరిచయం విచిత్రంగా జరిగింది. అక్కడ వుండే దోభీ ఒకరి షర్ట్‌లు ఒకరికి మార్చి ఇవ్వడంతో జరిగిన పరిచయం గాఢమైన స్నేహంగా పరిణమించింది. దేవానంద్, రహమాన్, గురు దత్ ముగ్గురూ కలిసి పూనా రోడ్లమీద సైకిళ్ల మీద తిరిగేవారట. అప్పుడే దేవానంద్ తనూ ఒక ఒప్పందం చేసుకున్నారట. ఎవరికి ముందు ఛాన్స్ వస్తే వారు మరొకరిని ప్రమోట్ చెయ్యాలని. అలాగే దేవానంద్ మాట తప్పకుండా తన సినిమా 'బాజీ'కి గురు దత్‌ని డైరెక్టర్‌గా పెట్టుకున్నాడు. ఆ సినిమా చాలామంది జీవితాలలో చాలా ముఖ్యమయిన మార్పులు తీసుకొచ్చింది. ఆ సినిమాలో 'తద్ బీర్ సే బిగడీ హుయీ' పాటతో గురు దత్, గీతా దత్‌ల మధ్య ప్రేమ అంకురించింది. రచయితగా సాహిర్ లూథియాన్వీని, సంగీత దర్శకుడుగా యస్.డి. బర్మన్‌ని ఒక స్థాయిలో నిలబెట్టింది. గజల్ కనుగుణంగా రాసిన పాటని కేబరే పాటగా మార్చిన ఘనత బర్మన్‌ది. వి.కె. మూర్తిలోని ప్రతిభని గురు దత్ కనిపెట్టింది ఈ సినిమాలోనే. ప్రభాత్ స్టుడియోలో రెండు సం॥రాలు పనిచేసిన

తర్వాత, బాబూరావ్ పాయ్ బొంబాయిలో సొంతంగా స్టుడియో ప్రారంభించేటపుడు ఆయనతో పాటు తల్లి అభ్యర్థన మేరకు బొంబాయి చేరుకుని అసిస్టెంట్ డైరెక్టర్‌గా పనిచేయనారంభించాడు గురు దత్.

అలా 1947 నుండి 1950 వరకూ అమియా చక్రవర్తి దగ్గరా, గ్యాన్ ముఖర్జీ వద్దా అసిస్టెంట్‌గా పనిచేసిన అనుభవం చాలా ఉపయోగపడింది. ముఖ్యంగా గ్యాన్ ముఖర్జీ అంటే అతనికి చాలా గౌరవాభిమానాలు. గ్యాన్ ముఖర్జీ బాగా చదువుకున్నవాడూ, సైంటిస్ట్‌గా పనిచేసినవాడూ (అతని దగ్గర పెద్ద లైబ్రరీ వుండేదట) ఆయన అప్పటికే 'కిస్మత్' సినిమా తీసి, పేరు గడించాడు. ఆయన మీదున్న అభిమానానికి నిదర్శనంగా 'ప్యాసా' సినిమాను ఆయనకు అంకితం చేశాడు గురుదత్ .1950లో దేవానంద్ సినిమా 'బాజీ'తో దర్శకుడుగా మారాడు. అది సూపర్ హిట్టయ్యింది. సినిమా అంటే సమిష్టి కృషి కాబట్టి మంచి టీమ్‌ని యేర్పాటు చేసుకోవాలి అనే విషయం గురు దత్ బాగా గ్రహించి వుండాలి. అతని దగ్గర చాలా మంచి టీమ్ వుండేది. టాలెంట్ని పసికట్టడంలో అతనిని మించిన వాళ్లు లేరు. 'బాజీ' తీసే సమయంలో ఆ కథా రచయిత బలరాజ్ సాహ్ని ద్వారా పరిచయమైన బద్రుద్దీన్ జమాలుద్దీన్ ఖాజీలో వున్న కమెడియన్‌ని గుర్తు పట్టి అతని పేరు 'జానీ వాకర్'గా మార్చి తను తీసిన ప్రతి సినిమాలోనూ స్థానం కల్పించడమే కాక అతనితో చాలా స్నేహంగా వుండేవాడట.

'బాజ్' సినిమా తీసే సమయంలో పరిచయమైన అబ్రార్ అల్వీలో అద్భుతమైన రచనా ప్రతిభ దాగుందని కనిపెట్టి అతనిని ప్రోత్సహించి చివరి వరకూ తన చిత్రాలకు రచయితగానూ 'సాహిబ్ బీబీ అవుర్ గులామ్'కి దర్శకుడు గానూ అవకాశమిచ్చాడు. 'బాజీ' సినిమాలో ఒక కష్టమయిన షాట్‌ని ఉపాయంగా తీసిన అసిస్టెంట్ సినిమటో గ్రాఫర్ వి.కె. మూర్తిని గుర్తించి నా తర్వాత సినిమాకి నువ్వే సినిమటో గ్రాఫర్‌వి అని చెప్పి ఆ ప్రామిస్‌ని నెరవేర్చడమే గాక వరసగా తన సినిమాలన్నిటిలో అవకాశ మిచ్చాడు. 'కాగజ్ కే ఫూల్'లో సినిమటోగ్రఫీకి చాలా పేరొచ్చింది. ఇక మ్యూజిక్ డైరక్టర్లుగా సాధారణంగా యస్.డి.బర్మన్, ఓ.పి.నయ్యర్, హేమంత్ కుమార్లను ఇష్టపడేవాడు. 'చౌదవీ కా చాంద్'కి మాత్రం రవిని తీసుకున్నాడు. గురు దత్ సినిమాలలో పాటల చిత్రీకరణ చాలా ప్రత్యేకంగా వుంటుంది. అవి సన్నివేశానికి పరిపుష్టత చేకూర్చడానికీ, ఒక మూడ్‌ని సృష్టించడానికీ ఉపయోగించాలే గానీ ప్రేక్షకుడు పాట వచ్చినపుడు బయటకు లేచి వెళ్లేటట్టుగా వుండగూడదని శ్రద్ధ తీసుకునేవాడట.

తన చిత్రాలు ఇతరులెవరైనా డైరెక్ట్ చేస్తే వాటిల్లో పాటలు మాత్రం వాళ్లకు వదలకుండా తనే డైరెక్ట్ చేసేవాడట అని అబ్రార్ అల్వీ చెబుతాడు.

అతని ప్రొడక్షన్ ఎక్జిక్యూటివ్‌గా గురుస్వామి అనే అతను ఉండేవాడు. అతనితో పరిచయం బాంబే స్టుడియోస్ నాటి నుండి మొదలయి చివరివరకూ కొనసాగింది. పాటల రచయితలుగా కొనసాగినవారు సాహిర్ లూథియాన్వీ, కైఫీ అజ్మీ, మజ్రూహ్ సుల్తాన్ పురి. వీరిలో సాహిర్ 'బాజీ' నుండి 'ప్యాసా' వరకూ అద్భుతమైన పాటలు అందించాడు. ప్యాసాలో వాడుకున్న కవితలన్నీ సాహిర్ రాసిన 'తలాఖియా' అనే పుస్తకంలో నుండి తీసుకున్నవి. ఇక గాయనీ గాయకులుగా రఫీ, గీతా, హేమంత్‌లు చూపిన ప్రతిభ మాటలకందనిది. గురు దత్ సినిమాలలోని పాటలలో రఫీ ప్రాణప్రతిష్ట చేశాడనిపిస్తుంది. గీతా, హేమంత్‌లు అందుకేమీ తీసిపోలేదు.

అలాంటి మంచి టీమ్‌తో కావలసిన ఎఫెక్ట్ కోసం యెక్కడా రాజీ పడకుండా ఆణిముత్యాల్లాంటి సినిమాలను మనకందించాడు గురు దత్. ఇక 'బాజీ'లో తనకూ, గీతాకు మధ్య అంకురించిన ప్రేమ పండి పెళ్లికి దారి తీయడానికి రెండు సం॥రాల కాలం పట్టింది. ఈ సమయం కూడా గీతా తల్లిదండ్రులను ఒప్పించడానికే. సంపాదనాపరురాలయిన ఆమెను వదులుకోవడానికి వారు తొందరగా ఇష్టపడలేదట. వారి పెళ్లి సమయానికి ఆమె పేరొందిన గాయని. అతను అప్పుడే పరిశ్రమలో ప్రవేశించి నిలదొక్కుకోడానికి ప్రయత్నిస్తున్న యువ దర్శకుడు. చాలామంది అతనామెని సంపాదన కోసమే చేసుకున్నాడని చెవులు కొరుక్కున్నారట మొదట్లో. అతనికి ప్రభాత్ స్టుడియోలో వున్నపుడే ఒకటి, రెండు చిన్న చిన్న ప్రణయాలున్నా అవి పెళ్లికి దారితీసేంత గాఢమయినవి కావు.

1953లో ఇద్దరూ ఎంతో ఆనందంగా వివాహబంధంతో ఒక్కటయ్యారు. కొంతకాలం వారి జీవితం సాఫీగా ఆనందంగానే సాగింది. అయితే నెమ్మదిగా వారి స్వభావాల మధ్య వున్న వైరుధ్యం వారి వివాహ జీవితం మీద ప్రభావం చూపసాగింది. ఆలోచిస్తే అసలు ఇద్దరు గొప్ప ఆర్టిస్టులు పెళ్లి చేసుకోకూడదేమో అనిపిస్తుంది నాకు. గురు దత్ అంతర్ముఖుడు, సోషల్ ఫంక్షన్స్‌ని ఇష్టపడడు. వృత్తి జీవితంలో యెంత క్రమశిక్షణగా వుంటాడో వ్యక్తిగత జీవితంలో అంత అరాచకంగా వుంటాడు. కుటుంబాన్ని పట్టించుకోడు అంటాడు అతని తమ్ముడు ఆత్మారామ్. గీతా చాలా కలుపుగోలు మనిషి. ఎప్పుడూ చుట్టూ స్నేహితులుండాలి. సరదాలూ సంతోషాలూ సోషల్ పార్టీలు. స్వభావరీత్యా ఇద్దరికీ పడక పోవడం మొదలయి నెమ్మదిగా వారి వివాహ జీవితం బీటలు వారడం మొదలయింది.

1953 మే 26వ తారీఖున పెళ్లాడిన గురుదత్, గీతాదత్‌లకు 1954 జూలై 9వ తారీఖున సరిగ్గా గురుదత్ పుట్టిన రోజునే తరుణ్ జన్మించాడు. అందుకేనేమో తండ్రికి ఆ కొడుకంటే ఎక్కువ ఇష్టం. 1956లో అరుణ్ జన్మించాడు తర్వాత ఆరేళ్లకి ఆడపిల్ల కోసం తపించి పోతున్న గురుదత్‌కి 1962 ఆగస్ట్ 19వ తేదీ నీనా జన్మించింది. ఈ మధ్యకాలంలో వారి వివాహ జీవితంలో అనేకసార్లు తగాదాలూ, విడిగా వుండడాలూ జరుగుతూనే వున్నాయి. వారి మధ్య విభేదాలకు గురు దత్‌కి, వహీదా రహమాన్‌కి వున్న అనుబంధమే కారణమనే ఒక అభిప్రాయం కూడా బలంగా వుంది. అసలు వహీదాతో పరిచయమే అతి విచిత్రంగా జరిగిందంటాడు రచయిత అబ్రార్ అల్వీ.

అదెలా అంటే 'బాజీ' విజయం సాధించాక అదే బాటలో ఇంకో రెండు రొమాంటిక్ క్రయిమ్ థ్రిల్లర్స్ 'జాల్', 'బాజ్' తీశాడు గురుదత్. మొత్తం మూడు సినిమాలలో గీతా బాలి హీరోయిన్. 'బాజ్' సినిమాకి ఆమె సోదరి హరిదర్శన్ కౌర్ గురు దత్‌కి సహనిర్మాత. HG ఫిల్మ్స్ పేరుతో ఆ సినిమా తీశారు. ఆ సినిమా తీసే సమయంలో ఆమె ప్రేమికుడు, నటుడు అయిన యశ్వంత్‌కి బంధువయిన అబ్రార్ అల్వీ షూటింగ్ చూడటానికి వస్తూ వుండేవాడు. గురు దత్ అతనిలో మంచి రచయిత దాగున్నాడని గ్రహించి తన తదుపరి సినిమా 'ఆర్ పార్'కి రచయితగా నియమించుకున్నాడు. అది సూపర్ హిట్టయ్యింది. అప్పటినుండి అతను చివరి వరకూ గురు దత్‌కి ఆస్థాన రచయితగాను, ఆంతరంగిక మిత్రుడుగాను మిగిలాడు. అబ్రార్ రాసిన 'మోడ్రన్ మారేజ్' అనే కథ ఆధారంగా 'మిస్టర్ అండ్ మిసెస్ 55' రూపొందింది.

అందులో హీరో కార్టూనిస్ట్. ఆ సినిమాలో వాడిన కార్టూన్లన్నీ ప్రముఖ కార్టూనిస్ట్ ఆర్కే లక్ష్మణ్‌వి. గీసే చెయ్యి కూడా అతనిదే. ఈ సటిల్ కామెడీ పిక్చర్‌లో హీరోయిన్ మధుబాల అందంగా హాస్యాన్ని పండించింది. హీరో పాత్రని కూడా చక్కటి కామెడీ టచ్‌తో తీర్చిదిద్దాడు అబ్రార్ అల్వీ. ఇది ఘన విజయం సాధించింది. తర్వాత సినిమా సబ్జెక్ట్ కోసం వెతుకుతుంటే తెలుగునాట 'మిస్సమ్మ' అనే సినిమా సంచలనాలు సృష్టిస్తోందని, అది చూసి దానిని హిందీలో రీమేక్ చేస్తే బాగుంటుందని గురుదత్‌కి హైద్రాబాద్ ఫిల్మ్ డిస్ట్రిబ్యూటర్ సూచించాడు. అబ్రార్‌ని హైద్రాబాద్ వెళ్లి చూసి రమ్మన్నాడు గురు దత్. అయితే ఫ్లయిట్‌కీ ట్రెయిన్‌కీ టికెట్లు దొరకక పోవడంతో కారులో బయలు దేరిన అబ్రార్ గురు దత్‌ని కూడా తోడు రమ్మన్నాడు. అలా బయలుదేరిన వారి కారుకి ఒక ఎద్దుల బండి అడ్డం వచ్చి యాక్సిడెంటయి కారు

బాగవ్వడానికి రెండు మూడురోజులు పట్టింది. ఆ సమయంలో వాళ్లు 'మిస్సమ్మ' చూశారు కానీ యెందుకో గురు దత్‌కి ఆ సినిమా నచ్చలేదు. ఈలోగా వారు మాట్లాడుకుంటున్న ఆఫీసు యెదురుగా బిల్డింగ్‌లోకి ఒక తార కారులో రావడం, వీధిలో పిల్లలు ఆమె కారు వెంటపడటం చూసి 'ఎవరామె' అని అడిగితే, ఆమె ఒక వర్ధమాన నృత్య తార అనీ 'రోజులు మారాయి' లో ఆమె చేసిన డాన్స్ ప్రజలకు వెర్రెక్కిస్తోందనీ, ఆమె పేరు వహీదా రెహమాన్ అనీ చెప్పారట. అంతేకాక ఆమెను ఆఫీసుకి పిలిచి వీరికి పరిచయం చేశారట. ఆమె సాదా సీదాగా వుండి ముక్తసరిగా దక్షిణాది యాసతో వున్న హిందీ మాట్లాడిందట. తర్వాత 'రోజులు మారాయి'లో ఆమె డాన్స్ కూడా చూసి గురు దత్, అబ్రార్ ఆమె ముఖం ఫోటోజెనిక్‌గా వుందని అభిప్రాయపడ్డారు.

బొంబాయి వచ్చాక 'సి.ఐ.డి' సినిమా నిర్మాణ సమయంలో ఒక వాంప్ కారెక్టర్‌కి వహీదాని గుర్తు చేసుకుని తమ డిస్ట్రిబ్యూటర్ ద్వారా మూడేళ్లకు కాంట్రాక్ట్ రాయించుకుని బుక్ చేయమన్నాడు గురుదత్. అది ఆ తర్వాత అయిదేళ్లయింది. ఆమెను సినిమా కోసం పేరు మార్చుకోమన్నా, ఆమెకు ఇష్టంలేని దుస్తులు వేసుకోమన్నా ఖరాఖండిగా తిరస్కరించింది వహీదా. ఇది ఆమె రాజీపడని స్వభావాన్నీ ధృఢ నిర్ణయాన్నీ సూచిస్తుంది. 'సి.ఐ.డీ'లో ఆమెకు నటన విషయంలోనూ, డైలాగులు పలకడంలోనూ శిక్షణ ఇచ్చింది గురు దత్, అబ్రార్ అల్వీ. ఆమె చాలా పట్టుదలగా నేర్చుకొని మంచి నటిగా పరిణతి చెందింది. ఆమె పర్ఫార్మెన్స్ చూసి 'ప్యాసా'లో 'గులాబ్' రోల్ ఇచ్చారు. ఈ సినిమాలో కూడా అబ్రార్ తర్ఫీదు కొనసాగింది. 'ప్యాసా' గురుదత్ నిరుద్యోగ పర్వంలో, నిరాశా దినాలలో రాసుకున్న 'కష్మ కష్' ఆధారంగా అబ్రార్ కథా, మాటలూ సమకూర్చాడు. ఇది గురుదత్ 'మాగ్నమ్ ఓపస్'గా చెబుతారు.

సాహిర్ లూథియాన్వీ పాటలూ, బర్మన్‌దా సంగీతం, గాయనీ గాయకులు రఫీ, గీతా, హేమంత్ పాడిన విధానం... నటీనటులందరూ తమ పాత్రలకు న్యాయం చెయ్యడం (ముఖ్యంగా వహీదా నటన, అందం ఈ సినిమాలో వంక పెట్టలేనట్టుగా వుంటాయి). ఈ సినిమాని అజరామరమైన కళాఖండంగా మలిచాయి. మన తెలుగులో వచ్చిన 'మల్లెపూవు' దీనికి పేలవమైన అనుకరణ. 'సి.ఐ.డి.' సమయంలోనే వహీదా, గురు దత్‌ల గురించి సినీ జీవులు చెవులు కొరుక్కున్నారు. 'ప్యాసా' సమయానికి గురు దత్‌కి, భార్యకి గొడవలు తారాస్థాయిలో వున్నాయి. అతను మొదటిసారి ఆత్మ హత్యాప్రయత్నం కూడా చేసి అదృష్టవశాత్తూ బయట పడ్డాడు.

గీతా దత్ పరిణతి చెందని ప్రవర్తన, అనుమానించే స్వభావము గురు దత్‌ని మరింతగా వహీదాకి దగ్గర చేశాయేమో. అబ్రార్ అల్వీగానీ, గురు దత్ తల్లీ ఇతర కుటుంబ సభ్యులూగానీ గురు దత్‌కి వహీదానే ఇంటలెక్చ్యువల్‌గా తగిన జోడీ అని భావించేవారట. అయితే అంతర్ముఖుడూ, గుట్టు మనిషీ అయిన గురు దత్ ఎక్కడా ఎవరి దగ్గరా తమ సంబంధం గురించి మాట్లాడలేదట. చివరికి ఎంతో ఆంతరంగిక మిత్రుడయిన అబ్రార్ దగ్గర కూడా. అతని సోదరుడు ఆత్మారామ్ ఏమంటాడంటే 'గురు దత్, గీతా ఇద్దరూ గొప్ప ఆర్టిస్టులూ, మంచి వాళ్లూ కానీ వారి ఇంటలెక్చ్యువల్ లెవల్స్ వేరు' అని.

అబ్రార్ అల్వీకి వహీదా తల్లి గారితో కూడా పరిచయముండేదట. ఆమె అతనితో 'మా అమ్మాయి జీవితం ఏం కాబోతోంది? అతను పెళ్లాం, పిల్లలున్నవాడు. మా అమ్మాయి కోసం ప్రాణాలయినా ఇస్తానంటున్నాడట. మా అమ్మాయి ఇవా ళొకళ్లనీ రేపొకళ్లనీ మార్చే మనిషి కాదు' అని. గీతా అబ్రార్ దగ్గరకొచ్చి 'నీ స్నేహితుడికి చెప్పు... అతను వహీదా పిచ్చిలో వున్నాడు' అని బాధపడిందట.

అబ్రార్ ఏమంటాడంటే ఇంట్లో కోల్పోయిన సుఖమూ శాంతీ గురు దత్‌కి వహీదా దగ్గర దొరికాయేమో అనుకున్నాం. మేమెవ్వరము దానిని తప్పుగా భావించలేదు కానీ, వారిద్దరి మధ్యా వున్నది మానసిక బంధమే, శారీరక సంబంధం లేదు అని. ఇటు వహీదా వైపునుండి ఆలోచిస్తే ఒక చిన్న టౌన్ అయిన బెజవాడ నుండి (అలా అని అబ్రార్ పుస్తకంలో వుంది) గురు దత్‌ని నమ్ముకుని తల్లి, సోదరి సయీదాలతో బొంబాయి చేరుకుంది. అతనే ఆమెకు మార్గదర్శి, గురువు, తనని మంచినటిగా తీర్చి దిద్దినవాడు. హఠాత్తుగా తల్లి మరణించిన ఒంటరితనంలో తోడుగా నిలిచాడు. సహజంగా ఆకర్షణ కలిగి వుంటుంది. అయినప్పటికీ వహీదా ఈనాటి వరకూ తనిచ్చిన ఏ ఇంటర్వ్యూలోనూ తమ మధ్య అనుబంధం వున్నట్టు ధృవీకరించలేదు. 'ఆయనొక గొప్ప డైరెక్టర్ నన్ను హిందీ చిత్రసీమకు పరిచయం చేసి నటిగా మంచి అవకాశాలిచ్చారు అంతకు మించి మా మధ్య ఏ అనుబంధం లేదు' అంటుంది.

గురు దత్ సోదరి లలితా లాజ్మీ ఏమంటుందంటే గురు దత్ సినిమాలలో వేసిన పాత్రలు అతని నిజజీవితం మీద ప్రభావం చూపాయనీ వాటిలో వుండే నైరాశ్యం అతనిని నిజజీవితంలో కూడా వెంటాడిందనీ. అందుకు ఉదాహరణగా 'ప్యాసా', 'కాగజ్ కే ఫూల్' పాత్రలను చెప్పుకోవచ్చు. 'కాగజ్ కే ఫూల్' సినిమాకు గురు దత్ జీవితమూ, అతని రోల్ మోడల్ గ్యాన్ ముఖర్జీ జీవితమూ ఆధారమంటారు.

అది భారత దేశంలో నిర్మించిన మొట్టమొదటి సినిమా స్కోప్ చిత్రం. దానికోసం వి.కె. మూర్తిని విదేశాలకు కూడా పంపాడు గురు దత్. బెస్ట్ సినిమాటోగ్రఫీ అవార్డు కూడా గెలుచుకుంది. కానీ బాక్సాఫీస్ వద్ద చతికిలబడింది. ఆ సినిమా ఫ్లాపవడం గురు దత్‌ని బాగా కృంగదీసింది. మళ్లీ ఇక డైరక్షన్ చెయ్యనని తీర్మానించాడు. చెయ్యలేదు కూడా. విచిత్రంగా ఈ సినిమా తర్వాత్తర్వాత గొప్ప క్లాసిక్‌గా పేరొందింది.

తర్వాత తీసిన 'చౌదవీకా చాంద్' సూపర్ హిట్. దర్శకుడిగా యం.సాదిక్‌ని ఎన్నుకున్నప్పటికి పాటలను తనే చిత్రీకరించాడు. ఆ సినిమాలో వహీదాను తన మనసు తీరా అందంగా చూపెట్టాడంటారు. 1962లో వచ్చిన 'సాహిబ్ బీబీ అవుర్ గులామ్' ఒక రకంగా అతని చివరి చిత్రం. దీనికి బిమల్ మిత్రా కథ ఆధారం. దర్శకుడు అబ్రార్ అల్వీ. మీనా కుమారి హీరోయిన్. ఆమె నిజ జీవితం మీద ఈ పాత్ర ప్రభావం వుందంటారు. ఈ సినిమా దర్శకుడిగా అబ్రార్ మంచి ప్రతిభ చూపాడు. పాటలు మాత్రం గురుదత్ చిత్రీకరించాడు. అయితే చాలామంది అబ్రార్ అల్వీ పేరుపెట్టి గురుదత్తే దర్శకత్వం వహించాడని అపోహ పడతారట. అబ్రార్ చాలా వాపోయాడు. ఈ సినిమాలో గీతా దత్, వహీదాకు ప్లేబాక్ పాడనందట. అందుకే ఆషా భోంస్లేతో పాడించారు. గీతా పాడిన రెండు పాటలూ మీనా కుమారి మీదనే చిత్రీకరించారు. ఈ సినిమాకు ఫిల్మ్ ఫేర్ అవార్డూ, ప్రెసిడెంట్స్ అవార్డూ వచ్చాయి. బెర్లిన్ ఫిలిం ఫెస్టివల్‌లో ప్రదర్శనకు అనుమతించారు.

ఈ సినిమా చిత్రీకరణ చివరి రోజులలో గురు దత్, గీతా దత్, వహీదాల మధ్య వున్న ముక్కోణపు ప్రేమకథ ముగిసిపోయింది. ఎలాగంటే వహీదా, గురు దత్‌లని అనుమానించిన గీతా ఏదో ప్రోగ్రామ్‌కి లండన్ వెళ్లి తిరుగు ప్రయాణంలో కాశ్మీర్ వెళ్లిపోయింది. ఎంతకూ రాని గీతా కోసం కబురు చేస్తే గుర్రం మీద నుండీ పడ్డాననీ కాలర్ బోన్ ఫ్రాక్చరయ్యిందనీ తెలిపిందట. తన అసిస్టెంట్‌ని పంపి ఆమె వేరొకరితో స్నేహంగా మసులుతున్నట్టు తెలుసుకున్న గురు దత్ ఈగో హర్టయ్యింది. వెంటనే తన ప్రవర్తనలో మార్పు వచ్చింది. వహీదాను దూరం పెట్టాడు. తనకు స్టుడియోలో ఆమెకొక మేకప్ రూమ్ వుండేదట. అందులో అడుగు పెట్టటానికి వీల్లేదని ఒక మనిషితో చెప్పించాడట. అలా రెండురోజులు జరిగేటప్పటికి ఆమె కళ్లనీళ్లతో వెనక్కి తిరిగి వెళ్లిపోయిందట. ఇదంతా అబ్రార్‌కి చెప్పి బాధపడిందట. మళ్లీ స్టుడియోలో అడుగు పెట్టడానికి ఇష్టపడలేదట. మళ్లీ ఆఖరి సీన్లో ఆమెతో అవసరంపడి అడిగితే ఎంతకీ ఒప్పుకోలేదట. చివరికి ఎంతో బతిమాలగా యెన్నో

షరతులు పెట్టి షూటింగ్‌కి వచ్చిందట. అవి ఏమిటంటే అతనితో 'మాట్లాడను', 'అతను నన్ను ముట్టుకోకూడదు'... ఇలా అని. అబ్రార్ గురు దత్‌ని ఈ విషయమై నిలదీశాడట. 'పెళ్లాం, పిల్లలున్నవాడివి నిన్ను ఇంకో సంబంధం పెట్టుకోమని ఎవరం ప్రోత్సహించం. ఏదో ఓదార్పు కోరుకుని ఆమెకు దగ్గరయ్యావని మేమంతా అనుకున్నాం. అలాంటిది ఆమెను కారణం చెప్పకుండా కఠినంగా దూరం పెట్టడం న్యాయమా?' అని. ఏమీ సమాధానం చెప్పలేదట గురు దత్. అప్పటినుండీ ఒకరినొకరు కన్నెత్తి చూసేవారు కాదట, పన్నెత్తి పలకరించుకునేవారు కాదట!

ఆ తర్వాత గురు దత్ కాశ్మీర్ వెళ్లి గీతాను ప్రసన్నం చేసుకుని అక్కడే కొంతకాలం గడిపి వచ్చాడు అప్పుడే అతను కోరుకున్నట్టుగా అమ్మాయి పుట్టింది 1962 ఆగస్ట్ 19న. 1961లో 'సాహెబ్ బీబీ ఔర్ గులామ్' నిర్మాణం చివరి దశలో దూరమైన వహీదా, గురు దత్ మళ్లీ కలవలేదు. వారిమధ్య దూరం అలాగే వుండిపోయింది. ఆ సినిమాలో బాకీ వున్న సీన్లో నటించడానికి వహీదాని యెంతో బతిమాలవలసివచ్చింది దర్శకుడయిన అబ్రార్ అల్వీకి అని చెప్పుకున్నాం కదా. విచిత్రంగా ఆ కాంబినేషన్ సీన్లో నటించడానికి గురు దత్ కూడా ఆసక్తి చూపలేదట 'ఆమె లేకుండా' కుదరదా అని అడిగాడట. ఆ తర్వాత రెండేళ్లకి 1963లో బెర్లిన్ ఫిల్మ్ ఫెస్టివల్‌లో కలసినపుడు కూడా ఇద్దరూ ఒక్క మాట మాటాడుకోలేదట. ఎడ మొహం పెడ మొహమేనట. అటునుండి లండన్ వెళ్లిపోయిన వహీదాకి ఏమైనా సహాయం అవసరమైతే చేయమని అబ్రార్ అల్వీ తనకు, గురు దత్‌కీ తెలిసిన లండన్‌లో వుండే కామన్ ఫ్రెండ్ ఒకాయనకి లేఖ రాసిస్తే, దానిని కూడా తప్పు పట్టాడట గురు దత్. 'నీకా లండనాయన్ని పరిచయం చేసింది అందరికీ ఉత్తరాలు రాసిమ్మనా' అని కోపంగా మాట్లాడాడట.

గీతా–గురు దత్‌ల మధ్య సమస్యలు సమసిపోయి సయోధ్య నెలకొన్నట్టే కనపడింది. కాశ్మీర్ నుండి వచ్చాక ఇద్దరూ కలిసే జీవించసాగారు. 1964 సం॥ మొదట్లో మళ్లీ తగాదాలతో విడిపోయి ఇద్దరూ విడివిడిగా నివసించడం మొదలు పెట్టారు. గీతా ముగ్గురు పిల్లలతో కలిసి తల్లిదగ్గర 'శాంతాక్రజ్' ప్రాంతంలోనూ, గురు దత్ తన నమ్మినబంటు రతన్‌తో కలిసి పొద్దార్ రోడ్‌లోని ఆర్క్ రాయల్ అనే ఫ్లాట్‌లోనూ వుండేవారు. అబ్రార్ అల్వీ సాయంత్రాలు తప్పకుండా అక్కడే గడిపేవాడు. గురు దత్ నిర్వేదంగా వుంటున్నాడని తెలిసి. గురు దత్ సొంత సినిమా 'బహారే ఫిర్ భీ ఆయేగీ' లతీఫ్ దర్శకత్వంలో తనూజ, మాలాసిన్హా హీరోయిన్లుగా, గురు దత్ హీరోగా మొదలయింది. అబ్రార్ రచయిత. స్టూడియో నడవడానికి, కంపెనీ

ఖర్చులకోసం గురు దత్ బయటి చిత్రాలలో కూడా నటించడం మొదలు పెట్టాడు. అందులో కొన్ని దక్షిణాదివారి చిత్రాలు కూడా వున్నాయి. కె. ఆసిఫ్ 'లవ్ అండ్ గాడ్' నిర్మాణంలో వుంది.

గురు దత్‌లో గూడుకట్టుకున్న నిర్వేదం అతనిని అతిగా మద్యం సేవించడానికి, నిద్రమాత్రలకి అలవాటు పడేటట్టు చేసింది. 'ఇంకా ఏం చూడాలి? జీవితంలో విజయాన్ని చూశాను, ఓటమిని చూశాను. అనుకున్నవన్నీ జరిగాయి అంటూ 'ఏ దునియా అగర్ మిల్ భి జాయేతో క్యా హై' అనే 'ప్యాసా'లోని పాటను వుదహరించే వాడని అతని సినిమాటోగ్రాఫర్ వి.కె. మూర్తి చెబుతాడు. 1964 అక్టోబర్ 9వ తేదీ మధ్యాహ్నం గురుదత్ 'బహారే ఫిర్ భీ ఆయేగీ' (వసంతం తిరిగి మళ్లీ వస్తుంది) షూటింగ్‌లో చాలా ఉల్లాసంగా కనపడ్డాడు. అతనికి పిల్లలంటే చాలా ఇష్టం. ముఖ్యంగా ఆడపిల్ల నీనా అంటే. షూటింగ్‌కి పిల్లలను పంపమని కబురు చేస్తే గీతా పంపింది. వారితో కలిసి తనకెంతో ఇష్టమయిన గాలిపటాలెగరవేశాడు. అందరూ కలిసి తనూజ, మాలాసిన్హా, తన సోదరుడూ దేవీ దత్‌లను కూడా కలుపుకుని భోంచేశారు. పిల్లలను షాపింగ్‌కి తీసికెళ్లి వాళ్లకు కావలసినవీ, తమ్ముడు దేవీకి కావలసినవీ కొనిపెట్టాడు. సాయంత్రం పిల్లలను తల్లి దగ్గరకు పంపించివేశాడు.

సాయంత్రం 'ఆర్క్ రాయల్' నివాసం చేరుకున్న అబ్రార్‌కి గురు దత్ చాలా సేపటినుండి తాగుతున్నట్టు కనపడ్డాడు. సహాయకుడు రతన్ సాయంత్రం అయిదున్నర నుండి తాగుతున్నారని చెప్పాడు.

అబ్రార్‌తో గురు దత్ తనకు ఒక స్నేహితుడు పిచ్చాసుపత్రి నుండి రాసిన లేఖ చదివానని, అది తనను కలచి వేసిందని అసలు అతను పిచ్చిలో రాశాడంటే నమ్మేట్టుగా లేదనీ అప్పుడప్పుడూ తనకు కూడా పిచ్చెక్కుతుందేమోనని భయంగా వుంటుందనీ చెప్పాడు. కాసేపటికి కూడా వున్న తమ్ముడితో బయటకు వెళ్లి గీతాకి పిల్లలని పంపమని ఫోన్ చెయ్యమన్నాడు. అతను ఫోన్ చేసి తిరిగివచ్చి 'పిల్లలు మధ్యాహ్నమంతా తిరిగి అలసిపోయారు రేపు పంపుతానని చెప్పిందని' చెప్పాడు. దాంతో చిరాకు పడ్డాడు గురు దత్. కాసేపటికి దేవీ వెళతానని చెప్పి వెళ్లిపోయాడు. టాక్స్ కన్సల్టంట్ మిస్టర్ గోల్ అనే ఆయన కూడా వచ్చి చేరాడు. అందరూ కలసి మద్యం సేవించసాగారు. అబ్రార్ షూటింగ్ జరుగుతున్న సినిమాలో ఆఖరిసీన్ మాలాసిన్హా చనిపోయే సీన్ రాస్తున్నాడు. అతనికి అప్పుడు తెలీదు తనముందు జరిగేది గురు దత్ జీవితంలో ఆఖరి సీనని. మళ్లీ గురు దత్ కిందకు వెళ్లి పిల్లల కోసం ఫోన్ చేసి 'పిల్లలను ఇప్పుడు

పంపకపోతే రేపు నా శవాన్ని చూస్తావు' అని బెదిరించినట్టు అతని మాటలవలన అబ్రార్‌కి తెలిసింది. మిస్టర్ గోల్ కూడా వెళ్లాక గురు దత్, అబ్రార్ కలసి డిన్నర్ తీసుకున్నారు. గురు దత్ సరిగా తినకుండానే లేచి 'అబ్రార్ నువ్వేమనుకోకపోతే నేనిక పడుకుంటాను' అన్నాడు. అవే అతని ఆఖరు మాటలు. అబ్రార్ తిరిగి తను పనిచేస్తున్న వేరే సినిమా ఆఫీసుకి వెళ్లిపోయాడు.

అతని సహాయకుడు రతన్ చెప్పిన ప్రకారం తెల్లవారుజామున మూడు గంటల ప్రాంతంలో లేచిన గురు దత్ అబ్రార్ వున్నాడా అని అడిగి, తాగడానికి ఒక సీసా వెతుక్కుని తీసుకుని మళ్లీ తన గదిలోకి వెళ్లి తలుపేసుకున్నాడని, తెల్లవారాక అనేక సార్లు ఫోన్ చేసిన గీత పదకొండు గంటల ప్రాంతంలో తలుపులు పగలకొట్టించి చూస్తే ఏముందీ తిరిగిరాని వసంతంలా విగత జీవుడై పడివున్నాడు గురుదత్. ఎదురుగా టీపాయ్ మీద ఖాళీ గ్లాసూ పక్కమీద సగం చదివిన హిందీ నవల. గ్లాసులో వున్న ద్రవాన్ని పరీక్షించి నిద్రమాత్రల అవశేషాలున్నాయనీ తెల్లవారుజామున అయిదు, ఆరుగంటల మధ్య మరణం సంభవించి వుంటుందని నిర్ధారించారు డాక్టర్లు. అలా ముప్ఫయి తొమ్మిదేళ్లకే దర్శక మేధావి గురుదత్ శకం ముగిసిపోయింది.

గుండె పగిలిన గీత ఆర్నెల్ల వరకూ కన్నబిడ్డలను కూడా గుర్తు పట్టలేదట. తన జ్యూయలరీ అమ్మి కొంతవరకూ అప్పులు తీర్చిందట. కోల్పోయిన కెరీర్ పొందడానికీ, ఆర్థికావసరాల కోసం చేసిన ప్రయత్నాలన్నీ విఫల ప్రయత్నాలే అయ్యాయి. చివరకు సినిమాలలో నటించడానికి కూడా సిద్ధపడింది. ఆఖరికి తను కూడా అతిగా మద్యం సేవించిన కారణంగా వచ్చిన లివర్ సమస్యతో 1972లో ఈ లోకం నుండి శాశ్వతంగా శెలవు తీసుకుంది. వారి పిల్లలు తల్లిదండ్రుల స్మృతికి నివాళిగా 'మాసూమ్' అనే సినిమా సమర్పించారు. కొన్ని కుటుంబాలను విధి వేటాడుతూనే వుంటుంది. తరుణ్ చిన్నవయసులో ఆత్మహత్య చేసుకుని చనిపోయాడు. అరుణ్ అతిగా మద్యం సేవించి లివర్ సమస్యతో మరణించాడు. కూతురు నీనా నటుడు మహమూద్ సోదరి కొడుకు నౌషద్‌ని పెళ్లి చేసుకుని గాయనిగా తన తల్లికి 'శ్రద్ధాంజలి'గా ఒక ఆల్బమ్ రిలీజ్ చేసింది.

గురు దత్ భౌతికంగా మన మధ్య లేకపోయినా అతని చిత్రాలు మనకు అతనేమిటో చెబుతాయి. అలా అతనిని ప్రేక్షకుల మదిలో చిరంజీవిని చేశాయి. అందుకే నేనంటాను అతనికి మరణం లేదని! ఒక 'ప్యాసా' ఒక 'కాగజ్ కే ఫూల్' ఒక 'సాహిబ్ బీబీ ఔర్ గులామ్' తీయాలంటే ఇంకో గురు దత్ పుట్టాల్సిందే!

శారద

శక్తివంతమైన అన్య స్వరం

శక్తివంతమైన అని ఎందుకన్నానంటే 1948–55 ప్రాంతాలలో 'శారద' రచనలు ఆంధ్ర దేశాన్ని ఒక ఊపు ఊపాయి. అతను రచనలు చేసింది కొద్దికాలమే. (సుమారు ఆరేడేళ్లు) అయినా ఒక సంచలనం సృష్టించినవాడు 'శారద'. అతని రచనలని ఎన్నదగిన రచయితలయిన నండూరి రామ్మోహన్రావు, ముళ్లపూడి వెంకట రమణ, తెన్నేటి సూరి, పిలకా గణపతిశాస్త్రి దగ్గర నుండీ సామాన్య తెలుగు పాఠకుడి వరకూ ఆసక్తిగా చదివేవారు ఆ రోజుల్లో అంటే అతడెంత శక్తివంతమయిన రచయితో అర్థమవుతుంది. అన్య స్వరం అని ఎందుకన్నానంటే అతను తెలుగువాడు కాదు తమిళుడు. సుమారు పన్నెండేళ్ల వయసులో పొట్ట చేత్తో పట్టుకుని, తండ్రితో పాటు ఉపాధి వెదుక్కుంటూ తమిళనాడు నుండి తెనాలి వలస వచ్చినవాడు. అలాంటివాడు ఒక చెంప దుర్భర దారిద్ర్యం అనుభవిస్తూ, పస్తులుంటూ, హోటల్లో సర్వరు గానూ, కూలీ గానూ, ఇంకా అనేక చిన్నాచితకా పనులు చేస్తూ తెలుగు భాష నేర్చుకుని, ఆ భాషని ప్రేమించి, అందులో రచనలు చేయడం ఎంత గొప్ప విషయం! అవసరం కోసం భాష నేర్చుకునేవారు అనేకమంది వుంటారు కానీ, ఆ భాషమీద ప్రేమను పెంచుకునేవారు తక్కువ. ఒకవేళ

ఆ భాషంటే ఇష్టం వున్నా, ప్రతిభావంతమైన రచనలు చేసేవారు దాదాపు అరుదనే చెప్పాలి.

అతని రచనల గురించి ప్రముఖ సంపాదకులూ, రచయితా నండూరి రామ్మోహన్రావు గారు తన జ్ఞాపకాలు రాస్తూ యేమంటారంటే "మాతృభాష తెలుగు కాకపోయినా, అతను తెలుగువాడు కాకపోయినా, తన రచనల్లో అంత గొప్పగా తెలుగుతనాన్ని పండించడం నాకిప్పటికీ ఆశ్చర్యాన్ని కలిగిస్తుంది" అని! అటువంటి రచనలు చేసిన 'శారద' గురించి తెలుసుకోవాలని, చిన్నప్పటినుండీ నాకు చాలా కుతూహలం. అసలు 'శారద' ఎవరు? అతని జీవితం ఎలా గడిచింది తెలుసుకునేందుకు రెండు పుస్తకాలు బాగా ఉపయోగపడతాయి. ఒకటి ఆయనతో సన్నిహితంగా మసిలిన ఆలూరి భుజంగరావు గారి 'సాహిత్య బాటసారి శారద', రెండు ప్రముఖ రచయితా ఆయనతో కొద్ది పరిచయమూ కలిగి వున్న 'విహారి' గారి 'కష్టజీవి, సాహిత్య చిరంజీవి శారద'.

'శారద' అసలు పేరు సుబ్రమణ్యయ్యర్ నటరాజన్. అతను 1924లో జన్మించాడు. సుబ్రమణ్యయ్యర్ అనేది అతని తండ్రిపేరు. తమిళ సంప్రదాయం ప్రకారం తండ్రిపేరు ముందు వచ్చింది. అతని తల్లి భాగీరథి. అతనికి రెండేళ్ల వయసులోనే చనిపోయింది. నటరాజన్ తిరుచినాపల్లికి చెందిన వాడయినా, పుట్టి పదేళ్ల వయసు వరకూ పెరిగింది పుదుక్కోటలో. తండ్రి సుబ్రమణ్య అయ్యర్కి రెండు పెళ్లిళ్లు. మొదటి పెళ్లి ద్వార కలిగినవారు ఇద్దరు ఆడపిల్లలు మీనాక్షి, మంగళ. ఇద్దరికీ పెళ్లిళ్లయ్యాయి. వారు మద్రాసులో స్థిరపడ్డారు. రెండవ భార్య భాగీరథికి ఇద్దరు ఆడపిల్లలూ, ఇద్దరు మగపిల్లలూ. ఆడపిల్లలు సుబ్బలక్ష్మమ్మ, సుందరమ్మ. మగపిల్లలు చంద్రశేఖరన్, ఆఖరివాడు నటరాజన్. రెండవ భార్యకి పుట్టిన ఆడపిల్లలిద్దరినీ తెనాలికి చెందిన తెలుగువాళ్లకి ఇచ్చి పెళ్ళి చేశాడు సుబ్రమణ్యయ్యర్. ఇక పెద్దకొడుకు చంద్రశేఖరన్ బాగా చదువుకున్నాడంటారు. ఇంగ్లీషు బాగా మాట్లాడేవాడట. అతను మిలటరీలో చేరిపోయాడు. అతనికి కూడా తెలుగుదేశంతో సంబంధాలుండేవి. ఒక తమిళ భార్య వుండగానే, బెజవాడలో వుండే ఒక తెలుగావిడతో అనుబంధం వుండేది. అతను తరచూ బెజవాడ వచ్చి పోతుండేవాడు. భాగీరథి చనిపోయాక పుదుక్కోటలో వుండలేక, చిన్నకొడుకు నటరాజన్ని తీసుకుని జీవిక వెదుక్కుంటూ చెన్నపట్నం వచ్చాడు సుబ్రమణ్యయ్యర్. చిన్నాచితకా పనులు చేస్తూ పొట్ట పోసుకునే వారు తండ్రీ కొడుకూ. ప్రెస్లోనూ, పత్రికలోనూ (దినమణి కదిర్) పని చేయడంతో పాటు, ఇంటింటికీ పేపర్ వేసే తండ్రికి సహాయంగా గంధపు వుండలమ్మే షాపులో

రోజువారీ గంధం అరగదీసే పనిచేసి పావలా, అర్ధా సంపాదించి తండ్రికిచ్చేవాడు చిన్న నటరాజన్. ఇలా కొంతకాలం గడిచేసరికి మద్రాసులో జీవితం దుర్భరంగా అనిపించి, కూతుళ్లనిచ్చిన ఆంధ్రదేశమయిన తెనాలిలో కొంత మెరుగయిన జీవితం గడప వచ్చునిపించి, తెలుగుదేశం వలస వచ్చాడు సుబ్రమణ్యయ్యర్-నటరాజన్‌తో పాటు. అలా 1937లో ఓ చలికాలపు ఉదయం తెనాలి రైల్వే ప్లాట్‌ఫామ్ మీద కాలు మోపాడు నటరాజన్. సుబ్రమణ్యయ్యర్ అల్లుళ్లిద్దరూ ఆంధ్రదేశంలో వున్నారని చెప్పుకున్నాం కదా! పెద్ద కూతురు సుబ్బలక్ష్మమ్మ భర్త యల్లాప్రగడ నరసింహారావు గుంటూరులో వుండేవాడు. రెండో కూతురు సుందరమ్మ భర్త యల్లాప్రగడ భీమారావు తెనాల్లోనే హోటల్ నడుపుతూ వుండేవాడు. ఆ హోటల్ పేరు రాధాకృష్ణ విలాస్. మారీస్ పేటలో బస్టాండ్ దగ్గర వుండేది. అందరూ భీమయ్య హోటల్ అని పిలిచేవారు. తెనాలి చేరిన సుబ్రమణ్యయ్యర్, నటరాజన్ భీమయ్య ఇంటికి చేరారు. నటరాజన్‌కి ఊరికే తిండి పెట్టడం ఇష్టం లేక తన హోటల్‌లో సర్వర్ పనిచ్చాడు భీమయ్య.

నటరాజన్‌ని 'నటరాజ్' అనీ 'నటాయ్' అనీ పిలిచేవాళ్లు. కొన్నాళ్లు సర్వర్‌గా పని చేసిన తర్వాత, వంట చేయడం నేర్చుకుని వంట గదిలో 'సరుకు మాస్టర్'గా పనిచేస్తుండేవాడు నటరాజన్. సర్వర్‌గా పనిచేసే కంటే వంటగదిలో పనిచేస్తే తనకు పుస్తకాలు చదువుకోవడానికీ, రచనలు చేయడానికీ తగినంత తీరిక దొరుకుతుందనే కారణంతోనే అతను వంట నేర్చుకున్నట్టు కనపడుతుంది. ఇలా హోటల్లో పని చేయడానికీ, లోకవ్యవహారానికీ అతనికి తెలుగు నేర్చుకోవలసిన అవసరం కలిగింది. పైగా అతను విపరీతమైన చదువరి. తెలుగులో పుస్తకాలు చదువుకోవడానికి కూడా అతను తెలుగు నేర్చుకోదలుచుకున్నాడు. ఇక్కడ భాష గురించి రెండు ముక్కలు, ఈ భాష గొప్పదనీ, ఈ భాష తక్కువదనీ వుండదు" ఒక భాష వచ్చినందుకు గర్వ పడవలసిన అవసరం కానీ, ఒక భాష రానందుకు సిగ్గు పడవలసిన అవసరం కానీ లేదు. మన అవసరాన్ని బట్టి ఆ భాషను నేర్చుకోగలుగుతాము" అనే రంగనాయకమ్మ గారి మాటలు నూటికి నూరు పాళ్లూ నిజమనిపిస్తాయి నాకు. అయితే మన మాతృభాష వ్యాకరణంతో సహా మనకి తెలియకుండా వస్తుంది. ఉదాహరణకి 'వచ్చింది, వెళు తుంది' అనే మాటలు మనం సహజంగా పలుకుతాము. అవే మాటలు ఇతర భాషలకి చెందినవాళ్లు అంత తేలికగా పలకలేరు. అందుకే మాతృభాష కాని భాష నేర్చుకోవడంలో కొంత కష్టం వుంటుందని అందరమూ అంగీకరించక తప్పదు. అయితే అవసరం కోసం భాష నేర్చుకోవడం వేరు, ఆ భాషని ఇష్టపడి, ప్రేమించి అందులోని స్వారస్యాన్ని గ్రహించి, అందులో రచనలు చేయడం... అవికూడా

నేలబారువి కాకుండా, కాలానికి నిలిచేవి చేయడం చాలా గొప్ప విషయం. అది ఎంతో సృజనాత్మకత, ప్రతిభ, పరిశీలనాశక్తీ, ఏ విషయాన్నయినా మానవత్వంతో సమతూకంగా బేరీజు వేసే సామర్థ్యం వుంటే కానీ సాధ్యంకాదు. ఈ పై లక్షణాలన్నీ 'శారద' రచనలలో కనిపిస్తాయి అందుకే నాకా రచయిత పట్ల అపార గౌరవం.

నటరాజన్ తెలుగు నేర్చుకోవడం ఎలా మొదలు పెట్టాడంటే, మొట్టమొదట తురగా వెంకటేశ్వరరావుగారి దగ్గర చదవడం, రాయడం నేర్చుకున్నాడు. అదే సమయంలో స్కూల్లో చదువుకుంటున్న తన మేనల్లుడు వెంకటేశ్వరరావు సహాయం కూడా తీసుకునే వాడు. అలా మూడో తరగతి వాచకం వరకూ చదివాడు. ఇంకా కొన్ని శతకాలు చదివాక, తన స్వయంకృషితో కనిపించిన పుస్తకమల్లా చదువుతూ, తెలియనివి పక్కన వున్న వారిని అడిగి తెలుసుకుంటూ స్వంతంగా కథల పుస్తకాలూ, నవలలూ చదివే స్థాయికి చేరుకున్నాడు. అదే చేత్తో రాయడం కూడా ప్రారంభించాడు. ఒక భాష పట్టుబడాలంటే అందులోని మాటలూ పాటలూ నుడికారమూ జాతీయాలూ హాస్యమూ తిట్లూ అన్నీ తెలియాలి. శారద ఇవన్నీ తెలుసుకున్నాడు. తెలుగు వారిలో తెలుగువాడిగా జీవించాడు.

తన స్నేహితుల ఇళ్లల్లో కూచుని గంటలు గంటలు మాట్లాడుతూ వుండేవాడు. వేములపల్లి శ్రీకృష్ణ 'చేయెత్తి జైకొట్టు తెలుగోడా,' పులుపుల శివయ్య 'పలనాడు మనదిరా వెలనాడు మనదిరా' పాడుతుండేవాడు. శ్రీశ్రీ "మహాప్రస్థానం" కంఠోపాఠంగా వచ్చు. యే సభలోనైనా అందులోంచి ఒక గేయం పాడేవాడు. ముఖ్యంగా "జగన్నాథ రథచక్రాలు", శ్యామలా దండకము, జయదేవ అష్టపదులూ కొట్టినపిండి అతనికి. అష్టపదుల్లో "సావిరహే తవదీనా" అంటే ఇష్టం. అతనిది మంచి గొంతు. ఘంటసాల, రాజేశ్వరరావు, సూర్యకుమారి ప్రయివేట్ రికార్డులూ, 'పుష్ప విలాపం' వగైరా పాడుతుండేవాడు. తెలుగు సినిమాలు చాలా చూసేవాడు. ఒకప్పుడు చేతిలో చిల్లిగవ్వ లేకపోయినా 'అల్లూరి సీతారామరాజు'లాంటి సినిమాలు టెక్నికలర్‌లో తీయాలని కలలు కనేవాడు. డైరెక్టర్‌గా ఎల్.వి.ప్రసాద్‌నీ, సంగీతానికి రాజేశ్వరరావునీ తీసుకుందాం అనేవాడు. ఆయన ఇష్టపడ్డ సినిమాలు 'వింధ్యరాణి, కీలుగుర్రం, పాతాళ భైరవి, గుణ సుందరి కథ, పెద్ద మనుషులు' మొదలయినవి. 'రోజులు మారాయి' సినిమా చాలా ఇష్టం. ముప్ఫయి సార్లు చూశాడట. "షావుకారు"లో "పలుకరాదటే చిలకా" ఎప్పుడూ పాడుతూ వుండేవాడు. హిందీలో "అన్ మోల్ ఘడీ", "లైలా మజ్నూ" సినిమాల పాటలన్నీ పాడుతూ వుండేవాడు

తెలుగు భాగవత పద్యాలు కంఠతా పట్టాడు. అందులో “శారద నీరదేందు, సిరికిం జెప్పడు” పద్యాలు అలవోకగా అప్పజెపుతూ వుండేవాడు (అందుకే శారద అనే కలం పేరు పెట్టుకున్నట్టున్నాడు). భారతం, రామాయణం ఇతర పురాణ కథలూ తెలుసుకున్నాడు. కాశీమజిలీ కథలూ, అరేబియన్ నైట్స్ ఇష్టంగా చదివేవాడు. అలెగ్జాండర్ డ్యూమాస్ “ది కౌంట్ ఆఫ్ మాంట్ క్రిస్టో, ఛార్లెస్ డికెన్స్ ‘రెండు మహానగరాలు’ ఇష్టంగా చదివేవాడు. అప్పట్లో వచ్చే దిన పత్రికలూ, వార పత్రికలూ, చందమామ, ఆంధ్రజ్యోతి, ఆంధ్రప్రభ, జ్యోతి, రేరాణి, అభిసారిక, డిటెక్టివ్‌లూ మొదలయినవన్నీ చదివేవాడు. చేతిలో పైసా వుంటే పుస్తకాలు కొనడానికే ఖర్చు పెట్టేవాడు. లేనప్పుడు కనిపించిన వాళ్లనల్లా తెలుగు పుస్తకాలుంటే ఇవ్వండి చదివిచ్చేస్తానని అడిగేవాడు. కొన్ని పుస్తకాల స్టాళ్ల దగ్గరా, కిళ్లీబడ్డీల దగ్గరా నిలబడే పుస్తకాలు చదివేవాడు. ఆ బడ్డీల వాళ్లు కూడా అభిమానంగా చదవనిచ్చేవాళ్లు. అంతేకాక ‘ఆంధ్ర రత్న లైబ్రరీ’కీ ‘మునిసిపల్ లైబ్రరీ’కీ కూడా క్రమం తప్పకుండా వెళ్లి చదువుకునేవాడు. కొవ్వలి నవలలు చదివాడు. చలం, కుటుంబరావు, గోపీచంద్ దాదాపు అందరినీ చదువుకున్నాడు. అయితే అతని మీద గాఢమైన ముద్ర వేసినవాడు చలం, ఆ తర్వాత కుటుంబరావు. చలం మ్యూజింగ్సూ, ప్రేమలేఖలూ చాలా ఇష్టం. ప్రేమలేఖల ప్రభావంతో ఎవరో ఒక వితంతువునుద్దేశించి “ఓ నా విశ్వ ప్రేయసీ” అని ప్రేమలేఖలు కూడా రాశాడు. తొలిరోజుల్లో చలాన్ని అనుకరిస్తూ రచనలు చేసే ఇతన్ని చూసి “నన్ను అనుకరించొద్దు నీ సొంత శైలి పెంపొందించుకో” అని చలం చెప్పినట్టు ఒక చోట చదివాను. కొద్దికాలంలోనే ఆ ప్రభావం నుండీ బయట పడ్డాడు. కుటుంబరావు రచనా విధానాన్నీ కూడా చాలా ఇష్టపడేవాడు.

రచనా వ్యాసంగం ప్రారంభించిన కొద్దికాలంలోనే రచన ఎలా వుండాలో ఒక నిర్దిష్టమయిన అభిప్రాయానికి రాగలిగాడు. “కథ చెప్పడం కాదు చూపాలి అనేవాడు. పాత్ర కళ్లముందుకు రావాలి అనేవాడు. ఆదర్శం అంతర్గతంగా కలిసిపోవాలి. కథంతా చదివిన పాఠకుడు తనంత తనే పట్టుకోవాలి” అనేవాడు అంటారు, ఆయన మోనోగ్రాఫ్ రాసిన ‘విహారి’ గారు.

ఇక తన రచనా కాలంలో (1949) తానెదుర్కున్న సమస్యల గురించి ఆయన చెప్పిన మాటలొకసారి చూద్దాం...

నాదైనిక సమస్యలు – “నాకు అనిపిస్తుంది అప్పుడప్పుడు, ఈ చాకిరీ చేస్తూ, ఇట్లా ఆలోచనలు చేస్తే తొరగా చచ్చిపోతానని. కానీ హోటల్ చాకిరీ తప్పదు. చాకిరీకి

తగినంత ఫలితమూ దక్కదు. పోనీ ఈ కథలు వ్రాయటం మానేద్దామా అనుకుంటాను. అదీ సాధ్యం కావటం లేదు. తెలుగు మాతృభాష కాకపోవటం వల్ల ఎంతో చదివితే గానీ, రచనా వ్యాసంగం సవ్యంగా సాగదు. అట్లా చదివేందుకు పుస్తకం కొనే ఓపిక లేదు. ఏ పుణ్యాత్ముడన్నా ఇస్తాడనుకుందాం, తీరిక గుర్రం కొమ్ములుగా వుంది. ఇటీవల హోటల్ పనివాళ్లకు తెనాలిలో ఎనిమిది గంటల పని వచ్చిందన్నారు. ఏ దారిని వచ్చిందో తెలియదు గానీ, నాతో సహా నూటికి తొంభై అయిదు మందిమీ పది పన్నెండు గంటల ఎద్దు చాకిరీ చేస్తూనే వున్నాం. ఈ లక్షణంలో చదువెక్కడా? రాత ఎక్కడా? ప్రభుత్వం శాసనాలు చేయడం కనిపిస్తుంది గానీ, అవి అమలు జరగడం కనిపించదు. పేరుకి లేబర్ ఆఫీసూ వుంది, ఆఫీసరూ వున్నాడు. హోటల్ సర్వరుకి చదువెందుకూ? అనే పెద్దమనుషులు చాలామంది ఎదురుపడ్డారు నాకు. సరైన గుడ్డలు నేను పుట్టిన తరువాత తొడిగి ఎరగను. ఈ హోటల్ పనికి గ్యారంటీ ఏమీలేదు. ఇప్పటికి పాతికసార్లకి పైగా ఈ ఉద్యోగం ఊడిపోవటం, రోజుల తరబడి పస్తులుండటం జరిగింది. ఇక ముందు కూడా నా జీవితం ఇలా ఉండబోతుందనడంలో సంశయమే లేనప్పుడు మిగిలి వున్న జీవితకాలం ఎలా గడవబోతోందా అని తగని భయం వేస్తోంది. స్వతంత్రం వొచ్చాక ఇట్లా వుండదనుకున్నాను. కనీసం నా జీవిత ప్రయాణం వెనుకటికన్నా నూటికి ఇరవై పాళ్లన్నా పెరుగుతుందనుకున్నాను. పత్రికలవారు కథలు వ్రాస్తే ఇచ్చే డబ్బులు నా మూర్ఛల రోగాన్ని నయం చేసుకోడానికన్నా సరిపోతయ్యేమో అని సంతోషించాను. అదీ వట్టిదై పోయింది. ఈ పద్ధతిలో నేను స్వతంత్ర భారత పౌరుణ్ణని భావించలేకపోవడంలో తప్పేమీ లేదనుకుంటాను.

– (ఎస్.నటరాజన్ (శారద) తెలుగు స్వతంత్ర ***18-2-1949****).*

చూశారుగా 'శారద' ఎన్ని కష్టాలు పడుతూ రచనా వ్యాసంగం కొనసాగించాడో! తెనాలిలో అడుగు పెట్టి, హోటల్ సర్వర్‌గా పని మొదలు పెట్టిన ఒకటి రెండేళ్లలోపే పితృ వియోగం కలిగింది నటరాజన్‌కి. అది అతనిని మానసికంగా చాలా కృంగదీసింది. తండ్రి దహనక్రియలు జరిగిన రాత్రే అతను మూర్ఛ వచ్చి, బావ భీమారావు హోటల్ బయట మురుగ్గుంట పక్కన పడిపోయాడు. తెల్లారేదాకా ఎవరూ చూడలేదు. అప్పుడు పట్టుకున్న ఆ జబ్బు అతను చనిపోయేదాకా వదల్లేదు. ఒకరకంగా అతని చావుకు కూడా కారణమయింది. ఒకసారి వంటచేస్తూ మూర్ఛవచ్చి పొయ్యిలో పడి ఒళ్లంతా కాలి చాలా బాధపడ్డాడు. ఇంకోసారి ఎలక్ట్రిక్‌పోల్‌కి గుద్దుకున్నాడు. మానసికంగా, శారీరకంగా ప్రశాంతంగా వున్నప్పుడు నాలుగయిదు నెలలపాటు దాని జాడే వుండేది కాదు. తండ్రిని కోల్పోయిన నటరాజన్‌ని అక్క సుందరమ్మ

కళ్లల్లో పెట్టుకుని కాపాడేది. బావ భీమారావు హోటల్లో సర్వర్‌గా పని చేస్తుండేవాడు కదా, పని మధ్యలో సాహిత్యమనీ, సంగీతమనీ సమయం వృథా చేస్తున్నాడని భీమారావుకి గుర్రుగా వుండేది. అతన్ని చీటికీ మాటికీ తిట్టటం దండించడం చేస్తుండేవాడు. నటరాజన్ ఇదంతా నవ్వులాటగా తీసేసేవాడు. కానీ భరించలేనప్పుడు పని వదిలేసి వెళ్లిపోయి వేరే హోటల్లో చేరేవాడు. ఎక్కడయినా సరే యజమానులు పనివాళ్లు ఎంత చాకిరీ చేసినా ఊరుకుంటారు కానీ చదువూ, సంధ్యా అని చుట్టుపక్కల వారిని చేరదీస్తుంటే కంటగింపుగా వుండదా మరి! అందుకే నటరాజన్ అనేక హోటళ్లు మారాడు. తెనాలిలో అతను పనిజేయని హోటల్ లేదంటే అతిశయోక్తి కాదు. బావ భీమారావు హోటల్లో కొన్నాళ్లు పనిచేయడం, మళ్లీ మానేసి వేరే హోటల్లో పని చేసి, తిరిగి ఆయన దగ్గరకు రావడం అలా జరుగుతూ వుండేది.

సర్వర్ పనినుండి తప్పించుకుని వంట నేర్చుకుని 'సరుకు మాస్టర్' అయ్యాడు (ప్రధాన వంటవాడు). ఈ మార్పుతో అతనికి చదువుకోవడానికీ రాసుకోవడానికీ ఎక్కువ సమయం దొరికేది. అలా సుమారు అయిదారేళ్లు గడిచేసరికి, అతనికి తెలుగులో రాయడమూ చదవడమూ రావడమే కాదు, సాహిత్యంలో మంచి ప్రవేశం దొరికింది. అతని చుట్టూ చక్కని స్నేహ బృందం యేర్పడింది. ఆలూరి భుజంగరావు, అతని అన్న ప్రకాశరావు, రావూరి భరద్వాజ, ముక్కామల మల్లిఖార్జునరావు, అబ్బరాజు నాగభూషణం, గొన్నాబత్తుల వెంకటేశ్వరరావు అతని స్నేహబృందంలో ముఖ్యులు. అతను తన స్నేహితులని కూడా పుస్తకాలు చదవమనీ, రాయమనీ ప్రోత్సహించేవాడు. తాను చదివిన పుస్తకాల్లోని కథలు వారికి చెబుతుండేవాడు. అలా స్నేహబృందంలోని ఆలూరి భుజంగరావు, ప్రకాశమూ, రావూరి భరద్వాజ రచనలు చేయడం మొదలుపెట్టారు. వీరి అభిరుచి పెంపొందడానికి కళలకు కాణాచి అయిన తెనాలి కళావాతావరణం కూడా దోహదం చేసింది. 1944-46 ప్రాంతాలలో కమ్యూనిస్ట్ ఉద్యమ ప్రభావమూ, తెలంగాణా ఉద్యమ ప్రభావమూ, దేశ రాజకీయ పరిస్థితులూ కూడా నటరాజన్ వ్యక్తిత్వం తీర్చిదిద్దుకోవడానికి ఉపయోగపడ్డాయి. సామాన్య ప్రజానీకం ఎదుర్కొనే సమస్యల గురించీ, పీడిత జనుల బాధల గురించీ, దగా పడిన స్త్రీల దుర్భర జీవితాల గురించి, అతనికి ఒక అవగాహన యేర్పడింది. ఇవన్నీ అతని రచనల్లో ప్రతిబింబించాయి. 1946లో అభ్యుదయ రచయితల సంఘం ఆధ్వర్యంలో పెదపూడిలో నిర్వహించిన సాహిత్య పాఠశాలలో పాల్గొనడం అతనికి చాలా మేలు చేసింది. ఆ సభల్లో పాల్గొన్న శ్రీశ్రీ, కుటుంబరావు, మల్లంపల్లి సోమశేఖర శర్మ, పంచాగ్నుల ఆదినారాయణ శాస్త్రి, నిడదవోలు వెంకట్రావు మొదలయిన వారి

ఉపన్యాసాలూ, శిక్షణా తరగతులు అతనిని మరింత ఉత్తేజితం చేశాయి. ఈ సభలలో అతనితో పాటు ఆలూరి భుజంగరావు అన్నగారైన ప్రకాశం కూడా పాల్గొన్నాడు.

అతని రచనా వ్యాసంగం మరింత మెరుగుపడింది. అతను మిత్రులందరితో కలిసి ఒక లిఖిత పత్రిక 'ప్రజావాణి' అనే పేరుతో వెలువరించాడు. దీనికి స్ఫూర్తి తాపీ ధర్మారావు గారి 'జనవాణి'.

1946 సంవత్సరంలోనే 'ప్రజాశక్తి'లో అతని వ్యంగ్య రచన 'ప్రపంచానికి జబ్బుచేసింది' ఎస్.నటరాజన్ పేరుతో ప్రచురించబడింది. అదే అతని మొదటి రచన. అప్పటి నుండీ అతను ధ్యాసంతా రచన మీదే వుండేది. ఏమాత్రం ఖాళీ దొరికినా, చేతికందిన చిత్తుకాగితాల మీద, తనకి వచ్చిన ఆలోచనలు రాసుకునేవాడు. అతను రాసుకోవడానికి గొన్నాబత్తుల సోమలింగాచారి బంగారు దుకాణమూ, గడియారాలు రిపేరు చేసే మస్తాను సాయిబు దుకాణమూ ఆవాసాలుగా వుండేవి. అక్కడ అతనిని నిరోధించేవారెవరూ వుండేవారు కారు. పైగా కావలసిన టీలూ, టిఫిన్లూ సప్లయ్ అవుతూ వుండేవి. బొంతా అచ్యుతరావుగారి కుటుంబమూ, గొన్నాబత్తుల సోమలింగా చారి కుటుంబమూ నటరాజన్‌కి ఆశ్రయమిచ్చిన వారిలో ముఖ్యులు. "మల్లిఖార్జున రావు లేకపోతే శారద లేడు" అంటారు ఆలూరి భుజంగరావు.

1948 జనవరిలో ఆలపాటి రవీంద్రనాథ్ గారి 'జ్యోతి' పత్రికలో 'గొప్పవాడి భార్య' అనే వ్యంగ్య కథ 'శారద' పేరుతో ప్రచురింపబడింది. అది మహాత్ముని భార్య కస్తూర్ బాని దృష్టిలో పెట్టుకుని రాసింది (అదే సమయంలో మహాత్ముడు హత్యకు గురవ్వడం ఒక విచిత్రమైన విషాదం). అప్పటినుండీ నటరాజన్ 'శారద' పేరుతోనే రాయడం మొదలుపెట్టి పాపులర్ అయ్యాడు.

అతను 'గంధర్వ', 'శక్తి' అనే కలం పేర్లతో కూడా రాసేవాడు కానీ, అవి అంత పాపులర్ అవ్వలేదు. ఆలూరి ప్రకాశంతోనూ ఇతర స్నేహితులతో కలిసి 'చంద్రిక' అనే పత్రిక తీసుకురావాలని కలలుకని బెజవాడలోని లక్ష్మీపతి పంత్ సహాయంతో మొదటి ప్రతి తెచ్చాడు. అందులో వివిధ కలం పేర్లతో అతనే చాలా శీర్షికలకి రచనలు చేశాడు. ముఖచిత్రం వడ్డాది పాపయ్య. అయితే అది ఒక్క సంచికతోనే ఆగి పోయింది. అది వెలువడక ముందే ఆలూరి ప్రకాశం మరణించాడు. 1950 ప్రాంతాల నుండి అతను విరివిగా రచనలు చేయసాగాడు. అతని రచనలని "జ్యోతి, తెలుగు స్వతంత్ర, ఆంధ్ర పత్రిక, ఆంధ్ర జ్యోతి, ఆంధ్రప్రభ" మొదలయిన పత్రికలు ప్రచురించ సాగాయి. కథలే కాదు, నవలలు, గల్పికలు, వ్యంగ్య కథనాలు కూడా రాయసాగాడు.

డబ్బుల కోసం డిటెక్టివ్ కథలు రాశాడు. కొన్ని తమిళ కథలు అనువాదం చేశాడు. రామ్మూర్తి అనే మిత్రుడితో కలిసి 'థెరిసా' అనే నవల ఇంగ్లీషు నుండి తెలుగులోకి అనువదించాడట. 1950 నుండి 1955 వరకూ రచనా వ్యాసంగం కొనసాగింది.

ఇదిలా వుండగా 1949-50 ప్రాంతాలలో అతనికి పెళ్లి అయింది. వధువు బెజవాడకు చెందిన మళయాళీ అమ్మాయి. వితంతువు. ఈ సంబంధం అతని అన్న చంద్రశేఖరన్ కుదిర్చింది. అతనూ ఇష్టపడే చేసుకున్నాడు. ఆమె పేరు అన్నపూర్ణ. పెళ్లి జరిగింది చిదంబరం నటరాజ స్వామి గుళ్లో. దండల పెళ్లి. తర్వాత రిజిస్టర్ చేయించుకున్నారు. రచనా వ్యాసంగానికి కుటుంబ భారం తోడయింది. చుట్టుముట్టే ఆర్థిక సమస్యల నుండి బయటపడటానికి రకరకాల ఉద్యోగాలు చేశాడు. కొన్నాళ్లు ఆలపాటి రవీంద్రనాథ్ గారు నడిపే 'జ్యోతి' పత్రికలో పనిచేశాడు. కొన్నాళ్లు చిన్న టిక్కీ హోటల్ నడిపాడు. కొన్నాళ్లు ఊరికి దూరంగా బుర్రిపాలెంలో టీ బంక్ నడిపాడు. మునిసిపాలిటీ వారి బాధ భరించలేక అది ఎత్తేసాడు. కొన్ని రోజులు బస్టాండులో పాత పుస్తకాలు, పేపర్లూ అమ్మాడు. ఇంకొన్నాళ్లు మజ్జిగ గ్లాసు అణా చొప్పున అమ్మాడు. కొన్ని రోజులు తెలిసిన వాళ్ల బట్టలషాపు ముందు అరుగు మీద గారెల కళాయి పెట్టి మసాలా గారెలూ, బజ్జీలూ అమ్మాడు. మధ్యమధ్యలో హోటల్ పని వుండనే వుంది. ఏ పని చేస్తున్నా ఒక చేతిలో చిత్తుకాగితాల బొత్తి క్లిప్‌కి పెట్టిన అట్ట వుండేది, ఇంకో చేతిలో బీడీ వుండేది. ఎప్పుడు రాయాలనిపిస్తే అప్పుడు రాస్తూ వుండేవాడు. 'మంచీ-చెడూ' సీరియల్‌గా ఆంధ్రపత్రికలో వస్తున్నప్పుడు పెద్ద సంచలనం సృష్టించింది. ఆ తర్వాత 'అపస్వరాలు' కూడా పత్రికలోనే సీరియల్‌గా వచ్చింది. అతని ఇతర నవలలు 'ఏది సత్యం?', సరళాదేవి హత్య, అందాల దీవి, మహీపతి...' దాదాపు వంద వరకూ కథలు రాశాడు. అందులో కొన్ని 'రక్తస్పర్శ' పేరుతో కథల సంపుటిగా వచ్చాయి. అతని సాహిత్య జీవితం తృప్తికరంగానే వున్నప్పటికీ ఆర్థిక పరిస్థితి అంతంత మాత్రంగానే వుంది.

అప్పటికే ఇద్దరు మగ పిల్లలు కలిగారు. పెద్దబ్బాయి సుబ్రహ్మణ్యం, రెండో అబ్బాయి రాధాకృష్ణ, భార్య మళ్లీ కడుపుతో వుంది. అది 1955 సం॥ ఆగస్ట్ పదిహేడో తారీఖు, ఆ రోజు సాయంత్రం మామూలుగానే బజారుకెళ్లి మల్లిఖార్జున రావుతో బాటు హోటల్‌కెళ్లి కాఫీ తాగాడు, భోజనం చేయమంటే "వద్దు ఆ డబ్బులు పదణాలూ ఇస్తే రేపు పొద్దున కాఫీకి వుంచుకుంటాను" అన్నాడు, అతను పదణాలూ ఇస్తే జేబులో వేసుకుని, అతనిని రైల్వే స్టేషన్‌లో నెల్లూరు బండెక్కించి, ఇంటికొచ్చి స్నానం

కానించి భోజనం చేస్తూ తనకి ఒంట్లో బాగా లేదు అన్నాడు. భార్య కానుపుకోసం, కనిపెట్టుకు వుండటానికి వచ్చిన అక్కగారితో. 'భోజనం చేసి పడుకో' అన్నదామె. సరే అంటూ బీడీ కోసం, వంకీకి తగిలించిన చొక్కా జేబులో చెయ్యి పెడుతూనే విరుచుకు పడిపోయాడు మూర్ఛతో. అతను ఆఖరిసారిగా అన్నమాట 'జాగ్రత్త జాగ్రత్త' అంతే!

అతికొద్ది కాలంలోనే తెలుగు సాహిత్య రంగాన్ని ఓ కాపు కాసిన జ్యోతి ఆరిపోయింది. అతని జేబులో మిత్రుడిచ్చిన పదణాలు తప్ప ఇంట్లో చిల్లిగవ్వ లేదు. మిత్రులు చందాలు వేసుకుని అంత్యక్రియలు జరిపించారు. ఆయన పోయిన నెల రోజులకి అన్నపూర్ణ ఆడపిల్లను ప్రసవించింది. ఆ పిల్లకు శారద అనే పేరు పెట్టుకుంది. ముగ్గురు పిల్లలతో, పేదరికంతో, భర్తలేని ఒంటరి ఆడది ఎన్ని కష్టాలు పడుతుందో అన్ని కష్టాలూ పడింది. తర్వాత నందిరాజు ఉమామహేశ్వరరావు అనే ఆయన్ని పెళ్లి చేసుకుని తెనాలి నుండి వెళ్లిపోయి, ఆ ఊరూ ఈ ఊరూ తిరిగి చివరకు నల్గొండలో స్థిరపడ్డారు. తెనాలి వదిలేసేటప్పుడు రెండో కొడుకు రాధాకృష్ణని తెనాలిలోనే ఒక కుటుంబానికి పెంచుకోవడానికి ఇచ్చింది. ఇప్పుడు అన్నపూర్ణ కూడా లేదు. అయితే పెద్ద కొడుకు నందిరాజు సుబ్రమణ్యం తిరుపతిలో వుంటున్నారు. రెండో కొడుకు నూతలపాటి రాధాకృష్ణ తెనాలిలో వుంటున్నారు. కూతురు శారద కూడా తెనాలిలోనే వుంటున్నారు. 'శారద' (నటరాజన్) మనుమలు, మనవరాళ్లూ చక్కగా చదువుకుని ఉద్యోగాల్లో స్థిరపడ్డారు. (శారద మరణానంతరం జరిగిన కథంతా తెనాలి జర్నలిస్ట్ శ్రీ బి.యల్ నారాయణ గారి ద్వారా తెలుసు కున్నాను).

శారద మరణించి అరవై అయిదు సంవత్సరాలయినా ఆయన రచనలను వెదుక్కుని చదివేవారున్నారు. ఆయన నవల 'మంచీ-చెడూ' బి.ఏ.లో పాఠ్యాంశంగా పెట్టారు. ఆయన రచనల మీద కొంత మంది యం.ఫిల్. చేశారని, చేస్తున్నారని విన్నాను. ముప్ఫయి రెండేళ్ల చిన్న జీవితంలో, దుర్భర దారిద్ర్యంలో మగ్గుతూ కూడా, కేవలం ఆరేడేళ్ల రచనా కాలంలో అతను సృష్టించిన కాలానికి నిలబడే అమూల్యమైన సాహిత్యం చూస్తే చాలా ఆశ్చర్యంగా వుంటుంది నాకు. నిజానికి ఆయన జీవితం నుండి నేర్చుకోదగిన అంశాలెన్నో వున్నాయనిపిస్తుంది. సాహిత్యాభిలాషులు తప్పక 'శారద' రచనలు చదవవలసిన అవసరం వుంది. మానవుని జీవితం అశాశ్వతం, అక్షరం శాశ్వతం.

ఓ.పి.నయ్యర్ స్వరమాంత్రికుడు

స్వర మాంత్రికుడు ఓ.పి.నయ్యర్‌ని హిందీ చిత్రసీమలో 'రిథమ్ కింగ్' అని కొంతమందీ, 'మెలోడీ కింగ్' అని కొంతమందీ అంటారు. మతి పోగొట్టి, మత్తులో ముంచే బాణీలు అలవోకగా చేయడం ఈయన ప్రత్యేకత. అందుకే సర్వేంద్రజాలికుడు అంటాను నేనాయన్ని. కావాలంటే ఆయన చేసిన పది పాటలు చూడండి మీకే అర్థమవుతుంది.

* *దీవాన హువా బాదల్ సావన్‌కి ఘటా ఛాయీ...*
* *తారీఫ్ కరూ క్యా ఉస్ కీ...*
* *ఇషారోం ఇషారోం మే దిల్ లేనే వాలీ...*
* *ఆంఖో హీ ఆఖోం మే ఇషారా హోగయా...*
* *లేకే పెహలా పెహలా ప్యార్...*
* *యేలో మై హారీ పియా...*
* *సున్ సున్ జాలిమా...*

* *యే దిల్ హై ముష్కిల్ జీనా యహా...*
* *ఉథర్ తుమ్ హసీహో ఇథర్ దిల్ జవా హై...*
* *మాంగ్ కె సాథ్ తుమ్హారా మైనే మాంగ్ లియా సంసార్...*
* *మేరా నామ్ చిన్ చిన్ చూ...*
* *దిల్ కీ ఆవాజ్ భీ సున్ మేరే ఫసానే పె నజా...*
* *జాయియే ఆప్ కహా జాయేంగే...*
* *ఆప్ కే హసీన్ రుహా పె ఆజ్ నయా నూర్ హై...*

ఇలా చెప్పుకుంటూ పోతే ఈ లిస్ట్‌కి అంతుండదు. చూశారుగా యెలాంటి పాటలో! తలుచుకుంటేనే మాధురులూరిపోతున్నాయి. ఒక్కోపాటా ఒక్కో స్లోపాయిజన్ మాత్ర. ఇంత చక్కటి బాణీలు సృష్టించిన ఓ.పి.నయ్యార్ సంగీతంలో యే విధమైన శిక్షణా తీసుకోలేదంటే ఆశ్చర్యంగా వుంటుంది. అతని కుటుంబంలో కూడా సంగీత వాసనలేమీ లేవు. తండ్రి కెమిస్ట్‌గా పనిచేస్తూ వుండేవాడు. లాయర్లూ, డాక్టర్లూ యెక్కువగా వున్న కుటుంబం. ఓ.పి.నయ్యార్ పూర్తి పేరు ఓంకార్ ప్రసాద్ నయ్యార్.

అతను లాహోర్‌లో 1926, జనవరి 16వ తేదీన పుట్టాడు. అతని బాల్యమంతా అక్కడే గడిచింది. నేడు అది పాకిస్థాన్‌లో వుంది. అతని బాల్యమంతా బాధాకరంగా గడిచింది, మూడు సంవత్సరాలు డీసెంట్రీతో బాధపడ్డాడు, మూడు సార్లు టైఫాయిడ్ బారిన పడ్డాడు, ఇవన్నీ చాలనట్టు పిచ్చికుక్క కాటుకు కూడా గురయ్యాడు. అన్నీ తట్టుకుని బతికి బయటపడ్డాడు. తల్లిదండ్రులిద్దరూ చిన్నతప్పుకు కూడా కఠినంగా శిక్షించేవాళ్లు.

ఇవన్నీ అతన్ని ఒక మొండి మనిషిగానూ, ఈగోయిస్ట్ గానూ జీవితంతో రాజీ పడని వ్యక్తి గానూ తయారు చేశాయి. లాహోర్‌లో పెరిగిన వాళ్లందరికీ ఆ ఊరంటే యెనలేని మమకారం వుంటుంది యెందుకనో! కొంత కాలానికి నయ్యార్ కుటుంబం లాహోర్ నుండీ అమృత్‌సర్‌కి మకాం మార్చారు. సహజంగానే ఓపి నయ్యార్‌కి ఇదేమీ నచ్చలా, అతను లాహోర్ మీద బెంగ పెట్టుకున్నాడు. సంగీతంలో ఫార్మల్ ట్రయినింగ్ లేకపోయినా హార్మోనియమ్ బాగా వాయించేవాడు. మొదటి నుండీ అతనికి సంగీతం మీదే దృష్టి.

లాహోర్ రేడియోలో సింగర్ గానూ, కంపోజర్ గానూ పనిచేస్తూ వుండేవాడు అదే సమయంలో సంగీతం టీచర్‌గా కూడా పని చేశాడు. కానీ ఆ ఉద్యోగం ఆట్టే

కాలం నిలవలేదు. కారణం తాను సంగీతం టీచర్‌గా పనిచేసే లేడీస్ కాలేజ్ ప్రిన్సిపాల్‌తో ప్రణయ కలాపం బట్టబయలవడం. లాహోర్ రేడియోలో సింగర్‌గా, కంపోజర్‌గా పనిచేసే రోజుల్లోనే షంషాద్ బేగంతో పరిచయం. ఆమె గొంతును అతను చాలా ఇష్టపడేవాడు. అతను ప్రయివేట్ ఆల్బమ్స్ కూడా చేస్తూ వుండేవాడు.

నయ్యర్ తనకు ఇరవై సంవత్సరాల వయసులో అంటే 1946లో సి. హెచ్.ఆత్మాతో పాడించిన 'ప్రీతమ్ ఆన్ మిలో' అనే పాట చాలా హిట్ అయింది. ఇది రాసింది నయ్యర్ భార్య సరోజ్ మోహినీ నయ్యర్. అయితే ఆ ప్రయివేట్ రికార్డ్ మీద నయ్యర్ పేరు లేదు. అది విన్న డి.యమ్. పంచోలి యేమైనా సరే ఈ పాట చేసినతనికి తన సినిమాలో ఛాన్స్ ఇచ్చి మ్యూజిక్ డైరెక్టర్‌ని చెయ్యాలి అని వెతుక్కుంటూ బయలుదేరాడు.

(ఆ తర్వాత ఇదే పాట రెండో చరణం మాత్రం తీసుకుని 'గురుదత్' సినిమా 'మిస్టర్ అండ్ మిసెస్ 55'లో మళ్లీ గీతా దత్‌తో మధురంగా పాడించాడు నయ్యర్. విరహంతో వేగిపోతున్న మధుబాల మీద చిత్రీకరించారా పాటని. మధుబాల అంటే చాలా ఇష్టం నయ్యర్‌కి. అన్నట్టు ఆ పాటలో వచ్చే ప్రీతమ్ అనే పేరు బాగా నచ్చి ఆ సినిమాలో హీరోకి అదే పేరు పెట్టుకున్నాడు గురు దత్. 'అంగూర్' అనే సినిమాలో కామెడీ కోసం మరోసారి ఈ పాటను వాడుకున్నారు).

అలా రేడియోలోనూ, ప్రయివేట్‌గానూ పాటలు కంపోజ్ చేస్తున్న నయ్యర్‌కి బొంబాయి సినీ పరిశ్రమలో నటుడిగా ప్రయత్నించాలనిపించింది. ఒక స్నేహితుడి సహాయంతో బొంబాయి చేరాడు. అక్కడ అతన్ని స్క్రీన్ టెస్ట్ చేసిన వాళ్లు నటుడుగా అతనికి భవిష్యత్తు లేదని తేల్చి చెప్పారు. దానితో అతను మ్యూజిక్ కంపోజింగ్ వేపు దృష్టి పెట్టాడు.

'కనీజ్' (1949) అనే సినిమాకి నేపథ్య సంగీతం సమకూర్చాడు. ఈలోగా ఇందాక చెప్పుకున్నాం కదా డి.యమ్.పంచోలి – ఆయన 'ఆస్మాన్' (1952) అనే సినిమాకి మ్యూజిక్ డైరెక్టర్‌గా పనిచేసే అవకాశం ఇచ్చాడు కానీ ఆ సినిమా ఫ్లాపవడంతో తనకి పేరు రాలేదు. ఆ తర్వాత వచ్చిన 'ఛమ్ ఛమా ఛమ్' గతి కూడా అదే అయ్యింది. అయితే 'ఆస్మాన్' సినిమా చేసే సమయంలో అందులో పాడిన గీతా దత్‌కి ఈయనలో మంచి ప్రతిభ దాగి వుందని అనిపించింది. దానితో ఆమె తన భర్త గురు దత్‌కి ఇతన్ని రెకమండ్ చేసింది.

గురు దత్ తమ సినిమా 'బాజ్'లో ఇతనికి అవకాశం ఇచ్చాడు కానీ అది కూడా బాక్సాఫీసు వద్ద బోల్తా కొట్టడంతో, మళ్లీ కథ మొదటికి వచ్చింది. ఒకరోజు బాజ్ చిత్రానికి రావాలిసిన డబ్బుల కోసం గురు దత్‌ని కలిస్తే, తాను ఇప్పుడు డబ్బివ్వలేననీ వరసగా తన మూడు చిత్రాలు "ఆర్ పార్, మిస్టర్ అండ్ మిసెస్ 55, సి.ఐ.డి. సినిమాలకి సంగీతం సమకూర్చమనీ, అంతా కలిపి అప్పుడే ఇస్తాననీ అన్నాడు. 'ఆర్ పార్' (1954) అతని జాతకాన్ని మార్చేసింది, యెటువంటి పాటలు చేశాడందులో! 'సున్ సున్ సున్ జాలిమా', 'యేలో మై హారీ పియా', 'బాబూజీ ధీరే చల్ నా' ఇలా గీతా, రఫీ, షంషాద్ బేగం తనూ కలిసి ప్రజలని మెస్మరైజ్ చేశారు.

'సి.ఐ.డి', 'మిస్టర్ అండ్ మిసెస్ 55'లో పాటలు కూడా సూపర్ హిట్టవ్వడంతో ఓ.పి.నయ్యర్ పేరు చిత్ర ప్రపంచంలో మారు మోగిపోయింది. పంజాబీ భాంగ్రా పద్ధతికి, స్పానిష్ ట్యూన్స్‌ని మిళాయించి ఇతను చేసే సంగీతం విపరీతంగా జనాలని ఆకర్షించసాగింది. అప్పటికే హిందీ చిత్రసీమలో లబ్ధ ప్రతిష్ఠులైన నౌషాద్, రోషన్, మదన్ మోహన్, శంకర్-జైకిషన్ మొదలైన వారిని తట్టుకుని నిలబడగలిగాడు. ముఖ్యంగా శంకర్-జైకిషన్ ద్వయం తనకి గట్టి పోటీగా తలచేవాడు.

కొంతమంది ఆయన చేసే బాణీలకి చాలావరకూ ఫీలూ రాగమే ఆధారమని, ఆయనకి సంగీతం పెద్దగా తెలియదని ఆక్షేపించినప్పటికీ, అత్యంత మధురమైన, లయతో కూడిన అతని పాటలని ప్రజలు అమితంగా ఇష్టపడ్డారు. అతనికి హార్మోనియమ్, పియానో, తబలా, డోలక్ వాయించడం వచ్చు. సారంగీతో, పియానోతో, గిటార్‌తో, వయొలిన్‌తో మాజిక్కులు చేసేవాడు. ముఖ్యంగా సారంగీని అతను వాడినంత విరివిగా యెవ్వరూ వాడలేదు. అతను గుర్రపు బగ్గీ నడకతో సృష్టించే బాణీలు శ్రోతలను ఉయ్యాలలూగించేవి. అందుకు మంచి ఉదాహరణ 'నయాదౌర్'లోని 'మాంగ్ కె సాథ్ తుమ్హారా' అనే పాట, అలాగే 'బహారో ఫిర్ భీ ఆయేగీ'లో 'ఆప్ కే హసీన్ రూహ్ పే ఆజ్ నయా నూర్ హై'లో పియానోను అద్భుతంగా వాడాడు.

ఆ రోజుల్లోనే ఒక సినిమాకు లక్ష రూపాయల అత్యధిక పారితోషికం వసూలు చేసినవాడూ, సినిమా రికార్డుల మీదా, పోస్టర్ల మీదా తన బొమ్మ వేసుకున్న ఘనుడు కూడా ఓ.పి.నయ్యరే.

1957లో నాసిర్ హుస్సేన్ 'తుమ్ సా నహి దేఖా' అనే రొమాంటిక్ సినిమా కొత్త వాళ్లయిన షమ్మీకపూర్, అమితాలతో తియ్యాలనుకున్నాడు. ఆ సినిమాకు కావలసినట్టుగా మాంచి రొమాంటిక్ బాణీలను సమకూర్చింది నయ్యరే. ఆ బాణీలకు

తగ్గట్టుగా పాడిన రఫీ, అభినయించిన షమ్మీ ఆ చిత్ర విజయాన్ని పతాక స్థాయికి తీసికెళ్లారు. అప్పటి నుండీ ఓ.పి.నయ్యర్ వెనుదిరిగి చూడలేదు. మళ్లీ ఇదే టీమ్ 1964లో వచ్చిన 'ఫిర్ వొహీ దిల్ లాయా హూం' సినిమాకి కూడా పనిచేసింది. అందులో పాటలు కూడా హిట్టే.

అయితే ఒక విచిత్రం ఆలిండియా రేడియో 1957-1967 వరకూ సుమారు ఒక దశాబ్దం పాటు ఓ.పి.నయ్యర్ పాటలు నిషేధించింది 'ట్రెండీ'గా వున్నాయనే మిషతో. అయినా నయ్యరేమీ పట్టించుకోలేదు. 1958లో 'నయాదౌర్' చిత్రానికి ఫిల్మ్ ఫేర్ బెస్ట్ మ్యూజిక్ డైరెక్టర్ అవార్డ్ వచ్చింది. ఆ సినిమాలో 'యే దేశ్ హై వీర్ జవానోంకా' అనే పాటకి ఈ అవార్డ్ వచ్చింది. అది రాసింది కూడా ఓ.పి.నయ్యరే!

ఆయన పాటల్లో వుండే విశేషమేమంటే మాధుర్యమూ, లయా పెనవేసుకుని వుంటాయి. పాటకి జవ, జీవాలు అద్దడంలో నయ్యర్ మొనగాడు. అందుకే రొమాంటిక్ గీతాలంటే నయ్యర్ వేపే చూసేవాళ్లందరూ. నయ్యర్ కొన్ని ప్రత్యేకమైన గొంతులని ఇష్టపడేవాడు. ఆడ గొంతులలో షంషాద్ బేగం, గీతా దత్, ఆశా భోంస్లేలు ఆయనకి ఇష్టమైన వాళ్లయితే... మగ గొంతులలో రఫీ అంటే ప్రాణం. ఆయన చేత హీరోలకీ, కమెడియన్స్ అయిన జానీ వాకర్, మొహమూద్‌లకు కూడా పాడించేవాడు. కామెడీ పాటలకు కూడా యుగళగీతాల్లాగా మూడు నిముషాల సమయం కేటాయించడం నయ్యర్ తోనే మొదలయింది. "జానేకహా మెరా జిగర్ గయాజీ, యే దిల్ హై ముష్కిల్ జీనా యహా' జానీ వాకర్ మీద చిత్రీకరించినవి. యెటువంటి పాటలు నిజంగా!

అయితే మెలోడీ క్వీన్ అని పిలుచుకునే లతా మంగేష్కర్ చేత తన కెరీర్‌లో ఒక్క పాట కూడా పాడించని ఘనత ఓ.పి.నయ్యర్‌దే!

కారణం యేమిటీ? అని యెవరైనా అడిగితే ఆమె గొంతులో ఆధ్యాత్మికత తొంగి చూస్తుందనీ, తను చేసే సంగీతానికి ఆమె గొంతు సూటవ్వదనీ చెప్పేవాడు. బినాకా గీత్ మాలా సమర్పించే అమీన్ సయానీ ఒక ఇంటర్వ్యూలో "లతాకీ మీకూ యేమైనా తగాదా వచ్చిందా?" అని అడిగితే "అదేమీ లేదనీ ఆమె గొంతు తన పాటలలో వుండే పెప్‌కి సరిపోదనీ" చెబుతూ "ఆశా భోంస్లే గొప్పగాయని అయితే లతానే నంబర్ వన్" అని మెచ్చుకున్నాడు.

ఇక్కడ ఓ.పి.నయ్యర్ వ్యక్తిత్వం గురించి రెండు మాటలు. అతను అహంభావి,

మొండివాడు. ఒకసారి యేదైనా నిర్ణయం తీసుకున్నాడంటే యెవరొచ్చి చెప్పినా మార్చుకోడు. ఈ గుణాల వలన అతను వ్యక్తిగత జీవితంలోనూ, వృత్తిగత జీవితంలోనూ చాలామందిని ఇబ్బంది పెట్టాడు, తనూ పడ్డాడు. తాను అత్యంత అభిమానించే సింగర్స్ అయిన మహ్మద్ రఫీతోనూ. ఆశా భోంస్లేతోనూ విభేదాలు వచ్చాయి. ఇంట్లో భార్యాబిడ్డలతో కూడా తగాదా పడి చివరిరోజులలో ఇంటి నుండి బయటకు వచ్చి తన అభిమానుల ఇంట పేయింగ్ గెస్ట్‌గా వుండాల్సి వచ్చింది.

❊ రఫీతో వివాదం

మొదటి నుండీ రఫీకీ నయ్యర్‌కీ మధ్య చక్కని అనుబంధం వుండేది. ఇద్దరి మూలాలూ పంజాబ్‌లో వుండటం ఆ అనుబంధానికి ఒక కారణం. నయ్యర్ తన నిర్మాతలకీ దర్శకులకీ స్పష్టంగా చెప్పేవాడు తన సినిమాలో పాటలన్నీ రఫీనే పాడతాడని. రఫీ కూడా 'యెంతోమంది సంగీత దర్శకులను చూశాను గానీ ఓ.పి.నయ్యర్ లాంటి వారిని చూడలేదు' అనేవాడు.

అలాంటిది 1960 ప్రాంతాలలో ఒక రోజు పాట రికార్డింగ్‌కి రఫీ రావలసిన సమయానికి రాలేకపోయాడు. చాలా ఆలస్యంగా వచ్చిన రఫీ వేరే సంగీత దర్శకుల వద్ద పాట పాడి వచ్చేటప్పుడు ట్రాఫిక్ జామ్ అయ్యిందనీ అందుకే ఆలస్యమయిందనీ క్షమించమన్నాడు. అది విన్న ఓ.పి.నయ్యర్ అగ్గిమీద గుగ్గిలం అయ్యాడు. రికార్డింగ్ కేన్సిల్ చేశాడు 'ఇకనుండి నీవు నా పాటలు పాడవలసిన అవసరం లేదు' అని రఫీని పంపేశాడు. రఫీ స్థానంలో మహేంద్ర కపూర్, ముఖేష్, కిషోర్ కుమార్‌లకు అవకాశమిచ్చాడు. కానీ మనసులో దుఃఖంగానే వుండేది.

రఫీ కూడా బాధపడి ఒక పండుగకు పూలూ మిఠాయిలూ పంపాడు, నయ్యర్ తీసుకోలేదు. తర్వాత పండక్కి రఫీ స్వయంగా మిఠాయిలు తీసుకుని నయ్యర్ ఇంటి తలుపు తట్టాడు. తలుపు తీసిన నయ్యర్ గట్టిగా కౌగలించుకున్నాడు రఫీని. ఇద్దరి కళ్లల్లోనూ కన్నీళ్లే! 'తప్పు నాదంటే నాది' అనుకున్నారిద్దరూ. దాదాపు రెండు సంవత్సరాల తర్వాత ఇద్దరూ కలిసి పాటలు చేశారు. అప్పుడు పాడిన పాట 'దిల్ కీ ఆవాజ్ భి సున్ మేరే ఫసానే పే నజా'... 'హమ్ సాయా' సినిమాలోది యెంత అద్భుతంగా వుంటుందో!

❊ ఆశాతో అనుబంధం

నయ్యర్ తన కెరీర్ మొదట్లో షంషాద్ బేగం, గీతా దత్‌లతో యెక్కువ పాటలు

పాడించేవాడు. గీతా నయ్యర్ దగ్గర మొత్తం 22 సినిమాల్లో 65 పాటలు పాడింది. అందులో 33 సోలోలు. గీతా దత్ నయ్యర్ గురించి యేమంటుందంటే "నయ్యర్ ట్యూన్ కట్టేది పదాలకి కాదు ఫీలింగ్స్‌కి" అని. ఆశాతో అనుబంధం పెంచుకున్నాక గీతా దత్ కీ, షంషాద్ బేగంకీ పాటలివ్వడం తగ్గించేశాడు నయ్యర్. ఒకసారి గీతాదత్ ఈ విషయం మీద నయ్యర్‌ని నిలదీసి అడిగి తగాదా కూడా పెట్టుకుంది, తనకు అవకాశాలివ్వడంలేదని. ఆశాతో నయ్యర్‌కి ప్రత్యేక అనుబంధం వుంది.

అతనామెకి యెక్కువ అవకాశాలిచ్చేవాడు. వారిద్దరికీ 1952లో వచ్చిన సినిమా 'ఛమ్ ఛమా ఛమ్'లో పాడినప్పటి నుండీ పరిచయం. ఆమె కెరీర్ యెదుగుదలకి నయ్యర్ చాలా సహాయపడ్డాడు. ఆమెతో చాలా మంచి పాటలు పాడించాడు. అతని దర్శకత్వంలో ఆమె మొత్తం 320 పాటలు పాడింది. అయితే 1974వ సంవత్సరంలో 'ప్రాణ్ జాయే పర్ వచన్ న జాయే' కోసం 'చైన్ సే హమ్ కో కభీ' అనే అద్భుతమైన పాట పాడాక ఆశా అతనికి గుడ్ బై చెప్పేసింది. ఇద్దరి మధ్యా యేం జరిగిందో యెవరూ నోరు విప్పలేదు. ఆ పాటని సినిమాలో కట్ చేశారు గానీ బెస్ట్ సాంగ్‌గా ఫిల్మ్ ఫేర్ అవార్డు ఇచ్చారు. అది స్వీకరించడానికి కూడా ఆశా వెళ్లలేదు. నయ్యరే తీసుకోవాలసి వచ్చింది. కారులో ఇంటికి తిరిగి వస్తూ ఆ అవార్డుని బయటికి విసిరి వేశాడు నయ్యర్. తర్వాత బయట యెక్కడైనా మాట్లాడేటప్పుడు ఆశా తన ఉన్నతికి కారకులైన వారిలో యస్.డి.బర్మన్ పేరు చెప్పేది కానీ నయ్యర్ పేరు తలిచేది కూడా కాదు. ఆశా తనను వదిలేశాక, దిల్ రాజ్ కౌర్, వాణీ జయరామ్, కవితా కృష్ణమూర్తిల చేత పాడించేవాడు. అయినా మనసులో వెలితిగానే వుండేది. హీరోయిన్లు చాలామంది మీద నయ్యర్ పాటలు చిత్రీకరింపబడినా, ఆయనకి మాత్రం తన పాటలు మధుబాల మీద చిత్రీకరించబడటం అంతులేని సంతోషాన్నిచ్చేది. ఆయన పాటలకి యెక్కువగా అభినయం చేసిన హీరోలు షమ్మీ కపూర్, జాయ్ ముఖర్జీ, దేవానంద్, గురు దత్, బిశ్వజిత్.

ఆయన పాటలకి అభినయం చేయని హీరోలు – అమితాబ్ బచ్చన్, సంజీవ్ కుమార్, రాజేష్ ఖన్నా, జితేంద్ర.

ఆయనతో యెక్కువగా పనిచేసిన పాటల రచయితలు – సాహిర్ లూథియాన్వీ, మజ్రూహ్ సుల్తాన్ పురి.

ఆ తర్వాత జాన్ నిసార్ అఖ్తర్, యస్.హెచ్.బిహారి, అహ్మద్ వాసి. అహ్మద్ వాసితో ఆయనకు చక్కని స్నేహముండేది. 1974 తర్వాత ఆయన హవా తగ్గడం

మొదలైంది. 1989లో 'నీరాజనం' అనే తెలుగు సినిమాకి సంగీత దర్శకత్వం వహించారు. అందులో కూడా చాలా మంచి పాటలున్నాయి 'నిను చూడక నేనుండలేను', 'ఘల్లు ఘల్లున గుండె ఝల్లన' అనే పాటలు సూపర్ హిట్లు. ఆయన చివరి కాలంలో చేసిన సినిమాలు 'మంగ్ని' (1992), 'నిశ్చయ్' (1992). 'జిద్' (1994) ఆయన చేసిన ఆఖరి సినిమా.

ఇక వ్యక్తిగత జీవితానికొస్తే... ఆయన భార్య పేరు సరోజ్ మోహిని నయ్యర్. 'ప్రీతమ్ ఆన్ మిలో' అనే పాట రాసిందావిడే అని చెప్పుకున్నాం కదా. వీరికి ముగ్గురు కూతుళ్లూ ఒక కొడుకు. ఆయనకు ఇద్దరు అన్నదమ్ములు. పి.పి.నయ్యర్-ఫిజీషియన్. బెంగుళూరులో వుండేవారు. జి.పి.నయ్యర్-డెంటిస్ట్. సికింద్రాబాద్‌లో వుండేవారు. తన జీవిత చరమాంకంలో బెంగుళూరూ, హైద్రాబాదూ వస్తూ పోతూ వుండేవారు నయ్యర్. అయితే ఆయనకి తన కుటుంబంతో సత్సంబంధాలు వుండేవి కాదు. ఈయన మొండి స్వభావమూ, రాజీపడని తత్త్వమూ, ఆడవాళ్ల బలహీనతా ఆయనకి కుటుంబాన్ని దూరం చేశాయి.

చివరికాయన చర్చ్ గేటు దగ్గర వున్న తన విలాసవంతమైన నివాసాన్ని వదిలి బొంబాయి శివార్లలో అభిమానుల, స్నేహితుల ఇళ్లలో (విరార్, థాణేలలో) పేయింగ్ గెస్ట్‌గా వుండసాగాడు. చివర చివర్లో హోమియో వైద్యాన్ని అధ్యయనం చేయడం లాంటి పనులు కూడా చేశాడు. టీవీలో వచ్చేకొన్ని మ్యూజిక్ షోలకి జడ్జిగా పని చేశాడు.

తన 81వ యేట జనవరి 28న 2007లో తనువు చాలించే సమయానికి ఆయన బొంబాయి శివార్లలోని థాణేలో రాణీ నఖ్వా అనే ఆవిడ కుటుంబంతో పేయింగ్ గెస్ట్‌గా వుంటున్నాడు. తన అంత్యక్రియలకు కూడా తన కుటుంబం హాజరు కాకూడదనే ఆంక్ష పెట్టాడు. ఒకనాడు హిందీ చిత్ర సీమను యేలిన సంగీత దర్శకుని శకం అలా ముగిసిపోయింది. 2013లో ప్రభుత్వం ఆయన పేరున స్టాంప్ రిలీజ్ చేసింది. ఆయన లేకపోయినా ఆయన చేసిన పాటలు వింటుంటే ఆ మాధుర్యం మనని వెంటాడుతూనే వుంటుంది. ఆ రకంగా ఆయన చిరంజీవి.

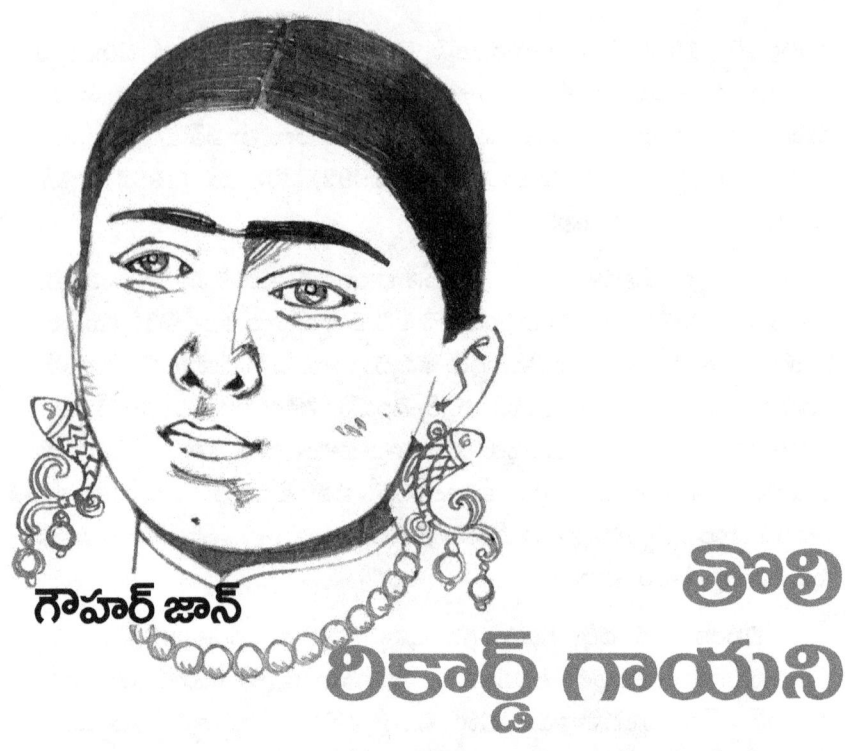

గౌహర్ జాన్

తొలి రికార్డ్ గాయని

అది 1910, ప్రాంతం కలకత్తాలోని 49 చిత్పూర్ రోడ్డంతా కోలాహలంగా వుంది. ఇంతకీ విషయమేమంటే ప్రఖ్యాత గాయనీ, నర్తకీ అయిన ఒకావిడ పెంపుడు పిల్లి నీళ్లాడింది. దానికి ఆవిడ ఇరవై వేల రూపాయలు ఖర్చుపెట్టి ఇంట్లో పెద్ద ఉత్సవం చేస్తోంది. కలకత్తా చుట్టుపక్కల వున్న పెద్ద పెద్ద విద్వాంసులూ, జమీందారులూ హాజరయ్యారు. పెంపుడు పిల్లికోసం అంత ఖర్చుపెట్టి ఆడంబరంగా వేడుక జరపడాన్ని గురించి అందరూ విడ్డూరంగా చెప్పుకున్నారు.

ఆ గాయని పేరు గౌహర్ జాన్. అసలు గౌహర్ జాన్ తీరే అంత. ఆడంబరానికీ విలాసానికీ వెనుకాడకుండా తాను ఖర్చుపెట్టడమే కాదు, తాను చేసే కచేరీలకు కూడా ఇతరుల నుండి అత్యధిక మొత్తాన్ని వసూలు చేసేది. అంతేకాదు అనేక సౌకర్యాలు సమకూర్చాలని డిమాండ్ చేసేది. ఒకసారి మధ్యప్రదేశ్‌లోని దాతియా అనే ప్రాంతానికి చెందిన మహారాజా భవానీ సింగ్ బహాదూర్ గాయనిగా గౌహర్ జాన్ పేరు ప్రతిష్ఠలు విని ఆమెను తమ దర్బారులో కచేరీ చేయమని ఆహ్వానించాడు. దాతియా ఒక చిన్న రాజ్యమని పొరపాటు పడ్డ గౌహర్ కచేరీ చేయనని తిరస్కరించింది.

అప్పుడా రాజా గారు వెస్ట్ బెంగాల్ గవర్నర్‌గా వున్న ఒక బ్రిటిషర్ సహాయంతో ఆమె మీద ఒత్తిడి తీసుకువచ్చాడు.

అప్పుడామెకు ఒప్పుకోక తప్పలేదు. అయితే ఆమె తనకి రోజుకి రెండువేల రూపాయలు చెల్లించాలనే షరతుతో పాటు, తనతో పాటు వచ్చే నూట పదకొండు మంది పరివారానికి కూడా ప్రయాణ సౌకర్యమూ, నివాస సౌకర్యమూ కల్పించాలని కోరింది. అప్పుడా మహారాజా ఆమెకూ, ఆమె పరివారానికీ ఏకంగా పదకొండు బోగీలతో వున్న ఒక ట్రెయినే పంపాడు. అదీ ఆమె విలాసం.

ఆమె ఒక్కొక్క కచేరీకీ ఆ రోజుల్లోనే వెయ్యి నుండి మూడు వేల వరకూ డిమాండ్ చేసేది.

ఆమె తొలి గ్రామఫోన్ రికార్డ్ గాయని, 78RPM రికార్డ్‌ల మీద సుమారు పది భాషలలో 600 రికార్డులు ఇచ్చింది. ఒక్కొక్క రికార్డు పాడటానికి రూ. 3000 వసూలు చేసేది. మామూలుగా కొన్ని గంటలపాటు సాగే సంగీత కచేరీని స్వారస్యం చెడకుండా గ్రామఫోన్ రికార్డు కోసం మూడున్నర నిముషాలకి కుదించి పాడటంలో గొప్ప నేర్పు చూపేది గౌహర్ జాన్, (ఇది ఆమె తర్వాత రికార్డులకి పాడిన గాయకులకు ఒక ఒరవడిగా ఉపయోగపడింది) రికార్డ్ చివరలో 'మైనేమ్ ఈజ్ గౌహర్ జాన్' అనే ప్రకటన కూడా ఆసక్తిగా వినేవారందరూ.

ఆ కాలంలో ఆమె ఫోటోలు పోస్ట్ కార్డుల మీదా అగ్గిపెట్టెల మీదా ముద్రించే వారంటేనే అర్థమవుతుంది ఆమె ఎంత పేరు ప్రఖ్యాతులు సంపాదించిందో! ఇంత వైభవంగా విలాసవంతంగా జీవితం గడిపిన గౌహర్ జాన్ అసలు పేరేమిటి? ఆమె మూలాలు యెక్కడున్నాయి? చివరి వరకూ ఆమె వైభవం కొనసాగిందా? ఆమె చివరి దశ యెలా గడిచింది? తెలుసుకుంటుంటే చాలా ఆశ్చర్యంగానూ విచిత్రంగానూ బాధగానూ కూడా వుంటుంది.

నేను గౌహర్ జాన్ పేరు సుమారు పది పదిహేనేళ్ల క్రితం యెక్కడో చదివాను. అప్పటి నుండి ఆమె గురించిన సమాచారం యెక్కడ కనిపించినా ఆసక్తిగా చదివేదాన్ని. సామల సదాశివ గారి 'మలయ మారుతాలు' పుస్తకంలో కొద్ది సమాచారం దొరికింది. కానీ విక్రమ్ సంపత్ రాసిన 'మైనేమ్ ఈజ్ గౌహర్ జాన్' పన్నెండేళ్ల క్రితం కొని చదివినప్పుడు అద్భుతంగా అనిపించింది. అతనిచ్చిన సమాచారం సమగ్రంగానూ సంపూర్ణంగానూ వుండటమే కాక అది ఒక రీసెర్చ్ థీసిస్‌కి ఏ మాత్రమూ తీసిపోకుండా

వుండటం గొప్ప విషయం. ప్రస్తుతం నేను రాస్తున్న వ్యాసానికి ఈ పుస్తకం ఒకటే కాక అంతర్జాలంలో లభిస్తున్న వ్యాసాలూ ఆమె గురించి చెప్పే వీడియోలూ, ఆమె పాడిన వీడియోలూ కూడా ఆధారం.

గౌహర్ జాన్ అసలు పేరు ఏంజలినా ఇయోవార్డ్. గౌహర్ జాన్ మూలాలు తెలుసుకోవాలంటే ఆమె అమ్మమ్మ దగ్గర నుండీ మొదలుపెట్టాలి. గౌహర్ జాన్ అమ్మమ్మ పేరు రుక్మిణి, ఆమె భారతీయురాలు. ఆమె ఇంగ్లండ్‌కి చెందిన హార్డీ హెమ్మింగ్స్‌ను వివాహం చేసుకుంది. అది జరిగింది 1855 ప్రాంతంలో. ఆ కాలంలో ఈస్టిండియా కంపెనీ తరపున భారతదేశానికి ఉద్యోగార్థులై వచ్చిన బ్రిటీషు యువకులు భారతీయ మహిళలని తాత్కాలిక వివాహం చేసుకోవడం గానీ సహజీవనం చేయడం గానీ చేసేవాళ్లు. అలా మిలటరీ ఆఫీసరైన హార్డీ హెమ్మింగ్స్ ఉత్తర ప్రదేశ్‌లోని అజామ్‌ఘర్‌లో రుక్మిణిని తాత్కాలిక వివాహం చేసుకున్నాడు. ఇద్దరు పిల్లలు జన్మించారు వారికి. రుక్మిణి మతం మార్చుకుని ఎలీజా హెమ్మింగ్స్ అయింది. వారి ఇద్దరు పిల్లలలో పెద్దపిల్ల పేరు అడీలీన్ విక్టోరియా హెమ్మింగ్స్, ముద్దు పేరు బికీ. ఈమె మన గౌహర్ జాన్ తల్లి. రెండో అమ్మాయి పేరు బేలా.

హార్డీ హెమ్మింగ్స్, రుక్మిణి చాలా అన్యోన్యంగా వుండేవారు. దురదృష్టవశాత్తూ పిల్లలు చిన్నవాళ్లుగా వున్నప్పుడే హార్డీ హెమ్మింగ్స్ కాలం చేశాడు. జరిగింది తాత్కాలిక వివాహం కావడంతో రుక్మిణికీ, పిల్లలకూ ఆస్తులేమీ దక్కలేదు. ఒక్కసారిగా కుటుంబం దిక్కులేనిదైంది. ఆర్మీ ఆఫీసర్ భార్యగా పెద్ద బంగళాలో సర్వసౌకర్యాలకు అలవాటు పడిన ఆమె హఠాత్తుగా నిరుపేదరాలై పోయింది. అజామ్‌ఘర్‌లోని డ్రై ఐస్ ఫ్యాక్టరీలో రోజువారీ కూలీగా జీవితం ప్రారంభించింది. వచ్చే ఆ కొద్ది జీతంతోనే పిల్లలిద్దరినీ ఒద్దికగా పెంచసాగింది. పెద్దపిల్ల విక్టోరియా హెమ్మింగ్స్ చిన్నప్పటి నుండి చురుకుగా వుండేది. కవితలు రాస్తూ, తియ్యని గొంతుతో పాటలు పాడుతూ వుండేది. శిక్షణా సౌకర్యాలు పెద్దగా లేకపోయినా చక్కగా పాడే ఆమెని చూసి చాలా సంతోషపడేది రుక్మిణి. అలా కొంతకాలం గడిచాక, డ్రై ఐస్ ఫ్యాక్టరీలో సూపర్వైజర్‌గా పనిచేసే రాబర్ట్ విలియమ్ ఇయోవార్డ్ అనే ఆర్మీనియన్ రుక్మిణికి పరిచయమయ్యాడు. అతనిని ఇంటికి ఆహ్వానించింది రుక్మిణి. మొదటి చూపులోనే అతనిని ఆకర్షించింది విక్టోరియా హెమ్మింగ్స్. అతనామెను 1872లో వివాహమాడాడు.

రుక్మిణికీ పిల్లలకీ కష్టాలు గట్టెక్కాయనిపించింది. విక్టోరియా హెమ్మింగ్స్ 1873 జూన్ 26వ తేదీన ఎలీన్ యాంజలీనా (Eleen Angelina Yeoward) ఇయోవార్డ్‌కి

జన్మనిచ్చింది. అందరూ కలిసి ఒకే కుటుంబంగా ఆనందంగా జీవిస్తున్నారు.

రాబర్ట్ విలియమ్ ఇయోవార్డ్‌కి దగ్గరలో వున్న వేరే ఊరిలో నీలిమందు ఫ్యాక్టరీలో సూపర్‌వైజర్ ఉద్యోగం దొరకడంతో భార్యాబిడ్డలని అజాంఘర్‌లోనే వుంచి అతనొక్కడే అటూఇటూ తిరగసాగాడు. విక్టోరియా ఖాళీ సమయాలలో పక్కనే వుంటున్న జోగేశ్వర్ భారతి అనే ఆయన దగ్గర సంగీతంలో శిక్షణ తీసుకోసాగింది, తల్లి అనుమతితో. అయితే చుట్టుపక్కల వారందరూ వీరిద్దరి సంబంధం గురించి చెవులు కొరుక్కోవడం, రాబర్ట్ చెవిని కూడా పడింది. అతనామెను కట్టడి చేయసాగాడు. ఆమె అతని మాట విన్నట్టుగానే వుంటూ అతను లేని సమయంలో జోగేశ్వర భారతిని కలవడం కొనసాగించింది. ఇది గమనించిన రాబర్ట్ ఆమెతో విడాకులు తీసుకున్నాడు. పెళ్లయిన ఏడేళ్లకే (1879) అంతా ముగిసిపోయింది.

మళ్లీ కుటుంబం దిక్కులేనిదయింది. డ్రై ఐస్ ఫాక్టరీ కూడా మూతపడటంతో రుక్మిణి చేసే ఆ చిన్న ఉద్యోగం కూడా ఊడిపోయింది. దానితో వారు కనీసావసరాల కోసం కూడా కటకటలాడిపోయారు. విక్టోరియా చెప్పే సంగీత పాఠాలు కొంతవరకూ ప్రాణాలు నిలుపుకోవడానికి ఉపయోగపడ్డాయి.

ఈలోగా యాంజలీనా సరైన తిండిలేక, ఇన్ఫెక్షన్‌కి గురై తీవ్రమైన అనారోగ్యం పాలయ్యింది. కనీస వైద్య సౌకర్యం కూడా కరువైంది. ఈ దశలో విక్టోరియా సౌందర్యం పట్ల ఆకర్షితుడైన ఖుర్షిద్ అనే ముస్లిమ్ పెద్దమనిషి, ఆ కుటుంబాన్ని ఆదుకొనడానికి ముందుకొచ్చాడు. విక్టోరియాకు బిడ్డను రక్షించుకోడానికీ, కుటుంబాన్ని కాపాడుకోవడానికీ వేరే దారిలేకపోయింది. అతనికి లొంగిపోయింది. యాంజెలినాకు మంచి చికిత్స దొరికింది. ప్రాణాపాయం నుండి బయటపడింది. కుటుంబానికి ఏ లోటూ లేకుండా జరుగుబాటు అవుతోంది. అయితే ఖుర్షిద్, విక్టోరియాల సంబంధం గురించి అజాంఘర్‌లో నివసించే చుట్టుపక్కల వారి సూటీపోటీ మాటలు తట్టుకోవడం కష్టం అనిపించి కుటుంబం అంతా దగ్గరలోని బెనారస్‌కి మకాం మార్చింది (1879). కేవలం మకాం మారడమే కాదు పేర్లు కూడా మారిపోయాయి. బెనారస్ చేరుకున్నాక విక్టోరియా ఇస్లాం మతం స్వీకరించి తన పేరు మల్కా జాన్ గానూ, యాంజలీనా పేరు గౌహర్ జాన్ గానూ మార్చింది.

ఖుర్షిద్ మల్కా జాన్‌కి పర్షియన్ భాషలోనూ, ఉర్దూలోనూ చక్కని తర్ఫీదు ఇప్పించాడు. దానితో ఆమెలో కవిత్వం చెప్పగలిగే శక్తి మరింత పదునెక్కింది. అంతేకాదు ఆమెకు సంగీతంలోనూ నాట్యంలోనూ ఉత్తమమైన గురువుల వద్ద శిక్షణ ఇప్పించడంతో

మల్కా జాన్ ఒక తిరుగులేని కళాకారిణిగా తయారయ్యింది. నెమ్మదిగా కచేరీలు చేయడం ప్రారంభించింది. ఆమె ప్రతిభ బెనారస్‌లోని రసికుల దృష్టిని ఆకర్షించింది. ఆమె పేరు ధనవంతుల ఇళ్లల్లోనూ, జమీందారుల ఇళ్లల్లోనూ మారుమోగడం మొదలైంది. ఆ రోజుల్లో కవిత్వంతోనూ, నృత్యగానాలతోనూ అలరించే స్త్రీలను 'తవాయఫ్'లు అనేవాళ్లు. వీరు వ్యభిచారులు కారు. వీరు కావాలంటే ఒక ధనవంతుడినో, రసికుడినో తాత్కాలికంగా పెళ్లి చేసుకోవచ్చు. ఈ తవాయఫ్‌లకు పెద్ద పెద్ద కోఠాలుంటాయి. ఇప్పుడు మల్కా జాన్ కూడా బెనారస్‌లో తవాయఫ్‌గా తన కొత్త జీవితం ప్రారంభించింది. బెనారస్‌లో డబ్బూ పేరూ వున్న పెద్ద మనుషులందరూ మల్కా జాన్ ప్రదర్శనల కోసం తహతహలాడిపోసాగారు.

బెనారస్ వచ్చేనాటికి గౌహర్ జాన్ ఆరేళ్ల పిల్ల. ఆమెకు అజాంఘర్ జీవితం పెద్దగా గుర్తు లేదు. ఆమెను కూడా కవిత్వంలోనూ సంగీత నాట్యాలలోనూ తీర్చిదిద్దసాగింది మల్కా జాన్. గౌహర్ కూడా మంచి ప్రతిభ కనపరచసాగింది ఈ రెండు విద్యలలోనూ.

కొంతకాలం తల్లి దగ్గర నేర్చుకున్నాక బెనారస్‌లో పేరొందిన పండిట్ బేచూ మిశ్రా వద్ద ఖయాల్, ఠుమ్రీ, టప్పా, తరానాలలో శిక్షణ తీసుకోసాగింది. బేచూ మిశ్రానే ఆమెకు సంగీతంలో మెలకువలన్నీ నేర్పి ఆమె గాయన శైలిని తీర్చిదిద్దింది. ఆ తర్వాత ఆమె అనేకమంది గురువుల వద్ద అనేక విషయాలు గ్రహించి తన ప్రతిభకు మెరుగులు దిద్దుకుంది.

తల్లీ కూతుళ్లిద్దరూ కలిసి ముజ్రాలలో పాడసాగారు. ప్రేక్షకులు యూరోపియన్ పోలికలు కలగలిసిన అద్భుత సౌందర్య రాశి గౌహర్ జాన్‌ని చూసీ, ఆమె గానం వినీ మంత్రముగ్ధులయ్యారు.

గౌహర్, మల్కా జాన్‌ల ఆర్థిక పరిస్థితి చాలా బాగుంది. ఖుర్షిద్ కూడా ఏదో చీరెల వ్యాపారం చేస్తూ వీరిని బాగా చూసుకుంటున్నాడు. ఇదే సమయంలో మల్కా జాన్ తల్లీ, గౌహర్‌కి అమ్మమ్మ అయిన రుక్మిణి కాలం చేసింది. అజాంఘర్ నుండి వీరితో పరిచయం వున్న ఆషియా బేగం తన కొడుకు భగ్లూతో కలిసి వీరి ఆశ్రయం కోరి వచ్చి, వీరికి చేదోడు వాదోడుగా ఉండసాగింది. మల్కా జాన్ భగ్లూని బాగా ఆదరించి తన సొంత కొడుకులాగే చూసుకునేది. అతను కూడా ఆమెను 'బడీమా' అని పిలిచేవాడు. అలా ఒక నాలుగు సంవత్సరాలు బెనారస్‌లో గడిపాక వారు

1883లో కలకత్తాకు మకాం వెళ్లిపోయారు. ఆ రోజుల్లో కళాకారులందరి చూపూ కలకత్తా వేపే వుండేది. ఎందుకంటే అప్పట్లో అది దేశ రాజధాని అవడం, కళలను ఆదరించే అవధ్ మహారాజు వాజిద్ ఆలీషా లక్నో విడిచి కలకత్తాలో వుంటూ వుండటం ఈ రెండూ కారణాలు. ఆయనను ఆశ్రయించి చాలామంది కళాకారులుండేవారు.

అలా గౌహర్, మల్కా జాన్‌లు ఖుర్షీద్‌తోనూ, ఆషియా బేగం, భగ్గూలతోనూ కలిసి 1883లో కలకత్తా వచ్చేశారు. మల్కా జాన్‌కి వాజిద్ ఆలీషా కొలువులో మంచి ఆదరణ లభించింది. తవాయఫ్‌గా ఆమె కీర్తి ప్రతిష్ఠలు కలకత్తా అంతటా మార్మోగసాగాయి. కలకత్తాలోని బడాబాబులందరూ ఆమె నాట్యగానాలు చూసి పరవశించి పోయారు. కలకత్తా చేరిన మూడుసంవత్సరాల లోపే మల్కా జాన్ 49 చిత్పూర్ రోడ్డులోని మూడు అంతస్థుల భవంతిని నలభైవేల రూపాయలు వెచ్చించి కొనుగోలు చేసింది. ఈనాడు దానిని చిత్పూరు రోడ్డు అనడం లేదు, రవీంద్ర సారణి అంటున్నారు.

ఇక గౌహర్ జాన్ విషయానికి వస్తే... సుమారు పదేళ్ల వయసులో కలకత్తాలో ప్రవేశించింది గౌహర్ జాన్. ఆమె తల్లి ఆమెకు నాట్య, గానాలలోనూ, కవనం అల్లడంలోనూ శిక్షణ ఇవ్వడానికి సుశిక్షితులైన పండితులను నియమించింది కలకత్తాలో. కథక్ నాట్యం నేర్పడానికి బిందాదిన్ మహరాజ్ కోరి గౌహర్‌ను తన శిష్యురాలిగా యెన్నుకున్నారు. ఆయన బిర్జూ మహరాజ్‌కి తాత వరస. ఆయన శిక్షణ చాలా కఠినంగా వుండేది. రోజుకి కనీసం పద్ధెనిమిది గంటలు సాధన చేయించేవారు. అయినా గౌహర్ సహనంతో శ్రద్ధగా నేర్చుకుంది. ఆమెకు హిందూస్థానీ సంగీతం నేర్పిన గురువులు పాటియాలా ఘరానాకు చెందిన కాలేఖాన్, కాలూ ఉస్తాద్, ఉస్తాద్ ఆలీ బక్ష్ జర్నైల్ ఖాన్ ఇంకా రబీంద్ర సంగీత్‌లో శిక్షణనిచ్చిన వారు చరణ్ దాస్. ధ్రుపద్, ధమార్‌లను నేర్పింది సృజన్ బాయ్.

ఆమె కవిత్వం రాయడంలో కూడా మంచి పట్టు చూపేది. 'హమ్ దమ్' అనే పేరుతోనూ, 'గోహర్ పియా' అనే పేరుతోనూ కవితలూ, గజల్సూ రాస్తూ వుండేది. ఈలోగా వారి జీవితాల్లో అనుకోని కష్టం వచ్చి పడింది.

కలకత్తా చేరిన తర్వాత ఖుర్షిద్ ప్రవర్తనలో మార్పు వచ్చింది. మల్కా జాన్ పట్ల యెంతో అనురాగంతో మెలిగే అతను తరచుగా ఇంటికి దూరంగా కాలం గడప సాగాడు. కొన్ని అసాంఘిక శక్తులతో సహవాసం కూడా వుండేది. అదే అతని కొంప

ముంచింది. 1885 ప్రాంతాలలో ఖుర్షిద్ హత్య చేయబడ్డాడు. ఈ వార్త మల్కా జాన్‌కు పిడుగుపాటులా తోచింది. గౌహర్ జాన్ ఇన్నాళ్లూ ఖుర్షిదే తన సొంత తండ్రి అనుకుంటూ వుంది కాబట్టి ఆమె దుఃఖానికి అంతులేకుండా పోయింది.

అదిగో సరిగ్గా అప్పుడే ఖుర్షిద్ గౌహర్ సొంత తండ్రి కాదనీ, ఆమె తండ్రి ఒక ఆర్మీనియన్ అనీ తెలియపరిచింది మల్కా జాన్. ఇది గౌహర్ పాలిట ఇంకో అశనిపాతంలా పరిణమించింది. మల్కా జాన్, గౌహర్ జాన్‌లు ఇద్దరూ నెమ్మదిగా ఆ దుఃఖం నుండి తేరుకోసాగారు. ఈలోగా ఇంకో విపత్తు యెదురయింది.

కలకత్తాలో మంచి పేరు ప్రతిష్ఠ లార్జించిన మల్కా జాన్ ఇంట నృత్యగానాలకు విందు వినోదాలకు లోటుండదు కదా. గౌహర్ జాన్‌కి సుమారు పదమూడేళ్ల వయసు వున్నప్పుడు వారింట జరిగిన ఒక ఉత్సవంలో అందరూ ఆదమరచి వున్న సమయంలో, ఒక ముసలి మహారాజా చేతిలో గౌహర్ జాన్ అత్యాచారానికి గురయ్యింది. ఫలితంగా యేమెరుగని ఆ పసిప్రాయంలో గర్భవతి అయింది. మల్కా జాన్ ఆమెను దూరప్రాంతాలకి పంపి కానుపు జరిపించింది. నెలలు నిండకుండానే ఒక ప్రాణంలేని బిడ్డను ప్రసవించిందామె. ఈ విషాదాన్నంతా మరచిపోవడానికి సంగీతాన్నే ఆశ్రయించి గౌహర్ మరింతగా తన సాధనని తీవ్రతరం చేసింది.

మల్కా జాన్ కూతురి దుఃఖాన్ని మరిపించడానికి చాలా ప్రయత్నాలు చేసేది. తనతో పాటు కచేరీలకు తీసికెళ్లేది సహ గాయనిగా. క్రమంగా ఆమెకి స్వతంత్రంగా కచేరీలు చేసే సామర్థ్యం వచ్చిందని గ్రహించి, దర్భంగా సంస్థానానికి తనకు మారుగా కచేరీ చేయమని 1887లో గౌహర్‌ని పంపింది మల్కా జాన్. దర్భంగా రాజాస్థానంలో కచేరీని అద్భుతంగా రక్తి కట్టించింది గౌహర్. దర్భంగా మహారాజా ఆమెను సముచితంగా సత్కరించడమే కాదు ఆమెను తమ ఆస్థాన విద్వాంసురాలిగా కూడా ప్రకటించాడు. ఆనాటినుండి ఆమెను అందరూ ఉత్త గౌహర్ అని కాక 'గౌహర్ జాన్' అని పిలవసాగారు.

గౌహర్ జాన్ పేరు ప్రఖ్యాతులు దేశమంతటా వ్యాపించసాగాయి. ఆమెను భారతదేశపు 'మొట్టమొదటి డాన్సింగ్ గర్ల్' అని పిలవసాగారు. అనేకమంది మహారాజాలూ, జమీందారులూ, వ్యాపారవేత్తలూ ఆమె ప్రదర్శనల కోసం తహతహ లాడేవారు.

అది సుమారు 1887వ సంవత్సరం. యవ్వనారంభ సమయంలో అందరిలాగే

ప్రేమలో పడింది గౌహర్ జాన్. బనారస్‌కి చెందిన ఛగ్గన్ రాయ్ అనే యువరాజుని చూసి ఆకర్షితురాలయింది. ఆయన కూడా ఈమె పట్ల అనురాగం చూపి బనారస్‌కి ఆహ్వానించాడు. తల్లిని కలకత్తాలో వదిలి గౌహర్ జాన్ తిరిగి బనారస్ పయనమయ్యింది. అక్కడ ఒక రెండు సంవత్సరాల పాటు చాలా ఆనందంగా గడిచింది. పరస్పరం సంగీత సాహిత్యాలకి సంబంధించిన విషయాలు పంచుకోవడంతో పాటు, ఆమె కొత్త కొత్త కవిత్వాలు కూడా అల్లుతుండడంతో కాలమెలా గడిచిందో కూడా తెలియలేదు.

కానీ మనం ఊహించనిది జరగడమే జీవితం! వీరి అనుబంధం చూసి ఓర్వలేని అతని బంధువులూ స్నేహితులూ, గౌహర్ మీద తప్పుడు కేసులు బనాయించి కోర్టుకీడ్వడమే కాక, అతనికి వేరొక అందమైన చదువుకున్న అమ్మాయిని తెచ్చి పెళ్లిచేశారు. క్రమంగా అతని ప్రవర్తనలో కూడా మార్పు వచ్చింది. గౌహర్‌తో గడిపే సమయం తగ్గిపోయింది ఏవేవో సాకులు చెప్పసాగాడు. మనసు విరిగి విసిగిపోయిన గౌహర్ 1891లో కలకత్తాకు తిరిగి వచ్చింది.

ఇక్కడ కలకత్తాలో (1888) అజాంఘర్ నుండి వచ్చి సహాయంగా వుంటున్న ఆషియా బేగం హఠాత్తుగా చనిపోయింది. ఆమె కొడుకు భగ్లూ చెడు సావాసాలు పట్టి మల్కా జాన్‌ను బాధించసాగాడు. ఖుర్షిద్‌నూ, ఆషియానూ కోల్పోయిన మల్కా జాన్‌ను ఒంటరితనం వేధిస్తోంది.

బనారస్ నుండి తిరిగి వచ్చిన గౌహర్ సంగీత సాధనలో సాంత్వన పొందు తోంది. సంగీత కచేరీలన్నింటికీ శ్రద్ధగా హాజరవుతోంది. కొత్త కొత్త విషయాలేమన్నా వుంటే గ్రహించి తన గాయన పద్ధతిని మెరుగు పరుచుకుంటూ వుండేది. ఆమె పేరు ప్రఖ్యాతులు ఉత్తర హిందూస్థానంలోనే కాక దక్షిణాదికి కూడా పాకాయి. మైసూర్ సంస్థానంలో ఆమె కచేరీ విన్న వారందరూ మంత్రముగ్ధులయ్యారు.

గ్రామఫోన్ కంపెనీ 1898 సంవత్సరంలో స్థాపితమైంది. ఫ్రెడరిక్ విలియమ్ గీస్బర్గ్ అనే ఆయన మొట్టమొదటి రికార్డింగ్ నిపుణుడు. అతను వివిధ గొంతులను రికార్డు చేశాడు. భారత దేశం వచ్చి ఇక్కడ పాటలనీ, మాటలనీ, నాటకాలనీ ఇంకా అనేక విషయాలను రికార్డుచేసి లండన్ పంపుతూ వుండేవాడు. అక్కడనుండి అవి గ్రామఫోన్ రికార్డుల మీదకి రికార్డ్ చేయబడి ఇండియాకి అమ్మకానికి తిరిగి వచ్చేవి.

1902లో గీస్బర్గ్ గౌహర్ జాన్ కచేరీ విని ముగ్ధుడయ్యాడు. ఆమెకు యెంత

జనాదరణ వుందో కూడా చూశాడు. ఆమె పాటలు రికార్డు చేసి విడుదల చేస్తే బాగా లాభాలు గడించవచ్చని అంచనా వేశాడు.

ఆమె మొట్టమొదటి రికార్డింగ్ నవంబర్ 11వ తేదీ 1902న జరిగింది. అయితే ఆమె ఒక్కొక్క రికార్డింగ్‌కి మూడువేల రూపాయలు పుచ్చుకునేది. అలా 1902 నుండి 1920 వరకూ సుమారు 600 రికార్డులు ఇరవైకి పైగా భాషలలో పాడింది. హిందుస్థానీ, బెంగాలీ, ఉర్దూ, పర్షియన్, ఇంగ్లీషు, అరబిక్, పష్తో, తమిళ్, మరాఠీ, పెషావరీ, గుజరాతీ, ఫ్రెంచ్ భాషలలోనే కాక కర్ణాటక సంగీతానికి సంబంధించిన పాటలూ, పాశ్చాత్య సంగీతానికి సంబంధించిన పాటలూ కూడా పాడేది.

ఆమె పాటలోని విశేషమేమంటే శాస్త్రీయ సంగీతానికి సంబంధించిన స్వారస్యం చెడకుండా మూడు గంటలు పైగా పాడే పాటని మూడున్నర నిముషాలకి కుదించి పాడటం. రికార్డు చివరలో 'మై నేమ్ ఈజ్ గోహర్ జాన్' అని ముద్దుగా పలకడం.

రికార్డింగ్‌కి వెళ్లేటప్పుడు ఆమె ఆహార్యం, హుందాతనం ప్రతి ఒక్కరినీ ఆకర్షించేది. ఒకసారి ధరించిన దుస్తులూ, నగలూ మరోసారి ధరించేది కాదు. బంగారు జరీతో నేసిన, లేసులతో అల్లిన ఖరీదైన గౌనులు ధరించేదని రికార్డిస్ట్ గీస్బర్గ్ పేర్కొన్నాడు. హిందూస్థానీ సంగీతానికి సంబంధించిన ధ్రుపద్, ఖయాల్, ఠుమ్రీ, కజ్రీ, చైతీ, హెూరీ, ధమార్, తరానా, భజన్ ఈ పద్ధతులన్నింటిలో ఆమె పాడింది, రికార్డులిచ్చింది. అయితే శాస్త్రీయ సంగీతానికీ, జానపద సంగీతానికీ మధ్య వారధిలా వుండే ఠుమ్రీ పాడటంలో ఆమె నిష్ణాతురాలు. ఆమె పాడిన ఠుమ్రీలలో 'ఛోడో ఛోడో మోరీ బయ్యా' అనేది ప్రసిద్ధి చెందినది.

1903లో ఆమె పాడిన రికార్డులు ఇండియాలో విడుదలయ్యాయి. హాట్ కేక్సులాగా అమ్ముడు పోయాయి. ఆమె పేరు ప్రపంచమంతా మారుమోగిపోయింది. పోస్ట్ కార్డుల మీదా (రంగుల్లోనూ, తెలుపు-నలుపుల్లోనూ కూడా ముద్రింపబడేవి), అగ్గిపెట్టెల మీదా (ఆస్ట్రియాలో తయారయ్యేవి) ఆమె ఫోటోలు చోటు చేసుకున్నాయి. అవన్నీ విపరీతంగా అమ్ముడయ్యేవి ఆమె రికార్డుల్లాగే!

ధనవంతుల ఇళ్లల్లోనే కాక, ఖరీదయిన కచేరీలకు హాజరు కాలేని మధ్యతరగతి వారి గృహాల డ్రాయింగ్ రూముల్లో కూడా గ్రామఫోన్ వినిపించసాగింది. గౌహర్ జాన్ ఇంటింటా వినిపించే పేరయిపోయింది.

అలా అజాంఘర్‌లో పేదరికంలో మగ్గిపోయి తిండికి కూడా కటకటలాడిన ఆ కుటుంబం నేడు అత్యంత ధనవంతుల జాబితాలోకి చేరింది. ఆమె విలాసవంతమైన జీవన విధానాన్ని గురించి అనేక కథలు ప్రచారంలో వుండేవి. ఆమె పెంపుడు పిల్లి పెళ్లికి పన్నెండొందల రూపాయలతో ఉత్సవం జరిపితే, ఆ పిల్లి నీళ్లాడితే ఇరవైవేలు ఖర్చుపెట్టి పెద్ద పండగ చేసింది.

ఆమెకు గుర్రపు స్వారీ అన్నా, గుర్రపు రేసులన్నా, గుర్రపు బగ్గీలో వేగంగా వీధుల్లో విహరించడమన్నా యెంతో మక్కువ. ఒకసారి అలా గుర్రపు బగ్గీలో వేగంగా వెళుతూ అప్పటి బ్రిటీష్ ఆఫీసర్‌ని దాటుకుని వెళ్లిపోతే, ఆయన ఈమెకు జరిమానా విధించాడు. ఆ జరిమానా చెల్లించి మరీ మళ్లీ మళ్లీ షికారు పోవడం ఆమె అభిజాత్యానికి ఉదాహరణ.

ఆ రోజుల్లో ఆమె ఒక్కొక్క కచేరీకీ వెయ్యి రూపాయల పారితోషికం తీసుకునేది. దాతియా సంస్థానానికి చెందిన మహారాజా కచేరీ చేయమని అభ్యర్థిస్తే, తనకీ తన 110 మంది పరివారానికీ ప్రత్యేకంగా రవాణా సౌకర్యం కల్పించమనీ, రోజుకి రెండువేల రూపాయల పారితోషికం కావాలనీ అడిగి పదకొండు భోగీల ప్రత్యేక రైలులో వెళ్లి తన మాట నెగ్గించుకున్న ఘనురాలు. ఇండోర్ మహారాజా ఆమెను కచేరీకి పిలిచి ఆమె కచేరీ చేస్తూ కూర్చున్న పీఠం కింద లక్ష వెండి రూపాయలు పరిచి ఆమెను ఘనంగా సన్మానిస్తే ఆ డబ్బంతా తిరిగి అక్కడి పేదలకి పంచేసిన దాతృత్వం కూడా ఆమెది.

ఆమె దేశమంతా తిరిగి కచేరీలు చేయసాగింది. ఉత్తర హిందూస్థాన్‌తో పాటు దక్షిణాదిని కూడా ప్రజలు ఆమెకు బ్రహ్మరథం పట్టారు. 1911లో పంచమ జార్జ్ చక్రవర్తి భారతదేశం సందర్శించినప్పుడు ఢిల్లీలో జరిగిన నృత్య గాన ప్రదర్శనలలో పాల్గొన్న కళాకారులలో గౌహర్ జాన్‌కి కూడా స్థానం లభించడం విశేషం. అప్పుడామెను బ్రిటీష్ గవర్నమెంట్ వంద బంగారు నాణేలతో సత్కరించడమే కాక ఒక స్వర్ణ పతకాన్ని కూడా బహూకరించింది. ఆమెతో పాటు గానం చేసింది అలహాబాద్‌కి చెందిన జానకీబాయి ఉరఫ్ 'ఛప్పన్ ఛురి'.

మళ్లీ ఆమె వ్యక్తిగత జీవితం గురించి చెప్పాలంటే...

1904-1905 ప్రాంతాలలో ఆమెకు అమృతలాల్ కేశవ నాయక్ అనే మరాఠీ నాటక రంగానికి చెందిన వ్యక్తి పరిచయమయ్యాడు. ఆయన నటుడు, రచయిత,

దర్శకుడు, నాటకకర్త, గాయకుడు. ఆయనకీ గౌహర్ జాన్‌కీ చక్కటి సయోధ్య కుదిరింది. ఇద్దరూ సాహిత్య సంగీత విషయాలను ఒకరితో ఒకరు పంచుకునేవారు. ఇరువురూ తాము ఒకరికొకరు సరియైన జోడి అని భావించారు. గౌహర్ కలకత్తా విడిచి యెక్కువ కాలం బొంబాయిలో అమృతలాల్ సమక్షంలో గడపసాగింది. ఇంతలో హఠాత్తుగా ఆమె తల్లి మల్కా జాన్ ఆరోగ్యం క్షీణించసాగింది. గౌహర్ జాన్ కలకత్తా తిరిగి వచ్చి తల్లిని జాగ్రత్తగా చూసుకోసాగింది. కానీ విధిరాతనెవరూ తప్పించలేరని మరోసారి రుజువైంది.

1906 జూన్ నెలలో యాభై యేళ్ల వయసులో మల్కా జాన్ మరణించింది. ఆ దెబ్బ నుండి కోలుకోవడానికి గౌహర్‌కి చాలాకాలం పట్టింది. ఎందుకంటే ఆమెకు మొదటి నుండి తల్లితో అనుబంధం యెక్కువ. ఆ సమయంలో అమృతలాల్ ఇచ్చిన మానసిక ధైర్యం ఆమెను మళ్లీ మనుషుల్లో పడేసింది. అమృతలాల్ కేశవ నాయక్ ఆమెను కలకత్తా నుండి బొంబాయి వచ్చెయ్యమని ఆహ్వానించాడు. ఆమె కూడా బొంబాయిలో అతనితో కలసి వుండటానికే మొగ్గుచూపి కలకత్తాలో తనకున్న ఆస్తులు కొన్నింటిని అమ్మి సొమ్ము చేసుకుంది. అలా బొంబాయి చేరిన ఆమెను ఒక సంవత్సరం తిరిగేసరికి దురదృష్టం మళ్లీ కాటేసింది.

18 జూన్ 1907లో అమృతలాల్ కేశవ నాయక్ గుండెపోటుతో హఠాత్తుగా మరణించాడు. గుండె పగిలిన గౌహర్ జాన్ బొంబాయిని వీడి తిరిగి కలకత్తా చేరుకుంది. కలకత్తా చేరిన నాటి నుండి ఆమెకు ఇంట్లో సుఖశాంతులు లేకుండా పోయాయి. ఆషియా బేగం అనే సహాయకురాలి కొడుకు భగ్లూ చిన్ననాటి నుండి మల్కా జాన్ వద్ద పెరిగాడు, ఆమెను బడీమా అని పిలిచేవాడని చెప్పుకున్నాం కదా, అతను సమస్యలు సృష్టించడం మొదలు పెట్టాడు. చెడ్డ సహవాసాలూ, చెడ్డ అలవాట్లతో అతను ఆమెకొక సమస్యగా తయారవడమే కాక, తానే ఆస్తికంతటికీ వారసుడననీ, మల్కాజాన్ సొంత కొడుకుని తానే అని కోర్టులో కేసు వేశాడు. ఆ కేసు నుండి బయట పడటానికి, మల్కా జాన్ సొంత కూతురు తానే అని ఋజువు చేసుకోవలసి వచ్చింది గౌహర్ జాన్‌కి. ఆ క్రమంలో ఆమె తన తండ్రిని, మూలాలనూ వెదుక్కుంటూ అజాంఘర్ వెళ్లింది. అక్కడనుండి తన తండ్రి అలహాబాద్‌లో వున్నాడని తెలుసుకుని అక్కడకు వెళ్లింది. చివరికి తన తండ్రిని చూసి ఎంతో ఉద్విగ్నతకి లోనయింది. విషయం చెప్పి తన పుట్టుకకు చట్టబద్ధత కల్పించమని కోరింది.

అంతా విన్న తండ్రి కొంత మూల్యం చెల్లిస్తే కానీ కోర్ట్‌కి రానన్నాడు. తండ్రి

మాటలు విన్న ఆమె హతాశురాలయి వెనుదిరిగింది. అక్కడ డబ్బు ప్రశ్న కాదు, తండ్రీ కూతుళ్ల మధ్యకు కూడా డబ్బు రావడం ఆమెను బాధించింది.

చివరకు కోర్టు ఉత్తర్వుల ప్రకారం రాబర్ట్ కోర్టుకొచ్చి తగిన సాక్ష్యాధారాలతో గౌహర్ జాన్ తన కూతురే అని నిరూపించాడు. భగ్లూ పెట్టిన కేసు వీగిపోయింది. ఈ వ్యవహారమంతా జరిగేటప్పుడు ఆమె వెనుకే అసిస్టెంట్‌గా వుండి జాగ్రత్తగా లాయర్లతో మాట్లాడి, అన్ని విషయాలూ సమర్థించినవాడు అబ్బాస్ అనే పఠాన్ యువకుడు. ఆమె కన్నా పదిపన్నెండేడ్లు చిన్నవాడు. ఆమెతో చాలా మర్యాదగానూ భయభక్తులతో మసలేవాడు. కనీసం ఆమెను కన్నెత్తి చూసేవాడు కాదు. కోర్టు వ్యవహారాలతో విసిగిపోయిన గౌహర్ జాన్‌కి ఒక నమ్మకమైన తోడు కావాలనిపించింది. అందుకు అబ్బాసే సరైన వాడనిపించింది. అక్కడే ఆమె పప్పులో కాలేసింది. అబ్బాస్ పని తంతే గారెలబుట్టలో పడినట్లయింది. ఇలా జరుగుతుందనే ఊహ కూడా లేదతనికి. 1913లో వారిద్దరూ కాంట్రాక్ట్ పెళ్లి చేసుకున్నారు. అయితే అబ్బాస్ తండ్రి చాలా తెలివైనవాడు. దీపం వుండగానే ఇల్లు చక్కబెట్టుకోవాలనుకున్నాడు. అతను తన కుటుంబం మొత్తాన్ని తీసుకువచ్చి గౌహర్ జాన్ ఇంట్లో తిష్ఠవేశాడు. మొదట్లో అంతా బాగున్నట్టే అనిపించింది. కానీ చివరికి ఆమె కళ్లు తెరచి విషయం గ్రహించేసరికి జరగవలసిన నష్టమంతా జరిగిపోయింది.

ఆమె బ్యాంక్ ఖాతాలకు రెక్కలొచ్చి యెగిరిపోయాయి, ఆస్తులు చాలావరకూ కరిగిపోయాయి. అబ్బాస్ వ్యసనాలకి బానిసయ్యాడు. మందూ మగువ లేనిదే అతనికి పొద్దుగడవడం లేదు. గౌహర్ జాన్‌కి చెందిన పెద్ద భవనంలో అబ్బాస్ బంధువులు అందరూ వుండేవాళ్లు. తన సంగీత సాధనకీ, తన ఉనికికీ ఈ బంధువుల సందడితో కుదరక ఒక చిన్న ఇంట్లో ఆమె కుదురుకుంది. ఈ చిన్న ఇంటికి అబ్బాస్ వస్తూ పోతూ వుండేవాడు, క్రమంగా అతని రాకపోకలు తగ్గిపోసాగాయి.

చివరికి అతనామెకొక పెద్ద తలనొప్పిగా మారిపోయాడు. ఇదంతా భరించలేక తన కాంట్రాక్టు మ్యారేజీని రద్దు చేయమని కోర్టునాశ్రయించింది. సమర్థులైన ప్లీడర్లని నియమించుకుంది. డబ్బు మంచి నీళ్లలాగా ఖర్చు చేయవలసి వచ్చింది. చాలారోజులు కోర్టు కేసు నడిచింది. ప్రజలందరూ విడ్డూరంగా చెప్పుకునేవారు. ఈ కేసుతో పూర్తిగా ఆమె పరువు బజార్న పడింది. చివరికెలాగో కోర్టు తీర్పు ఆమెకు అనుకూలంగా వచ్చింది. గౌహర్ జాన్ బంధ విముక్తురాలయింది. అయినా అబ్బాస్ మీద జాలితో, కృతజ్ఞతతో ఒక ఇల్లు అతనికి రాసి ఇచ్చేసింది.

ఆమె ఈ కేసునుండి బయటపడి వెనక్కుతిరిగి చూసుకుంటే చాలావరకూ ఆస్తులన్నీ అబ్బాస్ పుణ్యమా అని కరిగిపోయాయి. మిగిలిన వాటిలో కొన్ని అమ్మి లాయర్ల ఫీజులు చెల్లించవలసి వచ్చింది. ఆమె ఆర్థికంగా మానసికంగా కూడా చితికిపోయింది. జీవితం మళ్లీ మొదటికి వచ్చింది. పెద్దగా బయటకు వెళ్లడానికి ఇష్టపడేది కాదు. కచేరీలకు పిలిచే వాళ్లు కూడా తగ్గిపోయారు. కొన్నాళ్లు రూపాయకి, రెండు రూపాయలకి విద్యార్థులకి సంగీతపాఠాలు చెబుతూ కాలం గడిపేది. ఎప్పుడయినా యెవరైనా పాత పరిచయంతో కచేరీకి పిలిస్తే వెళ్లేది. విన్నవాళ్లకి ఆమె గానంలో తేడా తెలిసేది కాదు కానీ, తనలో తనకే యేదో పూడ్చలేని శూన్యం వున్నట్టు తోచేది. ఉన్న కొద్దిపాటి నగదుతోనూ, ఒక భవంతిలోని అయిదవ అంతస్తులో రెండు గదుల పోర్షన్‌లో వుండసాగింది పెద్ద పెద్ద భవంతులన్నీ కరిగిపోయాయి కోర్టు కేసుల కోసం.

మూలిగే నక్కమీద తాటికాయ పడ్డట్టుగా యెవరో ఉచిత సలహా ఇచ్చారు షేర్ మార్కెట్లో పెట్టుబడి పెడితే మంచి లాభాలు వస్తాయని! ఉన్న నగదంతా ఊడ్చి షేర్లలో పెట్టింది. అవి చావుదెబ్బ కొట్టాయి. పెట్టిన డబ్బంతా పోవటమే కాక అప్పుల పాలయ్యింది. ఆమెకు మిగిలిన నివాసాలూ, ఆభరణాలూ ఒక్కొక్కటీ కాళ్లొచ్చి నడిచి పోయాయి. అకస్మాత్తుగా ఆమెలో వార్ధక్య ఛాయలు ముసురుకున్నాయి. ఇప్పుడు గౌహర్ జానంటే పేదరికంలో మగ్గుతున్న ఒక వృద్ధ గాయని. అయినా ఆమె జీవితంలో మళ్లీ పైకి లేవాలని కొన్ని ప్రయత్నాలు చేయకపోలేదు.

డార్జిలింగ్‌లో ఎవరో ఆమె అభిమాని ఒక బంగళా ఉచితంగా ఇచ్చి సహాయం చేశాడు. అక్కడ కొంతమందికి సంగీత పాఠాలు చెబుతూ సంగీత సాధన చేస్తూ బతక సాగింది. పులిమీద పుట్రలా ఆమె దగ్గరకు సంగీతం నేర్చుకోవడానికి వచ్చే ఒక యువకునికీ ఆమెకూ సంబంధాలు అంటగట్టి ఆమెనొక వేశ్య లాగా చిత్రీకరించి గొడవ చేస్తుంటే, ఆమెకు ఆశ్రయమిచ్చిన వదాన్యుడు ఆమెని అక్కడినించి ఖాళీ చేయించాడు. ఇదంతా ఆమెను మరింత చిన్నాభిన్నం చేసి ఒంటరితనంలోకి తోసింది.

తనని ఎంతో అభిమానించే రామ్ పూర్ నవాబ్ ఆశ్రయం కోరింది. ఆయన కూడా ఒకప్పటి తన వాగ్దానాన్ని మరిచిపోకుండా ఆహ్వానించి తన ఆస్థానంలో చోటిచ్చాడు. కానీ చాలా కొద్దికాలంలోనే ఆమెను అవమానిస్తూ చిన్నచూపు చూడసాగాడు. ఆయన చేసే అవమానాన్ని తట్టుకోలేని గౌహర్ అక్కడ నుండి బొంబాయి ప్రయాణమయ్యింది (1928). బొంబాయిలోని ఒక ప్రసిద్ధ వర్తకుడు, ఆమెను అత్యంత

గౌరవించేవాడు ఆమెకు గాఢమైన అభిమాని కూడా! ఆమెను అక్కా అని పిలిచేవాడు. ఆమె కోసం ఒక ఇల్లు తీసుకుని, ఆమె చేత కొన్ని కచేరీలు చేయించేటట్టు ఆరు నెలలకి అగ్రిమెంట్ రాయించుకున్నాడు.

అలాంటి ఒక కచేరీకి హాజరైన మైసూర్ యువరాజా కంఠీరవ నరసింహ రాజ వడయార్, ఆమె గానం విని ముగ్ధుడయ్యాడు. ఆయన తన పెద్దన్న గారైన మైసూర్ మహారాజా కృష్ణరాజ వడయార్‌కి ఆమెను ఆస్థాన గాయనిగా నియమించు కోమని సిఫారస్ చేశాడు. ఇక్కడ ఆమె జీవితం చివరి మలుపు తిరిగింది.

మైసూర్ మహారాజా నుండి ఆహ్వానం అందుకున్న గౌహర్ చాలా ఆనందించింది. పూర్వం తాను మైసూర్‌లో కచేరీ చేసినప్పుడు తానందుకున్న గౌరవాలన్నీ గుర్తు తెచ్చుకుని పరవశించింది.

తనను ఇన్నాళ్లూ ఆదరించిన సేఠ్‌కు ఈ ఆహ్వానం సంగతి చెప్పి, ఇంటద్దె చెల్లించడానికి సిద్ధమయింది. అతను వద్దని వారించి, ఒక మంచి తమ్ముడిగా ఆనందంగా వీడ్కోలు చెపుతున్నానన్నాడు. సుఖంగా వుండమని శుభాకాంక్షలు పలికాడు. అంతా నిజమేనని నమ్మింది పిచ్చితల్లి.

మైసూర్‌లో ఆగస్టు 1928న ఆస్థాన గాయనిగా నెలకు 500 రూపాయల జీతానికి అడుగుపెట్టింది గౌహర్ జాన్. ఆమె ఖర్చులన్నీ అందులోనే చూసుకోవాలి. ఆమె వెంట ఒక పరిచారిక, ఒక పరిచారకుడూ అతని కుటుంబమూ కూడా మైసూర్ వచ్చాయి. వారి జీతాలూ, పోషణా అంతా ఆ అయిదొందల్లోనే.

పచ్చని కొండల మధ్య, చెట్లనీడల్లో చల్లగా వుండే చిన్న బంగళా 'దిల్ కుష్' మాత్రం ఆమెకు వసతి గృహంగా ఉచితంగా ఇచ్చారు. మానసికంగా, శారీరకంగా అలసిపోయిన గౌహర్ అక్కడ తానింక హాయిగా సేదతీరవచ్చు అని ఆశపడింది. అలా ఒక్కొక్క కచేరీకే వెయ్యిరూపాయలు తీసుకునే గౌహర్ నెలకు అయిదువందల రూపాయల మూల్యానికి అమ్ముడుపోయి విధికి తలవంచింది.

మొదటి నెల పారితోషికం అందుకున్న గౌహర్ హతాశురాలయ్యింది, ఎందుకంటే ఆ ఇచ్చే ఐదువందలలోనే ఆదాయపు పన్ను పేరిట కొంత కోత విధించడం ఆమెను చాలా బాధించింది.

తనకిచ్చే జీతంలో కోత విధించవద్దనీ, తన పనివారికి జీతం చెల్లించడానికీ,

ఇతర ఖర్చులకీ డబ్బు చాలదనీ దయచూడమనీ యెన్నో అర్జీలు పెట్టుకుంది. దేనికీ సమాధానం లేదు. మూలిగే నక్కమీద తాటికాయ పడ్డట్టు, ఆ జీతానికి కూడా నోచుకోకుండా, బొంబాయిలో ఆమెకు ఆశ్రయమిచ్చిన సేఠ్ ఆమె తనకు అద్దె చెల్లించకుండా ఎగ్గొట్టిందని కోర్టు నోటీసు పంపాడు. దానితో ఆమెకు రావలసిన జీతం ఆఫీసు నుండి సరాసరి అతనికి చెల్లించసాగారు. ఆమె సేఠ్‌ని యెంత వేడుకున్నా లాభం లేకపోయింది. మైసూర్ సంస్థానం వారు ఈ కేసుతో తమకేమీ సంబంధం లేదనీ లాయర్ సలహా తీసుకోమని సూచించి చేతులు దులుపుకున్నారు. చివరికి లీగల్ అడ్వయిజర్ ద్వారా ఆ కేసు పరిష్కారం చేసుకుంది. ఈ వ్యవహారంలో ఆమె ఆర్థికంగానూ, మానసికంగానూ చాలా కృంగిపోయింది.

ఈలోగా ఆమె కంటి చూపు బాగా దెబ్బతినడంతో బెంగుళూరు వెళ్లి, కంటికి ఆపరేషన్ చేయించుకుంది. ఆమె మైసూర్‌లో వున్న రెండు సంవత్సరాల కాలంలోనూ కేవలం మూడు కచేరీలకి మాత్రమే ఆమెకు ఆహ్వానం అందింది. వాటి తాలూకు ఆమెకు ముట్టినది మొత్తం మూడువేల రూపాయల పారితోషికమూ, మూడు వందల రూపాయల నజరానాలూ అంతే!

ఔరా విధి యెంత క్రూరమైనది! పెంపుడు పిల్లి నీళ్లాడితేనే ఇరవై వేలు ఖర్చుపెట్టి వైభవంగా ఉత్సవం జరిపిన గౌహర్ జాన్ కేవలం నెలకు ఐదువందల రూపాయలతో జీవితం గడుపుకోవలసి రావడం యెంత దుర్భరమైన విషాదం!

రోజులు గడుస్తున్న కొద్దీ ఆమెలో అశాంతి, చిరాకు యెక్కువయ్యాయి. ఆ ప్రభావమంతా పనివాళ్లమీద పడుతూ వుండేది. జనవరి 1930 మైసూర్ మహా నగరమంతా చలికి గడ్డకట్టుకుపోతోంది. గౌహర్ జాన్ జబ్బుపడింది. శారీరకమైన అనారోగ్యం కంటే మానసికమైన కుంగుబాటే యెక్కువ.

మూసిన కన్ను తెరవలేనంత జ్వరంతో సంస్థానం వారి ఆసుపత్రిలో చేరింది. పగలూ రాత్రి సేవ చేశారు ఆమె పనివాళ్లు. అయినా లాభం లేకపోయింది. జనవరి 17, 1930 గౌహర్ జాన్ కష్టాలకు శాశ్వతంగా తెరపడింది.

మొట్టమొదటి గ్రామఫోన్ గాయని, హిందూస్థానీ సంగీతపు మహారాజ్ఞీ, కలకత్తా కోయిల, తన కోసం కన్నీరు చిందించే ఒక్క కన్నైనా లేకుండా యెక్కడో మారుమూల మైసూర్‌లో ఒంటరిగా కన్నుమూసింది.

కథ అంతటితో అయిపోలేదు. ఆమె చనిపోయిన తర్వాత ఆమె దగ్గర మిగిలిన డబ్బు కోసం కొంత కాలం ఆమె భర్తగా వ్యవహరించి అన్ని విధాలా ఆమె పతనానికి కారణమైన అబ్బాస్, ఆమె తండ్రిగా కోర్టులో సాక్ష్యం చెప్పడానికి రూ॥ 9000 డబ్బడిగిన రాబర్ట్ విలియమ్ ఇయోవర్డ్ సంస్థానం వారితో ఉత్తర ప్రత్యుత్తరాలు జరపడం మానవ ప్రవృత్తి యెంతగా దిగజారగలదో తెలుపుతుంది. ఆమెతో ఏ సంబంధమూ లేని ఒకతను కూడా తాను గౌహర్ జాన్ భర్తననీ, ఆమె చనిపోయిన తర్వాత మిగిలిన ఆస్తిపాస్తులకు హక్కుదారుననీ సంస్థానం వారికి ఉత్తరం రాశాడు. వీటినన్నింటినీ మైసూర్ సంస్థానం వారు సమర్థవంతంగా యెదుర్కొని అణచి వేశారు. నిజానికి గౌహర్ జాన్ పోయిన తర్వాత ఆమె తీర్చవలసిన బాకీలు, పనివాళ్లకు చెల్లించవలసిన జీతాలు పోగా మిగిలిన డబ్బు అక్షరాలా 156 రూపాయల 13 అణాలు!

ఆమె పోయాక చాలా పత్రికలలో ఆమె గొప్పదనాన్ని కీర్తిస్తూ వ్యాసాలు వచ్చాయి. గౌహర్ జాన్ జీవితం వెలుగులు విరజిమ్ముతూ ఒక్కసారిగా నింగికెగసి రాలిపోయిన తారాజువ్వలాంటిది. ఆమె జీవితం అలా అవ్వడానికి స్వయం కృతాపరాధంతో పాటు ఈ పురుషాధిక్య ప్రపంచం ఒక ఒంటరి మహిళను వేటాడి వెంటాడి వేధించడం కూడా ఒక కారణం అనిపిస్తుంది.

నెమ్మదిగా ఆమె జ్ఞాపకం చెరిగిపోయింది. ప్రజలామెను మరిచిపోయారు. హిందూస్థానీ సంగీతలోకం ఆమెను గుర్తు చేసుకోక పోయినా, గ్రామఫోన్ రికార్డుల మీద ఆమె గొంతు 'మైనేమ్ ఈజ్ గోహర్ జాన్' అని తియ్యగా పలుకుతూనే వుంటుంది. ప్రపంచంలో యేదో ఒక మూలనుండి. ఆమె జీవితచరిత్రంతా చదివాక మన బుగ్గల మీద నుండి వెచ్చగా ఒక కన్నీటి చుక్క జారితే అదే మనం ఆమెకు ఇచ్చే నివాళి.

అంజనీబాయ్

తన అందమే తన శత్రువు

అంజనీ బాయ్ మాల్పేకర్ పాత తరానికి చెందిన ప్రసిద్ధ హిందూస్థానీ గాయని. ఆమె పాడుతుంటే ప్రేక్షకులు ఆమె గానానికీ, ఆమె సౌందర్యానికీ కూడా పరవశు లయ్యేవారు.

పెద్ద పెద్ద సంస్థానాధీశులూ, రాజులూ, యువరాజులూ ఆమె సాన్నిహిత్యం కోసం తహతహలాడిపోయేవాళ్ళు. అంతే కాదు రాజా రవివర్మ, యం.వి. ధురంధర్ లాంటి చిత్రకారులు ఆమెను మోడల్‌గా పెట్టుకుని చిత్రాలు రూపొందించారు.

ఆమె గానంలో వున్న విశిష్టత యేమంటే విలంబిత లయలో అలలు అలలుగా శ్రుతిశుద్ధంగా వినేవాళ్ల మనసులను ఉయ్యాలలూపడం. అసలు "భేండీ బజార్ ఘరానా"కు చెందిన ప్రత్యేక లక్షణమే అది అంటారు. ఇంతకీ అంజనీబాయ్ "భేండీ బజార్ ఘరానా"కు చెందిన ఉస్తాద్ నజీర్ ఖాన్ శిష్యురాలు మరి. ఈ ఘరానాకు ఆ పేరు సెంట్రల్ బొంబాయిలోని భేండీ బజార్ వలన వచ్చింది. ఈ ఘరానా స్థాపకులలో ఒకరూ, అంజనీబాయ్ గురువూ అయిన ఉస్తాద్ నజీర్ ఖాన్ ఇక్కడే నివసించేవారు.

అంజనీబాయ్ మాల్పేకర్ ఎవరు? ఆమె నేపథ్యం యెలాంటిది? సంగీతంలో

ఇంత పట్టు యెలా సాధించింది? ఆమె జీవన ప్రయాణం యెంత విచిత్రంగా సాగిందీ పరిశీలిస్తే చాలా ఆశ్చర్యంగా అనిపిస్తుంది.

అంజనీబాయ్ ఉత్తర గోవాకు చెందిన మాల్పెమ్ అనే గ్రామంలో కళావంతుల కుటుంబంలో జన్మించింది. తల్లి నబూబాయ్‌కీ, అమ్మమ్మకీ కూడా సంగీతంలో మంచి ప్రవేశం వుంది. ఆమె తాత వాసుదేవ్ మాల్పేకర్ కూడా సంగీతంలో నిష్ణాతుడే.

ఈ కళావంతుల కుటుంబాలన్నీ నృత్యంలోనూ, సంగీతంలోనూ మంచి ప్రతిభ చూపుతూ, గౌడ సారస్వత బ్రాహ్మణ కుటుంబాలు నిర్మించిన దేవాలయాలలో దేవదాసీలుగా జీవనం గడుపుతూ వుండేవారు. పందొమ్మిదో శతాబ్దం చివరలో చాలా గౌడ సారస్వత బ్రాహ్మణ కుటుంబాలు బొంబాయి చేరడంతో, వారిమీద ఆధారపడ్డ వారందరూ కూడా బొంబాయి చేరుకున్నారు. అలా చేరుకున్న వారిలో అంజనీబాయ్ కుటుంబం కూడా వుంది. ప్రఖ్యాత గాయని కిషోరి అమన్కర్, లతా మంగేష్కర్ కూడా ఈ కళావంతుల కుటుంబాలకు చెందిన వారే. వీరిరువురూ అంజనీబాయ్ శిష్యురాళ్లు కూడా.

సుమారు యెనిమిదేళ్ల వయసులో (1891) అంజనీబాయ్ ఉస్తాద్ నజీర్ ఖాన్ వద్ద గండా బంధనం చేసి శిష్యురాలిగా చేరింది. అప్పటి నుండీ రోజుకు దాదాపు పది పన్నెండు గంటలు నిష్టగా సాధన చేసేది. దాదాపు మూడున్నర సంవత్సరాలు రాగ్ యమన్ నేర్చుకుంటే, ఒకటిన్నర సంవత్సరాలు రాగ్ భైరవి నేర్చుకుంది. తర్వాత వరసగా మిగతా రాగాలూ, ఇతర విషయాలూ నేర్చుకుంది.

అలా యెనిమిది సంవత్సరాల కఠిన సాధన తర్వాత తన పదహారవ యేట 1899లో మొట్టమొదట కచేరీ చేసింది. ఆమె గానప్రతిభ, ఆమె రూపలావణ్యమూ సంగీతాభిమానులనే కాదు, సంస్థానాధీశులనూ, వ్యాపార ప్రపంచాన్నీ కూడా ఆకర్షించింది. మొదటి కచేరీలో వచ్చిన సంపాదన అయిదువేల రూపాయలూ గురువు నజీర్ ఖాన్‌కి సమర్పించి నమస్కరించింది.

ఆమె అనేక ప్రాంతాలలో కచేరీలు చేయసాగింది. ఆమె కీర్తి దేశమంతటా వ్యాపించింది. పెద్ద పెద్ద వ్యాపారస్తులూ, సంస్థానాధీశులూ, కళాపోషకులూ ఆమె సాన్నిహిత్యం కోసం పరితపించసాగారు. 1899లోనే ఆమె ప్రముఖ వ్యాపారస్తుడూ, తన అభిమానీ అయిన సేట్ వాసన్ జీ భగవాన్ దాస్ వేద్ అనే ఆయనని పెళ్లాడింది.

1901-1904 సంవత్సరాలలో చిత్రకారులు యం.వి.దురంధర్, రాజా రవివర్మలు ఆమెను మోడల్‌గా పెట్టుకుని చిత్రాలను రూపొందించారు. ధురంధర్

ఒక తైలవర్ణ చిత్రాన్ని చిత్రిస్తే, రవివర్మ "లేడీ ఇన్ ద మూన్ లైట్, లేడీ ప్లేయింగ్ స్వరబత్, మోహినీ ఆన్ ఎ స్వింగ్, ది హార్ట్ బ్రోకెన్" అనే చిత్రాలను చిత్రించారు.

1904 ప్రాంతంలో అసూయాపరులెవరో ఆమె మీద విషప్రయోగం చేశారు. తమలపాకులో విషంపెట్టి చుట్టి ఇచ్చారు. ఆమెకు అనుమానం వచ్చి ఉమ్మేసింది. ప్రాణాపాయం తప్పింది గానీ గొంతు పోయింది. సంవత్సరంపాటు పాడలేకపోయింది. ఎన్నో గుళ్లూ గోపురాలూ తిరిగింది. ఎంతోమందికి మొక్కింది. చివరికి ఆధ్యాత్మిక గురువు నారాయణ మహరాజ్ కెడగావ్ ఇచ్చిన ప్రసాదం తిన్నాక ఆమె తిరిగి పాడగలిగింది. అప్పటినుండీ ఆయన్ను తన ఆధ్యాత్మిక గురువుగా యెంచుకుంది.

ఆమె కేవలం కచేరీలకే పరిమితం కాకుండా, పండితులైన కళాకారులతోనూ, వాగ్గేయకారులతోనూ జరిగే చర్చలలో పాల్గొని తాను నేర్చుకున్న విద్యలో లోతునీ, గాఢతనీ సాధించింది. అందుకే పండిట్ విష్ణు నారాయణ్ భాత్కండే యేదైనా అరుదైన రాగాలలో రచనలు చేసేటప్పుడు ఈమెను సంప్రదించేవారట!

అయితే ఆమె అందమే ఆమెకు శాపమైంది. కచేరీ చేసిన చోటల్లా కొంతమంది మగవారు ఆమెతో అసభ్యంగా ప్రవర్తించడానికి ప్రయత్నించడం మానసికంగా ఆమెను క్రుంగదీసింది. సంగీతానికే ప్రాధాన్యత ఇవ్వాలనీ, హుందాగా ప్రవర్తించాలనీ ఆమె కోరుకునేది. ఒకసారి ఒక గవర్నర్ కొడుకు తాగి మీదబడితే తెలివిగా తప్పించుకుంది. ఒక యువరాజ పదివేలు పారితోషికం ఇస్తూ చెయ్యి పట్టుకున్నాడు. కిటికీలోంచి దూకి పారిపోయింది. ఇంకోసారి ఒక పెద్ద వ్యాపారవేత్త, కచేరీ ముగియగానే, లేచి వెళ్లే దోవకడ్డంగా నిలబడ్డాడు. ఆమె లొంగకపోయేసరికి పిస్తోలు చూపి బెదిరించబోయాడు. ఈలోగా ఆమె పరిజనం సమయస్ఫూర్తిగా "పాము పాము" అని అరవడంతో, జనం పోగయ్యారు. అతని డబ్బు అతని మొఖాన కొట్టి తప్పించుకుంది. బొంబాయిలోని మాతుంగాలో జరిగిన ఒక పెద్ద పార్టీలో రాజులూ, యువరాజులూ అందరూ చూస్తుండగానే, కచేరీ ముగింపుకు వచ్చే సమయంలో అతిథుల్లో ఒకరు ఆమె చేయి పట్టుకున్నారు. ఆమె గట్టిగా "ఇది నీ రాజ్యం కాదు బొంబాయని గుర్తు పెట్టుకో, నీ ప్రవర్తన సరిగా లేకపోతే ఫలితం అనుభవిస్తావు" అని లేచి చక్కా వచ్చేసింది.

ఇంటికి తిరిగి వచ్చాక చాలా బాధపడి, యేడ్చి, తన భర్త పాదాలంటి ప్రమాణం చేసింది "ఇకపై ప్రజల సమక్షంలో కచేరీలు చేయను" అని.

1920 ప్రాంతాలలో తన గురువు నజీర్ ఖాన్ మరణం కూడా ఆమెను కుంగదీసింది. కచేరీలు చేయాలనే ఉత్సాహం నశించింది. 1923లో బొంబాయి టౌన్ హాలులో పాడినదే ఆమె చివరి కచేరీ. అలా తన నలభయ్యవ యేట ఆమె తన సంగీత కచేరీలకు స్వస్తి చెప్పింది. భర్త చాటు భార్యగా, దేవాలయాలలో పాడుకుంటూ ప్రశాంత జీవనం గడపాలనుకుంది. కానీ, విధి వేరుగా తలచింది. 1928లో ఆమె భర్త వాసన్ జీ కాలం చేశాడు. ఆయనకి వ్యాపారంలో చాలా నష్టాలు రావడంతో వున్న ఆస్తులన్నీ అమ్మి అప్పులు తీర్చవలసి వచ్చింది.

అప్పుడు మళ్లీ సంగీతాన్ని ఆశ్రయించింది. అయితే ఈసారి సంగీత ప్రదర్శకురాలిగా కాదు సంగీత బోధకురాలిగా ప్రయాణం ప్రారంభించింది. ఎలాంటి శిష్యులని తయారు చేసిందనీ! ఒక్కొక్కరూ ఒక్కో వజ్రం. కూమారగంధర్వ, కిషోరి అమన్ కర్, "గజల్ క్వీన్" అని పిలవబడే బేగం అఖ్తర్, నైనా దేవి, లతా మంగేష్కర్ వీరందరూ ఆమె శిష్యులే.

కుమార గంధర్వ తన సంగీత ప్రతిభ అంతా ఆమె భిక్షేనంటాడు. కిషోరి అమన్ కర్ తన కంఠంలో పలికే మీండ్‌లకి కారణం ఆమేనంటుంది. బేగం అఖ్తర్ తన గజల్ గాయనంలో పదాలను యెలా పలకాలో నేర్పిందామే అని తలుచుకుంటుంది.

1958లో హిందూస్థానీ సంగీతానికి ఆమె చేసిన సేవలను గుర్తించిన ప్రభుత్వం సంగీత నాటక అకాడెమీ ఫెలోషిప్‌ని ఇచ్చి సత్కరించింది. ఈ పురస్కారం పొందిన మొట్టమొదటి స్త్రీ అంజనీబాయ్ మాల్పేకర్.

అలా హిందూస్థానీ సంగీతాన్ని సుసంపన్నం చేసిన ఆమె ఆగస్టు 7, 1974లో తన తొంభై ఒకటో యేట తనువు చాలించింది. ఆమె యవ్వనంలో వుండగా పాడిన పాటలేవీ అందుబాటులో లేవు. ఆమె శిష్యులు పాడినవి విని ఆమె గాన సామర్థ్యాన్ని అంచనా వేసుకోవడమొక్కటే మార్గం.

దాదాపు వంద సంవత్సరాల క్రితమే ఈ పురుషాధిక్య ప్రపంచాన్ని యెదుర్కొని నిలబడి తన లక్ష్యాన్ని సాధించిన ధీర మహిళ అంజనీబాయ్ మాల్పేకర్ గురించి ఈ నాటి తరం తెలుసుకోవాలిసిన అవసరం వుందని నా అభిప్రాయం. ఆమెకు నా నివాళి.

మీనా కుమారి

విషాద నాయిక

ఆలోచిస్తే మన తెలుగు నటి సావిత్రికి, హిందీ నటి మీనా కుమారికి వున్న పోలికలు, నటజీవితంలో కానివ్వండీ, వ్యక్తిగత జీవితంలో కానివ్వండీ ఆశ్చర్యమనిపిస్తుంది. ఇద్దరూ తాము నటించిన చిత్రాలలోని పాత్రలతో (1950-60 దశకాలలోని) మధ్య తరగతి కుటుంబ స్త్రీకి నమూనాగా నిలిచారు. ఇద్దరూ ఎక్కువ విషాద చిత్రాల నాయికలుగానే రాణించేవారు. ఇద్దరూ విషాద సన్నివేశాలలో గ్లిసరిన్ అవసరం లేకుండా (మరీ ఒక్క కంటి నుండే, రెండే కన్నీటి బొట్లు రాల్చడం లాంటి అతిశయోక్తులు కాదు గానీ) కన్నీరు కురిపించగల సహజ నటీమణులుగా రాణించారు. సంభాషణలు పలకడంలో ఇద్దరికీ మంచి పేరుంది.

అమితాబ్ లాంటి సూపర్ స్టార్ కూడా మీనా కుమారిలాగా ఎవరూ డైలాగ్ చెప్పలేరంటారు. ప్రముఖ నటుడు దిలీప్ కుమార్ కూడా మీనా కుమారి ముందు డైలాగ్ చెప్పడానికి జడిసేవాడంటారు. మన సావిత్రి విషయానికొస్తే యస్వీ రంగారావు 'అమ్మో సావిత్రితో నటిస్తున్నాం, జాగ్రత్తగా వుండాలి' అనే వారంటారు కదా! ప్రఖ్యాత దర్శకుడు సత్యజిత్ రాయ్ మీనాకుమారి నటన 'సాహిబ్, బీబీ ఔర్ గులామ్'లో

చూసి 'మీనా కుమారి ఉన్నత శ్రేణికి చెందిన నటీమణి' అని ప్రశంశించారంటారు. విచిత్రంగా మీనా కుమారి, సావిత్రి ఇద్దరూ రెండు పెళ్లిళ్లయి, పిల్లలున్న వ్యక్తులనే భర్తగా స్వీకరించటమే కాక, ఇద్దరూ పెళ్లయిన తర్వాత కొంతకాలం వరకు తమ వివాహాన్ని గోప్యంగా వుంచారు. మీనా కుమారి తమ వివాహమయిన విషయాన్ని ఒక సంవత్సరకాలం దాస్తే, సావిత్రి మరికాస్త ఎక్కువకాలం మూడు, నాలుగేళ్లు దాచినట్టుంది. మరణంలో కూడా ఇద్దరికీ సారూప్యత వుంది. అదేమిటంటే ఇద్దరూ మద్యపానమనే వ్యసనానికి బలయ్యి, చిన్నవయసులో మరణించడం.

మీనా కుమారి తన ముప్పై ఎనిమిదవ యేట మరణిస్తే, సావిత్రి మరణించే టప్పటికి నలభై అయిదేళ్ల వయసంటారు. ఇద్దరూ మరణించే సమయానికి భర్తల నుండి విడిగా జీవిస్తూ వుండటం కూడా విచిత్రమయిన విషయమే. ఇద్దరికీ ఒకరితో ఒకరికి పరిచయముంది, ఒకరిపట్ల ఒకరికి గౌరవముంది. మీనా కుమారి నటించిన హిందీ చిత్రాలు తెలుగులో తీసినపుడు ఆమె పాత్ర సావిత్రి వేస్తే, తెలుగులో సావిత్రి నటించిన చిత్రాలు హిందీలో తీసినపుడు ఆమె పాత్రలో మీనా కుమారి నటించింది. ఉదాహరణలు 'మిస్సమ్మ-మిస్ మేరీ, ఏక్ హీ రాస్తా-కుంకుమరేఖ' అంతేకాదు ఒక హిందీ చిత్రానికి సావిత్రిని హీరోయిన్‌గా తీసుకోమని మీనా కుమారి రికమండ్ కూడా చేసిందట. ఈ పోలికలన్నీ పక్కనబెడితే ఇద్దరూ చిత్ర ప్రపంచంలోనే కాక నిజ జీవితంలో కూడా విషాద రాణులుగా తయారవ్వడానికి కారణమేమిటీ, వారి మనస్తత్వమా? పరిస్థితులా? చిన్నతనం నుండీ కరువయిన ప్రేమాభిమానాలా? వీటన్నిటికీ సమాధానాలు కొంతవరకూ వారి జీవిత చరిత్రలను పరిశీలిస్తే అర్థమవుతాయి. మీనా కుమారి జీవితాన్ని పరిశీలిస్తే...

మీనా కుమారి బాలనటిగా సినిమాలలో ప్రవేశించింది. ఆమెను సినిమాలకు పరిచయం చేసింది సొంత తల్లీదండ్రులే. మీనా కుమారి తండ్రి పేరు ఆలీ బక్ష్. ప్రస్తుతం పాకిస్థాన్‌కి చెందిన 'బెహరా' అనే గ్రామానికి చెందినవాడు. చిన్ననాటి నుండీ సంగీతం పట్ల మక్కువ చూపేవాడు, హార్మోనియం వాయించేవాడు. అందరూ మాస్టర్ ఆలీ బక్ష్ అనేవారు. తన అదృష్టాన్ని వెతుక్కుంటూ బొంబాయి చేరి, నాటకాలలో హార్మోనియం వాయిస్తూ, సినిమాలలో కూడా చిన్నా చితకా పాత్రలు వేస్తూ, సంగీతం సమకూరుస్తూ వుండేవాడు. అప్పటికే అతనికి పెళ్లయి పిల్లలున్నారు. మీనా కుమారి తల్లి అతని రెండో భార్య. మీనా కుమారి తల్లి వేపు మూలాలు తెలుసుకుంటే చాలా ఆశ్చర్యంగా వుంటుంది. మీనా కుమారికి ప్రముఖ కవీ, రచయితా రవీంద్రనాథ్

ఠాగూర్‌తో బంధుత్వం వుంది. అదెలాగంటే మీనా అమ్మమ్మ హేమసుందరీ దేవి రవీంద్రుని సోదరుడయిన సుకుమార్ ఠాగూర్ కుమార్తె. ఆమె మొదటి భర్త చనిపోయాక మీరట్ చేరుకుని ప్యారేలాల్ అనే క్రిస్టియన్‌ని పెళ్లి చేసుకుంది. అతను ఒక ఉర్దూ పత్రికకి జర్నలిస్ట్‌గా పనిచేసేవాడు. వారి కుమార్తెలిద్దరిలో ఒకరు మీనా కుమారి అమ్మ ప్రభావతి. ప్యారేలాల్ చనిపోయాక ఆ కుటుంబం కొన్నాళ్లు కలకత్తా తిరిగి వచ్చి తర్వాత బొంబాయి చేరుకుంది.

ప్రభావతి నాటకాలలో నటిగానూ, డాన్సర్‌గానూ పనిచేస్తుండగా, ఆలీ బక్ష్‌తో పరిచయం కలిగింది. ఇద్దరూ ప్రేమలోపడి పెళ్లి చేసుకున్నారు. ప్రభావతి 'ఇక్బాల్ బేగం' అయ్యింది. వారికి వరసగా ఖుర్షీద్, మహజబీన్, మధు అనే ముగ్గురు ఆడపిల్లలు కలిగారు. ఆ మహజబీనే మన 'మీనాకుమారి'. ఆమెను చిన్నప్పుడంతా 'మున్నా' అని పిలిచేవారట. ఆమెకు ఇంకా రెండు నిక్‌నేమ్స్ వున్నాయి. భర్త కమల్ అమ్రోహీ 'మంజూ' అనేవాడు. మరోటి 'నాజ్' అనే పేరు, ఈ పేరుతోనే ఆమె కవితలూ, గజల్లూ, కథలూ రాసేది.

సరే! మళ్లీ ఆమె బాల్యానికి వద్దాం. బాల్యంలో తల్లిదండ్రుల ప్రేమ లభించని వారికి ఆ లోటు జీవితాంతం వెంటాడటమే కాక వారి జీవన గమనంలో కొన్ని బలహీనతలకు లోనయ్యేట్టు కూడా చేస్తుందనుకుంటా. మీనా కుమారి పుట్టుకా, పెంపకం, ఆమె అనుభూతులూ పరిశీలిస్తే అలాగే అనిపిస్తుంది. ఆమె తల్లిదండ్రులిద్దరూ పెద్దపిల్ల ఖుర్షీద్ తర్వాత, అబ్బాయి పుడతాడనుకుంటే నిరాశ పరుస్తూ ఆడపిల్ల మహజబీన్ పుట్టింది. హాస్పిటల్ బిల్లుకూడా కట్టలేని పరిస్థితులలో ఈ పిల్లను భారంగా భావించిన ఆలీ బక్ష్ ఒక అనాథాశ్రమం అరుగు మీద ఆ పిల్లను వదిలేసి వచ్చాడట. కొంతదూరం వెళ్లాక ఎందుకో చెవులలో ఆ పిల్ల ఏడుపు వినిపించినట్టయి వెనక్కు వచ్చి చూస్తే ఒంటి నిండా చీమలు పీకుతుంటే ఎర్రగా కందిపోయి ఏడుస్తున్న పిల్ల కనపడింది. ఆమెను ఎత్తుకుని ఇంటికి తిరిగి వచ్చాడట. ఆ చీమలు చేసిన గాయాలు అప్పుడే మానిపోయాయి. అయితే తలిదండ్రులు తనని వద్దనుకున్నారన్న విషయం చేసిన గాయం మాత్రం మీనా కుమారికి మానలేదు తను ఎంత పెద్దయినా, ఎంత పేరు తెచ్చుకున్నా!

ఆలీ బక్ష్, ఇక్బాల్ బేగంల ఆర్థిక పరిస్థితి అంతంత మాత్రంగా వుండటంతో పాటు, ఇక్బాల్ బేగం ఆరోగ్య పరిస్థితి కూడా దిగజారడంతో, పెద్ద కూతురు ఖుర్షీద్‌తో పాటు మహజబీన్ కూడా బాలనటిగా సినిమాలలో 'బేబీ మీనా' పేరుతో ప్రవేశించింది.

అలా స్కూలుకెళ్లి చదువుకోవాలిసిన నాలుగేళ్ల వయసులోనే మీనా కుమారి తన కుటుంబానికి సంపాదించి పెట్టే ఒక దిక్కయింది. ఆమెకు మొట్టమొదట అవకాశమిచ్చిన వాడు విజయ భట్. చిత్రం పేరు 'లెదర్ ఫేస్'. పారితోషికం పాతిక రూపాయలు.

ఆగస్టు ఒకటి, 1932 (1933 అని కొన్నిచోట్ల రాసుంది)వ సంవత్సరం బొంబాయిలో జన్మించిన మహజబీన్ (మీనా కుమారి) బాల్యమంతా, దాదర్ తూర్పు రైల్వే స్టేషన్ ప్రాంతంలో, దాదా సాహెబ్ ఫాల్కే రోడ్డులో, ఒకే ఒక్క చిన్న కిటికీ వున్న ఒంటి గది ఇంటిలో గడిచింది. ఒక పక్క అనాథాశ్రమం, ఇంకో పక్క రూప్ తారా స్టుడియో వుండేవి. ఆ స్టుడియో ఆవరణలో మహజబీన్ ఆడుకుంటూ వుండేది. మీనా బాల్యంలో మధుర జ్ఞాపకాలేమీ లేవు. తండ్రి ఆలీ బక్ష్ కరుకుగా, క్రమశిక్షణగా, నిర్దాక్షిణ్యంగా వుండే మనిషయితే, తల్లి ఇక్బాల్ బేగం కొంత దయగా, ప్రేమగా, నవ్వుతూ, నవ్విస్తూ వుండే మనిషి. ఇలాంటి భిన్నధృవాల్లాంటి మనుషులని బహుశా సంగీతమే కలిపి వుంటుంది అంటాడు మీనా జీవిత చరిత్ర రాసిన వినోద్ మెహతా. అయితే తల్లిదండ్రులిద్దరూ కూడా తాము కోరుకున్న మగ సంతానానికి బదులుగా పుట్టిన మహజబీన్‌ను వివక్షగానే చూసేవారు. ప్రతీ క్షణం ఆ విషయం గుర్తు చేస్తూ నీ వలన ఏం ఉపయోగం లేదు అన్నట్టుగా ప్రవర్తించేవారు. అక్క ఖుర్షీద్ అప్పటికే బాలనటిగా సినిమాలలో నటిస్తూ వుండటంతో తనని ప్రత్యేకంగా చూసేవారు. ఆమె తొడిగి వదిలేసిన బట్టలు తొడుక్కుని, ఆమె తినగా మిగిలిన మిఠాయిలు తిని (మిఠాయిలంటే మీనా కుమారికి చాలా ఇష్టం) పెరిగింది మహజబీన్. నిన్న మొన్న మిగిలిన రొట్టెల్లో, ఉల్లిపాయ, పచ్చిమిరపకాయ నంచుకుంటూ తినడం అలవాటయి అదే ఇష్టంగా మారి కూచుంది. అలాంటి రోటీని 'బాసీ రోటీ' అంటారట. బాసీ అంటే చద్దిది అన్నమాట! తర్వాతి రోజుల్లో తను కూడా సినిమాలలో చేరి సంపాదించడం మొదలెట్టాక, తల్లిదండ్రుల ప్రవర్తనలో మార్పు రావడం, తనని విలువగా చూడటం గమనించింది మహజబీన్. ఏ మనిషినీ నమ్మకూడదని ఆనాడే నిర్ణయించుకుందేమో! అంటాడు వినోద్ మెహతా.

ఆర్థిక ఇబ్బందులతో పాటు, ఇక్బాల్ బేగం అనారోగ్యం తోడయి భార్యాభర్తల మధ్య తగాదాలు రేగుతూ వుండేవి. తల్లిదండ్రుల తగాదాల మధ్య, చిన్న పిల్లలెలా నలిగిపోతారో, వారెలా బలిపశువులవుతారో తెలియడానికి మహజబీన్ బాల్యమే ఉదాహరణ. ఇలాంటి పరిస్థితులలో ఆమె నటిగా ఎలా ఎదిగిందో పరిశీలిద్దాం - నిర్మాతా, దర్శకుడూ, ప్రకాష్ స్టుడియో అధినేతా విజయ్ భట్ తొలిసారి

అవకాశమిచ్చాడు 'లెదర్ ఫేస్' అనే సినిమాలో అని చెప్పుకున్నాం కదా... అందులో జైరాజ్ అనే నటుడికి కూతురుగా నటించింది మహజబీన్. ఈత నేర్చిన చేపపిల్లలా కెమేరా ముందు భయం లేకుండా నటిస్తున్న మహజబీన్‌ని చూసి ముచ్చటపడి వరసగా తన సినిమాలలో అవకాశమిస్తూ మహజబీన్ పేరును 'బేబీ మీనా'గా మార్చాడు విజయ్ భట్. బేబీ మీనాగా ఆమె నటించిన చిత్రాలు 'అధూరి కహానీ, ఏక్ హీ ఫూల్, పూజా, నయీ రోషనీ, బెహన్, కసౌటీ, గరీబ్'. వీటిలో విజయ్ భట్ సినిమాలే ఎక్కువగా వున్నాయి. ఆమెది మధురమైన కంఠం, దానికి తండ్రి శిక్షణా, తల్లి ప్రోత్సాహం కూడా తోడయ్యింది. తనను నటించిన చిన్ననాటి చిత్రాలలో ఆమె పాటలు ఆమే పాడుకునేది చాలావరకూ. ఆమె సామర్థ్యాన్ని గమనించిన ప్రముఖ సంగీత దర్శకుడు అనిల్ బిశ్వాస్ 'బెహన్' అనే సినిమాలో ఆమె పాటలు ఆమెతోనే పాడించాడు.

మీనా కుమారి మంచి చదువరి కూడా! బడికెళ్ళి చదవకపోయినా ఇంగ్లీషు, హిందీ, ఉర్దూ భాషలను ఇంట్లో ట్యూషన్ పెట్టించి చదివించాడు అలీ బక్ష్. దానితో షూటింగుల్లో సమయం దొరికినప్పుడల్లా స్టుడియోలో ఒక మూలకెళ్ళి చదువుకుంటూ వుండేది 'రీడింగ్ మహజబీన్' అని పిలిచేవారందరూ. ఉర్దూలో చక్కని కవిత్వము, గజల్స్, కథలూ కూడా రాస్తుండేది. ఆమె కవిత్వం పుస్తకంగా వెలువడింది. తను రాసిన గజల్స్ ఖయ్యాం దర్శకత్వంలో ఆమె స్వయంగా పాడగా ఒక ఎల్.పి. రిలీజయ్యింది. బాలనటిగా ఆమె చివరి చిత్రం 'బచ్ పన్ కా ఖేల్' అయితే అక్కడితో ఆమె 'ఖేల్' ముగియలేదు. 'బేబీ మీనా' మీనా కుమారిగా యెదిగి పెద్ద పాత్రలలో నటించడం మొదలు పెట్టింది.

సాధారణంగా బాలనటులందరూ పెద్దయి ప్రముఖ నటులుగా గుర్తింపబడటం అరుదు. చాలామంది కరిగిపోయే వారి బాల్యంతో పాటు కనుమరుగవుతుంటారు. మీనా కుమారికి అలా కాకుండా వెంట వెంటనే చిత్రాలు రావడం, ఆమె మంచి నటిగా నిరూపించుకునే అవకాశం రావడం అదృష్టం. ఆమెతో పాటు బాలనటులుగా వుండి పెద్దయ్యాక నటులుగా పేరు తెచ్చుకున్న వారు 'బేబీ ముంతాజ్'గా పిలవబడిన అందాల తార 'మధుబాల', ప్రముఖ నాట్య తార 'కుకూ'.

మీనా కుమారి సంపాదనతో అలీ బక్ష్ ఆర్థిక పరిస్థితి మెరుగుపడింది. దాదర్ ప్రాంతం వదిలేసి 1946లో బాంద్రాలో చిన్న బంగ్లా కొనుక్కున్నారు. అందులో ప్రవేశించిన సుమారు పద్ధెనిమిది నెలల తరువాత 1947 మార్చిలో ఇక్బాల్ బేగం

ఊపిరితిత్తుల కేన్సర్‌తో బాధపడి మరణించింది. ఇక ఆ ముగ్గురు ఆడపిల్లలకీ ఆలీ బక్షే అమ్మానాన్నా. సుమారు 14 ఏళ్ల వయసులోనే హీరోయిన్‌గా మారిన 'మీనాకుమారి' బాలనటి నుండి సీరియస్ నటిగా యెదిగే మధ్య కాలంలో నటించినవన్నీ పౌరాణిక, జానపద చిత్రాలే.

ఆ చిత్రాలన్నిటికీ నిర్మాత, దర్శకుడు హోమీ వాడియా. ఆయనకొక స్వంత స్టుడియో కూడా వుండేది. మీనా కుమారి ముస్లిం అయినప్పటికీ 'లక్ష్మీ నారాయణ్, వీర ఘటోత్కచ్, హనుమాన్ పాతాళ్ విజయ్, శ్రీ గణేష్ మహిమ' లాంటి చిత్రాలలో చక్కటి హిందూ దేవతల పాత్రలు ధరించి ఒప్పించడం విశేషం. చివరగా ఆమె నటించిన జానపద చిత్రం పేరు 'అల్లావుద్దీన్ లాంప్' (1950). ఆ చిత్రం పెద్ద హిట్. దానికి ఆమె అందుకున్న పారితోషికం పదివేలు. దానితో ఆమె ఒక సెకండ్ హాండ్ 'ప్లిమత్' కారు కొని డ్రయివింగ్ కూడా నేర్చుకుంది. ఆ తర్వాత తనను బాలనటిగా ప్రోత్సహించిన విజయ్ భట్ పెద్దయ్యాక కూడా తన సినీ జీవితంలో మంచి బ్రేక్‌కి కారణమయ్యాడు. ఆయన తీసిన 'బైజు బావ్రా' విజయఢంకా మోగించింది. నటిగా మీనా కుమారిని, గాయకుడిగా మహ్మద్ రఫీని, సంగీత దర్శకుడిగా నౌషాద్‌ని ఒక స్థాయిలో నిలిపిన చిత్రం బైజూ బావ్రా. మీనాకుమారి విజయ పరంపర కొనసాగింది.

ఈలోపు 'తమాషా' అనే సినిమా సెట్‌లో అశోక్ కుమార్‌తో హీరోయిన్‌గా నటిస్తున్నపుడు ఆమె జీవితంలో కూడా ఒక తమాషా జరిగింది. అది ఆమె జీవితంలో ముఖ్యమయిన మలుపుకి కారణమయ్యింది. అదేమిటంటే ప్రముఖ రచయిత, కవి, దర్శకుడు, స్క్రీన్‌ప్లే రైటర్, పర్‌ఫెక్షనిస్ట్‌గా పేరొందినవాడూ, అప్పుడే తాజాగా సూపర్ హిట్టయిన 'మహల్'తో ప్రజలందరూ ఆరాధిస్తున్న కమల్ అమ్రోహిని – అశోక్ కుమార్, మీనా కుమారికి పరిచయం చేశాడు. తొలి చూపులోనే ఆమె అతని ఆకర్షణలో పడిపోయింది.

మీనా కుమారిని అంతగా ఆకర్షించిన ఈ కమాల్ అమ్రోహీ ఎవరో కొంచెం తెలుసుకుందాం. ఇతని అసలు పేరు సయ్యద్ అమీర్ హైదర్ కమాల్ నక్వీ, ఇంట్లో వాళ్లూ, దగ్గర వాళ్లూ 'చందన్ అని పిలుస్తారు. లోకానికంతటకీ కమాల్ అమ్రోహీ అనే తెలుసు. ఈయన ఆగస్టు 1వ తేదీ 1918న ఉత్తర ప్రదేశ్‌లోని, ఆగ్రా దగ్గరున్న అమ్రోహ అనే ఊరిలో జన్మించాడు (అంటే మీనా కంటే పదిహేనేళ్లు పెద్దవాడు). చిన్నప్పటి నుండీ హిందీ, ఉర్దూలలో కవితలల్లుతూ వుండేవాడు. 1938లో పై చదువులకు లాహోర్ చేరిన అతని ప్రతిభను గుర్తించి అతనిని బొంబాయి తీసుకు

వచ్చి షోహ్రాబ్ మోడీకి పరిచయం చేసినవాడు ప్రముఖ గాయకుడు కుందన్‌లాల్ సైగల్. అలా షోహ్రాబ్ మోడీ 'మినర్వా మూవీటోన్'లో చేరి 'జైలర్, పుకార్, భరోసా' చిత్రాలకు పనిచేశాడు కమాల్. ఎ.ఆర్. కర్దార్ 'షాజహాన్' చిత్రానికి కూడా పని చేశాడు. ఇతను బహుముఖ ప్రజ్ఞాశాలి. కొన్ని సినిమాలకు కథనందించాడు, కొన్నిటికి సంభాషణల రచయితగా పనిచేశాడు, కొన్నిటికి పాటలు రాశాడు, కొన్ని సినిమాలకు రచన, దర్శకత్వం కూడా నిర్వహించాడు. అలా అతను 1949లో బాంబే స్టూడియోస్ వారికి రచన, దర్శకత్వం వహించిన చిత్రం 'మహల్'. అది సూపర్ హిట్టయి అతనికి ఎనలేని పేరు ప్రఖ్యాతులు తెచ్చిపెట్టింది. నిర్మాతలు, నటీనటులు అతనితో పని చేయాలని తహతహలాడసాగారు.

మన మీనా కుమారి కూడా అతని గురించి సినీ జనాలు చెప్పుకునే మాటలు విని, అతని ఫోటో ఒక ఇంగ్లీషు పత్రికలో చూసి ఆరాధనా భావంతో వుంది. కానీ అప్పటికే అతనికి రెండు పెళ్ళిళ్లయ్యాయి. రెండో భార్య ద్వారా ముగ్గురు పిల్లలున్నారు. అతని మొదటి భార్య బిల్కీస్ బేగం. ప్రముఖ నటి నర్గిస్ తల్లి జద్దన్ బాయ్ దగ్గర సహాయకురాలిగా వుండేది. రెండో భార్య మెహమూది, ఆమెకు ఇద్దరు మొగ పిల్లలు, ఒక ఆడపిల్ల. కమాల్ అమ్రోహీ తన జీవితకాలంలో రచనా, దర్శకత్వం వహించినది నాలుగే సినిమాలు. 'మహల్, దాయిరా, పాకీజా, రజియా సుల్తానా'. ముందు చెప్పినట్లు ఈయన ఒక పర్ఫెక్షనిస్ట్, ఎంత సమయం తీసుకునైనా సరే సబ్జెక్ట్‌కి న్యాయం చేయాలనుకునే వాడు. సరే తన మీద ఆరాధనతో వున్న మీనా కుమారిని అతను పెద్దగా పట్టించుకున్నట్టు కనపడలేదు కానీ, 'తమాషా' రషెస్ చూశాక తన స్నేహితుడు, సహాయకుడు అయిన బాకర్ ఆలీతో 'ఈమెపై ఒక కన్నేసి వుంచుదాం' అన్నాడు. కమాల్ అమ్రోహీ 'ఒక కన్నేసి వుంచుదాం' అన్నాడు కానీ 'ఒక చూపు చూద్దాం' అనలేదు మీనా కుమారి గురించి. అందుకే అవకాశం వచ్చినపుడు తన పిక్చర్‌లో బుక్ చేశాడు. మఖన్ లాల్ అనే నిర్మాత కమాల్ అమ్రోహీ దర్శకత్వంలో 'అనార్కలి' అనే సినిమా తీయాలని ఉత్సాహ పడ్డాడు. హీరోయిన్‌గా అంతకు ముందు తన 'మహల్'లో నటించిన మధుబాలని బుక్ చేశారు. అయితే ఆవిడ హీరోగా దిలీప్ కుమార్‌ని బుక్ చేయాలని షరతు పెట్టడంతో ఆమెకి ఉద్వాసన చెప్పి, ఆమె స్థానంలో మీనాని బుక్ చేశాడు కమాల్ అమ్రోహి.

ఆడబోయిన తీర్థం ఎదురయినంత సంతోషపడి వెంటనే అంగీకరించి మార్చి 13, 1951న అగ్రిమెంట్ మీద సంతకం చేసింది మీనా. ఆలీ బక్ష్‌ని కూడా పారితోషికం విషయంలో సంతృప్తి పరిచి, లొకేషన్ వెదికే పని మీద ఢిల్లీ, ఆగ్రాలకు పయనమయి

వెళ్లాడు కమాల్. ఈలోగా జరిగిన సంఘటన వారిద్దరి జీవితాలలో పెను మార్పు తీసుకువస్తుందని బహుశా వారు కూడా ఊహించి వుండరు.

మీనా కుమారి ఆరోగ్యం ఎప్పుడూ అంతంత మాత్రమేనట. అలాంటిది ఆ సంవత్సరం ఏప్రిల్‌లో వచ్చిన మూడు వారాల టైఫాయిడ్‌తో చిక్కి శల్యమయితే గాలి మార్పుకని మహాబలేశ్వర్ వెళ్లారట. అక్కడ నుండి తిరిగి బొంబాయి వస్తుండగా వారు ప్రయాణించే కారు ప్రమాదానికి గురయింది. మీనా ఎడమ చేయి తీవ్రంగా దెబ్బతింది. తండ్రికి మూడు చోట్ల ఎముకలు విరిగాయి. చెల్లెలు మధు మాత్రం కొద్ది గాయాలతో బయట పడింది. ఆ సందర్భంగా పూనాలోని 'ససూన్ హాస్పిటల్'లో నాలుగు నెలలు ఉండి పోవాల్సి వచ్చింది.

మీనాకి తగిలిన గాయం తనకి చాలా ఆందోళన కలిగించింది. తిరిగి సినిమాలలో మామూలుగా పనిచేయగలుగుతానా? అనే భయాందోళనలకు గురై, నైరాశ్యంలో కూరుకుపోయింది మీనా కుమారి. చివరకు ఎలాగో ఎడమ చేతి ఉంగరం వేలు, చిటికెన వేలు వంకరతో బయట పడగలిగింది. ఆ తర్వాత నటించిన ప్రతీ సినిమాలో ఎడమ చేతి చుట్టూ దుపట్టానో, చీర కొంగునో కప్పి ఆ వైకల్యం కనపడకుండా జాగ్రత్త పడేది. ఇదంతా జరిగింది మే 21, 1951న. ఈ ప్రమాదం వార్త తెలుసుకున్న కమాల్ ఢిల్లీ నుండి బయలుదేరి నేరుగా పూనా హాస్పిటల్‌కి వచ్చాడట. అది మే 24వ తారీఖు సాయంత్రం మీనా చాలా దిగులుగా, నిస్పృహగా వుంది. తను మళ్లీ నటించగలదా? తన కలల ప్రాజెక్ట్ అనార్కలిలో తనను వుంచుతారా? ఈ విధమయిన ఆలోచనలలో మునిగిన ఆమెకు తన ముందు గుమ్మంలో ప్రత్యక్షమయిన కమాల్‌ని చూసి సంతోషంతో నోట మాట రాలేదు. 'ఆరోగ్యం ఎలా వుంది?' అని అడుగుతున్న అతనికి జవాబివ్వలేకపోయింది. ఇంతలో ఆమె సోదరి మీనా ఆహారం ఏమీ తీసుకోవడం లేదనీ చివరికి ఒక గ్లాసు బత్తాయి రసం కూడా తీసుకోవడం లేదనీ ఫిర్యాదు చేసింది కమాల్‌తో. అతను మాట్లాడకుండా స్వయంగా ఆ గ్లాసు తీసుకుని ఆమెకు తాగించాడు. ఆమె మారుమాటాడకుండా తాగేసిందట. అలా 'ఒక గ్లాసు బత్తాయి రసంతో వారి ప్రేమ మొదలయ్యింది' అంటాడు వినోద్ మెహతా. అలా కాబోయే అనార్కలీ కోసం దాదాపు ప్రతీ వారం వచ్చే అతనికీ ఆమెకీ మధ్య ప్రేమ చిగురించి, గాఢమవడానికి ఎక్కువ సమయం పట్టలేదు. ప్రతి రోజూ ఉత్తరాలు రాసుకుని వారం చివరలో ఒకరికొకరు అందజేసుకునేవారు. ఆమెకు అతనిలో సున్నితత్వమూ, మానవత్వమూ, విశ్వాసమూ, నచ్చాయి. తన ఆదర్శ పురుషుడతనే అనుకుంది. అతనికి ఆమెలోని విద్వత్తూ, స్పందించే గుణమూ, భావుకతా

నచ్చాయి. వారిద్దరూ ఒకరికొకరు సరిజోడీ అనుకున్నారు. ఆమె అతనిని 'చందన్' అని పిలవసాగింది. అతను ఆమెను 'మంజూ' అని పిలవసాగాడు. చివరకు హాస్పిటల్ నుండి డిశ్చార్జ్ అవుతున్నందుకు మీనా ఒకరకంగా దిగులుపడిందంటే పరిస్థితి ఊహించండి. సరే బొంబాయి తిరిగి వచ్చాక 'అనార్కలి' షూటింగ్ ప్రారంభమయింది. దానితో పాటే మొదలయ్యాయి వారి మధ్య తెల్లవార్లూ సాగే సుదీర్ఘ టెలిఫోన్ సంభాషణలు. ఆలీ భక్ష్ నిద్రపోయాక అర్ధరాత్రి మొదలయిన సంభాషణ తెల్లవారి కోడికూసాక ముగిసేదట. రెండు షెడ్యూల్స్ షూటింగయ్యాక నిర్మాత మఖన్ లాల్ దివాళా తీయడంతో 'అనార్కలీ' ఆగిపోయింది కానీ ఫోన్ సంభాషణలు ఆగలేదు.

చిత్ర పరిశ్రమ అంతా చెవులు కొరుక్కోసాగారు వీరిద్దరి వ్యవహారం గురించి. కమాల్ మీద అంతకు ముందే 'మహల్'లో పనిచేస్తున్నపుడే మనసు పారేసుకున్న నటి మధుబాల ఒకరోజు అతనిని పక్కకు పిలిచి, వున్న భార్యాబిడ్డలను వదిలేసి తనను పెళ్లిచేసుకుంటే మూడులక్షలిస్తానని ఆశ చూపిందట. కమాల్ 'నేను కథల్ని అమ్ముకుంటానే గానీ, బిడ్డలని అమ్ముకోను' అని నిరాకరించాడట. అతనికి కావలసింది కేవలం అందమొకటే కాదు భావుకతా, కవిహృదయం నిండివున్న వ్యక్తి. అందుకే మీనా వేపు మొగ్గాడు అంటాడు వినోద్. వీరిద్దరి ధోరణి గమనించిన కమాల్ స్నేహితుడు బాకర్ అలీ ఇర్వురిని పెళ్లి చేసుకోమని సూచించాడు. ఇటు మీనా వేపు నుండి ఆమె చెల్లెలు మధూ కూడా అదే సలహా ఇచ్చింది. ఇద్దరూ పెళ్లి చేసుకోవడానికి నిర్ణయించుకున్నాక ఒక షరతు పెట్టింది మీనా అదేమిటంటే, తండ్రి ఆర్థిక ఇబ్బందులు తీరేదాకా, ఈ వివాహం సంగతి రహస్యంగా వుంచాలని, అలాగే అని ఒప్పుకున్న కమాల్ తను కూడా ఒక షరతు పెట్టాడు, రాత్రుళ్లు టెలిఫోన్ సంభాషణలు కొనసాగాలని. ఫిబ్రవరి 14, 1952 కేవలం ప్రేమికుల రోజే కాదు కమాల్ అమ్రోహీ, మీనా కుమారీల పెళ్లిరోజు కూడా. ప్రతి రోజూ సాయంత్రం ఫిజియోథెరపిస్ట్ దగ్గర చికిత్సకు చెల్లెలు మధుతో పాటు వెళ్లినట్టే ఆ రోజు కూడా వెళ్లిన మీనా అటు నుండి బయటకు వెళ్లి పెళ్లి చేసుకుని మళ్లీ ఏమీ ఎరగనట్టు క్లినిక్‌కు తిరిగి వచ్చి, ఇంటికి వచ్చేసింది. పెళ్లికి సాక్షులు చెల్లెలు మధు, కమాల్ స్నేహితుడు బాకర్ ఆలీ.

కానీ, కాలం అన్నివేళలా సహకరించదు. ఒక సంవత్సరం గడిచాక ఆలీ బక్ష్‌కి ఉప్పందింది. వారి టెలిఫోన్ సంభాషణలే వారిని పట్టిచ్చాయి. నిజం తెలిసిన తండ్రి నిలదీశాడు, విడాకులిచ్చెయ్యమన్నాడు. అతనిని కలవవద్దనీ, మాట్లాడవద్దనీ ఆంక్షలు పెట్టాడు. అతను తీస్తున్న 'దాయిరా' సినిమా షూటింగ్‌లో పాల్గొనడానికి వీల్లేదన్నాడు. అయితే ఇదంతా లెక్కచెయ్యని మీనా తండ్రిని కాదని, భర్త తీస్తున్న

'దాయిరా' షూటింగ్‌లో పాల్గొని వచ్చేసరికి పుట్టింటి తలుపులు శాశ్వతంగా మూసుకున్నాయి. వెంటనే ఆమె 'చందన్' వుంటున్న ఇంటి (రెంబ్రాంట్) తలుపులు తట్టింది. సాదరంగా ఆహ్వానించాడు 'చందన్' అనే కమాల్ అమ్రోహీ. ఆగస్టు 14, 1953న కమాల్ అమ్రోహీతో సంసారజీవితం ప్రారంభించింది మీనాకుమారి.

అంతకు ముందున్న భార్య ఇతని ప్రేమ వివాహం సంగతి తెలిసి తగాదా పడి పిల్లలతో అమ్రోహా వెళ్లి పోయింది. ఆమె తన జీవిత కాలంలో ఎక్కువకాలం అక్కడే గడిపింది. చందన్, మంజూల వివాహ జీవితం మొదటి రెండూ మూడేళ్లూ 'గృహమే కదా స్వర్గసీమ' అన్నట్టు సాగింది. ఖాళీ సమయాలలో ఇద్దరూ కలిసి కబుర్లు చెప్పుకోవడం, కవిత్వం చదువుకోవడం, రమ్మీ ఆడుకోవడం. సాయంత్రమయితే అతని బ్యూక్ కారులో ఏ ఇంగ్లీషు సినిమాకో వెళ్లడం... అలా ఆనందంగా గడుస్తున్నాయి రోజులు. అతను ఆమెకు సోక్రటీస్ అంతటి జ్ఞానిలాగా, ఆలీఖాన్ అంత అందంగా, ఇందిరా గాంధీ అంత తెలివిగా, రాజేష్ ఖన్నా అంత ఆకర్షణీయంగా కనపడేవాడు అంటాడు వినోద్ మెహతా. ఆమె ఎప్పుడూ తనను తాను మార్లిన్ మన్రో తోనూ, కమాల్‌ని ఆర్థర్ మిల్లర్‌తోనూ పోల్చుకునేదట. అతనూ, బాకర్ అలీ కలసి ఆమె డేట్స్, రెమ్యూనరేషన్, చిత్రాల ఎన్నికా తదితర విషయాలు చూసేవారు. ఇదివరకు ఆమె తండ్రి ఇవన్నీ చూసేవాడు. అలా ఆమె 1952 నుండి 1964 వరకూ తీరిక లేకుండా చిత్రాలలో నటిస్తూనే వుంది. నటిగా బాగా పాప్యులర్ అయింది. నటిగా ఆమె జీవితకాలంలో (బాలనటిగా మినహాయిస్తే) 77 చిత్రాలలో నటిస్తే అందులో 50 చిత్రాలు ఈ కాలంలో నటించినవే.

ఆమె నటించిన అన్ని చిత్రాల గురించీ చెప్పడం సాధ్యపడదు కానీ కొన్ని ముఖ్యమయిన వాటిని మాత్రం తలుచుకోవాలి. ఆమె నట జీవితంలో మంచి బ్రేక్ ఇచ్చిన చిత్రం విజయ్ భట్ తీసిన 'బైజు బావ్రా'. 1952లో ఈ చిత్రం విడుదలయ్యే నాటికే ఆమెకు పెళ్లయింది. ఈ చిత్రం ఆమెకు 'తార' హోదా కల్పించింది. దీనికి ఫిల్మ్‌ఫేర్ నెలకొల్పిన మొట్టమొదటి అవార్డ్ (1954) మీనా కుమారికే దక్కడం గొప్ప విశేషంగా భావిస్తారు సినీజనాలు. అంతేకాదు వరసగా రెండో సంవత్సరం కూడా ఆ అవార్డు 1953లో ఆమె నటించిన 'పరిణీత'కు దక్కింది. అప్పుడామె నిజంగా చాలా ఆనందించింది. శరత్ నవల ఆధారంగా బిమల్ రాయ్ తీసిన ఆ చిత్రం ఆమెలోని నటనా ప్రతిభను వెలికి తీసిందంటారు. ఆమె జీవితకాలంలో ఆమెకు నాలుగు సార్లు ఫిల్మ్ ఫేర్ అవార్డులు వచ్చాయి. 1. బైజు బావ్రా (1952), 2. పరిణీత (1953), 3. సాహిబ్ బీబీ అవుర్ గులామ్ (1962), 4. కాజల్ (1966).

ఆమె నటించిన చిత్రాలలో చెప్పుకోదగిన చిత్రాలు దక్షిణాది చిత్రాల రీమేక్స్ అవడం, దర్శకులు కూడా వారే అవడం విశేషం. ఉదాహరణకి 'శారద-ఇలవేల్పు-ఎల్.వి. ప్రసాద్ నిర్మాత-దర్శకుడు. ఇది సూపర్ హిట్టు. ఆమెకు చాలా మంచి పేరు తెచ్చిపెట్టింది. 'ఆజాద్-అగ్గి రాముడు-యస్.యమ్. శ్రీరాములు నాయుడు. 'మిస్ మేరీ-మిస్సమ్మ, మైభీ లడ్కీహు-నాదీ ఆడజన్మే', మై ఛుప్ రహూంగీ-మూగనోము 'దిల్ ఏక్ మందిర్-మనసే మందిరం...' ఇలా ఆమె ఒక పక్క తీరిక లేకుండా వుంటే, కమాల్ అమ్రోహీ 1953లో తీసిన 'దాయిరా' బొంబాయిలో రెండు రోజులు మాత్రమే ఆడి అటకెక్కింది. ఆ సినిమాని పూనా ఫిల్మ్ ఆర్కైవ్స్‌లో పాఠ్యాంశం కింద భద్రపరచి వుంచారు అంటారు తాజ్ దార్ అమ్రోహీ. అతనికంటూ సినిమాలు లేవు. ఎప్పుడూ సినిమా ఫీల్డ్‌లో లైమ్‌లైట్లో వుండటం ముఖ్యం లేకపోతే ప్రజలు మర్చిపోతారు, తోటి వారు విలువివ్వరు. ఇప్పుడు అతను కేవలం మీనా కుమారి డేట్స్ చూసే మేనేజర్‌లాగా అయిపోయాడు. నెమ్మదిగా వారి సంసారంలో పొరపొచ్చాలు మొదలయ్యాయి. ఆమె పట్ల అతను మొదట చూపినంత ప్రేమ చూపడం లేదనేది ఆమె ఫిర్యాదు. దాంట్లో అర్థం లేదనీ, రెండు మూడేళ్ళుగా కాపురం చేస్తున్న భార్యా భర్తలు మధ్య ప్రతి రోజూ ప్రేమకవిత్వాలు చెప్పుకోనక్కరలేదనీ, అంతా ఆమె అనవసరంగా ఊహించుకుంటోందనీ కొట్టిపారేశాడు. ఆమెకు కావలసిన 'బాసీరోటీ' కూడా ఇంట్లో దొరకడం లేదనేది ఆమె అసంతృప్తులలో ఒకటవడం విచిత్రం.

క్రమంగా వారి వివాహ జీవితం బీటలు వారడం మొదలయింది. సినిమా ఫంక్షన్లలోనూ, పిక్చర్ ప్రీమియర్లలోనూ 'ఈయన మీనా కుమారి భర్త' అని పరిచయం చేస్తుంటే అభిమానంతోనూ, ఒకరకమయిన గర్వంతోనూ వుండే కమాల్ న్యూనతపడి అక్కడ నుండి వెళ్లిపోవడం, మీనా ఒక్కతే మిగిలిపోవడం జరుగుతూ వుండేది. చిత్రాల ఎన్నిక విషయంలో కూడా కొన్ని మంచి సినిమాలు అనుకున్నవి, ఆమెకు తెలియకుండానే కమాల్ తిరస్కరించడం, ఆమెకు అది తెలిసి బాధపడటం జరుగుతుండేవి. అలా చేజారినవే బిమల్ రాయ్ 'దేవదాసు'లోని పాత్ర. గురుదత్ 'సాహెబ్ బీబీ అవుర్ గులామ్'లో పాత్ర కూడా మొదటిసారి అడిగినప్పుడు కమాల్ వీలవదు అంటే, గురు దత్ కొంతకాలం షూటింగ్ చేసి ఇతరులెవ్వరూ నచ్చక మళ్లీ నేరుగా మీనాని కలిసి అడిగితే అంగీకరించి నలభై అయిదు రోజుల కాల్షీట్లిచ్చింది. అందులోని 'ఛోటీ బహు' పాత్ర, ఆమె నట జీవితంలో మైలురాయిలాంటిది. ఈ విభేదాల గురించి నిలదీసిన మీనాతో 'నువ్వు ఒక నటిగా కాదు మహజబీన్‌గా, ఒక గృహిణిగా నా ఇంట్లోకి అడుగు పెడతానన్నావ్' అని గుర్తుచేశాడు కమాల్. 'అవున్నిజమే ఇప్పుడు

నా చేతిలో వున్న సినిమాలు పూర్తి చెయ్యాలంటే విడాకులు తీసుకోవాలయితే' అన్న మీనాకి కొన్ని షరతులు విధించాడు భర్త. అవి - సాయంత్రం 6.30కల్లా ఇంటికి రావాలి, తన మేకప్ రూమ్‌లోకి ఎవ్వరినీ రానీకూడదు, తన కారులో ఎవ్వరినీ ఎక్కించకూడదు, ఎవ్వరి కారులోనూ తానెక్కకూడదు.

సహజంగానే ప్రేమకే గానీ అధికారానికి లొంగని స్వభావం కలిగిన మీనా షరతులకి లొంగినట్టే కనిపిస్తూ, అతని షరతులకు వ్యతిరేకంగా ప్రవర్తించి అబద్ధాలు చెప్పడం మొదలెట్టింది. ఈ సమయంలో 'బెనజీర్' సినిమా సెట్స్ మీద పరిచయమయిన గుల్జార్ వలన ఆమెకు కొంత సాంత్వన లభించింది. అతనితో కవిత్వం గురించీ, గజల్స్ గురించీ ఆలోచనలు పంచుకుని ఇంట్లోని కలతలు మరిచిపోయేది. ఒకరోజు 'పింజ్రేకీ పంఛీ' సినిమా షూటింగ్ ఫిల్మ్‌స్థాన్ స్టుడియోలో జరుగుతుండగా, స్టుడియోలోకి అడుగు పెట్టిన మీనాకి కమాల్ తన మీద కాపలాగా బాకర్ ఆలీని పంపాడనీ, మేకప్ రూంలోకి ఎవ్వరినీ రానివ్వద్దన్నాడనీ తెలిసింది. అగ్గిమీద గుగ్గిలమయిన మీనా గుల్జార్‌ని తన మేకప్ రూమ్‌కి రమ్మని ఆహ్వానించింది, భయంభయంగా వస్తున్న గుల్జార్‌ని బాకరాలీ అడ్డుకున్నాడు. మీనాకీ, బాకర్ ఆలీకి మాటామాటా పెరిగింది. మీనా బాకర్ ఆలీ తన చెంపమీద కొట్టాడంటుంది. అభిమానం దెబ్బతిన్న మీనా మరి కమాల్ నివాసం 'రెంబ్రాంట్'లో అడుగు పెట్టనంది. సాయంత్రం షూటింగయ్యాక చెల్లెలు మధు, మెహమూద్ హాస్యనటుడు ఇంటికి చేరుకుంది పోలీస్ ఎస్కార్ట్‌తో. ఊరంతా వెతికి, వెతికి, మధు ఇల్లు చేరుకున్న కమాల్, మూసిన మీనా గది తలుపుల ముందునిలచి అనేక రకాలుగా బతిమాలాడు. బాకర్ ఆలీని వెంఠనే పనిలోనుండి తీసేస్తానన్నాడు, 'నువ్వు నా భార్యవి, నేను నీ భర్తని. నిన్ను తిరిగి ఇంటికి తీసుకు వెళ్లడానికి వచ్చానన్నాడు' ససేమిరా తలుపులు తెరుచుకోలేదు. ఎంతకూ తెరవని తలుపుల ముందు నిలచి ఆభిజాత్యం పుష్కలంగా వున్న కమాల్ 'ఇదే ఆఖరిసారి ఇక మళ్లీ తిరిగి రానని' చెప్పి వెళ్లిపోయాడు. అలా మార్చ్ 5, 1964న చందన్, మంజూల వివాహం విచ్ఛిన్నమయింది.

భార్యాభర్తలిద్దరి మధ్యా విభేదాలు పొడసూపినపుడు, రకరకాల ఊహాగానాలు బయలు దేరుతాయి. ఎవరిది తప్పు? అని విచారించి తీర్పులు చెప్పడానికి బయలుదేరి పోతారు కొంతమంది. కానీ వారిద్దరి మధ్య జరిగినవి, వారి పడకగది సంగతులూ, వారికి ఆ పరమాత్మకూ తప్ప వేరే వాళ్లకి ఎలా తెలుస్తాయి? తీర్పు చెప్పడానికి. కమాల్ అమ్రోహీకి, మీనా కుమారికి వచ్చిన విభేదాలు పెరిగి పెద్దవవడానికి చిత్ర

పరిశ్రమలోని రెండు గ్రూపులు ప్రధాన పాత్ర పోషించాయంటారు. అవి ఒకటి బిమల్ రాయ్, సలీల్ చౌధురి, అచలాసచ్ దేవ్ గ్రూపు. రెండు మొహమూద్, అతని భార్య మధూ గ్రూపు. ఈ రెండు గ్రూపులూ మీనాకి కమాల్ గురించి చెడ్డగా చెబితే, కమాల్‌కి మీనా గురించి చెప్పడానికి బాకర్ ఆలీ తదితరులు కృషి చేశారు. ఏది ఏమైనప్పటికీ కమాల్, మీనాకి చివరి వరకూ విడాకులివ్వలేదు. అతను 1956లో మొదలు పెట్టిన 'పాకీజా' సినిమా అతని కలల ప్రాజెక్టు, మీనా కుమారికి తను ఇవ్వబోతున్న ప్రేమ కానుకగా అనుకున్నది. వీరు విడిపోవటంతో మధ్యలోనే ఆ సినిమా ఆగిపోయింది. మీనా కుమారి అతని మీద కసి తీర్చుకోడానికి, దానిని పూర్తి చేయకూడదనుకుందని అనుకున్నారు.

1964లో మరిది మొహమూద్ ఇల్లు చేరిన మీనా తన జీవిత కాలంలో మూడు ఇళ్లు మారింది. మొదట కొంతకాలం మొహమూద్ బంధువుల ఇంటి పై భాగంలో (పారడైజ్, అంధేరీ) అయిదు నెలలు వుంది. ఆ తర్వాత ఆగస్టు 1964లో 'జానకీ కుటీర్' (జుహూ) అనే ఇంటికి మారింది. ఇక్కడ ఆమె చుట్టూ బంధువులు ఈగల్లా మూగారు. ఆమె సవతి సోదరి షమా, సోదరి మధు, కిషోర్ శర్మా, వగైరా పాతికమంది దాకా వుండేవారట. ఆమె సోదరి మధు, మొహమూద్‌కి విడాకులిచ్చి, కిషోర్ శర్మని పెళ్లాడి వచ్చి జానకీ కుటీర్‌లో వుండసాగింది. అతను మీనాతో కూడా సన్నిహితంగా మెలుగుతూ ఆమె డేట్స్‌ని చూస్తూ వుండేవాడు, భర్తతో విడిపోయాక సుమారు అయిదు సంవత్సరాలు అక్కడ గడిపాక 1969లో చివరగా కార్టర్ రోడ్‌లోని 'లాండ్ మార్క్' అనే భవనం పదకొండవ అంతస్తులోని అపార్ట్‌మెంట్ కొనుగోలు చేసి, తన అభిరుచికి అనుగుణంగా తీర్చిదిద్దుకుని చివరివరకూ అక్కడే వుంది.

భర్తను వదిలేసి బయటకు వచ్చిన యెనిమిది సంవత్సరాలలో ఆమె జీవితం చాలా మలుపులు తిరిగింది. కమాల్‌తో సుదీర్ఘంగా సాగిన ఫోన్ సంభాషణల వల్ల సంక్రమించిన 'నిద్రలేమి' అనే వ్యాధికి మందుగా డా॥సయ్యద్ తిముర్జా ప్రిస్క్రయిబ్ చేసిన ఒక పెగ్గు బ్రాంది, ఆమె జీవితాన్ని క్రమక్రమంగా కబళించసాగింది. భర్త దగ్గరున్నపుడే ఆమె డోస్ మితిమీరడం అతను గమనించాడు. బాత్రూములో డెట్టాల్ సీసాల్లో డెట్టాల్ బదులు బ్రాందీ వుండటాన్ని పసిగట్టి, ఆమెను కంట్రోల్ చెయ్యడం మొదలెట్టాడు. ఇదంతా జరిగింది సుమారు 1963-64 మధ్య కాలంలో.

అయితే ఆవిడ ఎప్పుడయితే బయట అడుగు పెట్టిందో అప్పుడే మద్యం మీద ఆ నియంత్రణ పోయింది. పగలూ రాత్రీ తేడా లేకుండా రోజుకు రెండూ మూడూ

ఫుల్ బాటిల్స్ తీసుకోవడం ఆరోగ్యం మీద అతి తక్కువకాలంలో ఎక్కువ ప్రభావం చూపింది. అంటే కేవలం మూడు సంవత్సరాల కాలంలో (1965-68) ఆమె లివర్ సిర్రోసిస్ అనే వ్యాధికి గురయ్యింది. పదే పదే హాస్పిటల్ పాలవ్వడం మొదలయింది.

చివరకు 1968 జూన్‌లో కిషోర్ శర్మని సహాయంగా తీసుకుని లండన్ వెళ్లి, అక్కడ డా॥ షీలా షెర్లాక్ అనే లేడీ డాక్టర్ ఆధ్వర్యంలో మూడు నెలలపాటు చికిత్సపొంది, అటునుండి స్విట్జర్లాండ్ వెళ్లి కొంతకాలం విశ్రాంతి తీసుకుని ఇండియా తిరిగి వచ్చింది. 1968 సెప్టెంబర్‌లో తిరిగి వస్తున్న ఆమెను డాక్టర్లు మద్యం చుక్క ముట్టుకోవద్దని, వెంటనే పని ప్రారంభించవద్దనీ హెచ్చరించారు.

1968 ఆగస్టులో కమాల్ ఆమెకొక లేఖ వ్రాశాడు. అందులో సగంలో ఆగి పోయిన 'పాకీజా' పూర్తి చేయాలనీ, ప్రతిఫలంగా ఆమె ఏం కావాలంటే అదిస్తాననీ, చివరకు ఆమె కోరినట్టు విడాకులివ్వడానికయినా సిద్ధమేననీ, ఆమెనే మనసులో వుంచుకుని, ఆమెకు నివాళిగా ప్రారంభించిన పాకీజా ప్రస్తుతం మునిగిపోతున్న ఒక ఓడ అనీ, దానిని దరి చేర్చగలిగినది ఒక్క మీనాయేననీ, ఆలోచించమనీ వుందందులో. నర్గీసూ, సునీల్ దత్తూ, ఖయ్యామూ అతని భార్య జగజీత్ కౌర్ కూడా 'అంత చక్కని సినిమా పూర్తయితే బాగుంటుంది' అనడంతో, మీనా ఆ సినిమా పూర్తి చేయడానికి పూనుకుంది. అలా ఆగిపోయిన 5 సంవత్సరాల పన్నెండు రోజుల తర్వాత 'పాకీజా' తిరిగి ప్రారంభమయింది. పారితోషికంగా ఒక నాణెం ఇస్తే చాలంది మీనా కుమారి. కమాల్ సంతోషంగా ఒక బంగారు నాణెం ఇచ్చాడు. షూటింగ్ ప్రారంభమయిన రోజు ఆమెకిష్టమయిన మిఠాయి 'పేటా'తో ఆమెకు స్వాగతం చెప్పాడు.

అయితే ఆమె ఆరోగ్య కారణాల దృష్ట్యా తానా పాత్రకు న్యాయం చేయలేనేమోనని భయపడుతుంటే అన్నీ తాను చూసుకుంటానని ధైర్యం చెప్పాడు. శారీరకంగా ఎన్నో మార్పులు వచ్చిన ఆమె క్లోజప్స్ మాత్రం తీసుకుని, లాంగ్ షాట్స్ లోనూ, నృత్య సన్నివేశాలలోనూ పద్మా ఖన్నాని పెట్టి పూర్తి చేశారు. 1956లో మొదలు పెట్టిన 'పాకీజా' చిత్రం సుమారు పదహారు సంవత్సరాల తర్వాత 1972లో విడుదలయింది. ఈలోగా మ్యూజిక్ డైరెక్టర్ గులామ్ మొహమ్మద్ మరణిస్తే, నేపథ్య సంగీతమూ, అక్కడక్కడా ఠుమ్రీలూ నౌషాద్ సమకూర్చారు. సినిమటోగ్రాఫర్ జె. విర్షింగ్ (జర్మన్) కూడా మరణించారు. బ్లాక్ అండ్ వైట్‌లో కొంత సినిమా తీసి మధ్యలో కలర్ ఫోటోగ్రఫీ వచ్చాక, మొదటిదంతా చెరిపేసి కలర్‌లో తీశారు. ఆ తర్వాత సినిమా స్కోప్ వచ్చాక మళ్లీ ఆ టెక్నిక్ ఉపయోగించారు. సినిమా ఎట్టకేలకు

పూర్తయి ఫిబ్రవరి నాలుగున బొంబాయి 'మరాఠా మందిర్'లో రిలీజయ్యింది. ఒకరోజు ముందు ఆ థియేటర్లోనే ప్రదర్శించిన ప్రిమియర్ షోని మీనా తన భర్త పక్కనే కూచుని చూసింది. ఎంతో సంతోషించింది. తన భర్తని 'చాలా చక్కని దర్శకుడు' అని మెచ్చుకుంది, 'ఇది అతను తన కిచ్చిన నివాళి' అంది. అయితే చిత్రం వసూళ్ల పరంగా ఆశాజనకంగా లేదు.

1972 మార్చ్ 31న - 38 ఏళ్ళ వయసుకే మీనా కుమారికి నూరేళ్ళు నిండిపోయాయి. ఆమె అస్తమించిందన్న వార్త విన్న ప్రజలు తండోపతండాలుగా మీనా కుమారిని చూడ్డానికి ఎగబడ్డారు. ఆమె మరణ వార్త పాకీజా చిత్రాన్ని సూపర్ హిట్ చేసింది. 'మొగలె ఆజం' తర్వాత క్లాసిక్‌గా జనాలు 'పాకీజా'ని చెప్పుకున్నారు.

ఆమె నటించిన డెబ్భయ్యేడు సినిమాలలో నాలుగు యెన్నదగిన చిత్రాలు బైజు బావ్రా, పరిణీత, సాహిబ్ బీబీ అవుర్ గులామ్, పాకీజా. వీటిలో సాహిబ్ బీబీ అవుర్ గులామ్‌లో ఆమె నటన అత్యున్నత ప్రమాణాలలో వుంటుంది. బిమల్ మిత్రా రాసిన నవలకి, గురు దత్, అబ్రార్ అల్వీ సినిమా రూపాన్నిచ్చారు, ఈ సినిమాకి దర్శకుడు అబ్రార్ అల్వీ అయినా పాటలు తీసింది గురుదత్. తనకి నటించటానికి కష్టంగా అనిపించిన పాత్ర ఇదని ఒక ఇంటర్వ్యూలో చెప్పింది మీనా. నటనకు సంబంధించి కమాల్‌ని కూడా సలహాలు అడుగుతూ వుండేదట. ఈ సినిమాలో నటించేటప్పుడు. భర్తను ప్రేమించి, అతని కోసం యేమైనా చేసే, చివరకు మద్యమైనా తీసుకునే 'ఛోటీ బహు'గా ఆమె నటన మెచ్చదగింది. 'నజావో సయ్యా'లో భర్తను కవ్విస్తూ సున్నితంగా ఆమె చూపే హావభావాలు శృంగారానికి పరాకాష్ఠగా అనిపిస్తాయి. 'పరిణీత'లోనూ, ఇందులోనూ ఆమె అచ్చమయిన బెంగాలీ స్త్రీ లాగా కనపడటానికి ఆమెలో ప్రవహించే బెంగాలీ రక్తమే కారణమంటారు కొందరు. నాకు కూడా వ్యక్తిగతంగా ఇష్టమయినది ఈ సినిమా. విచిత్రమేమంటే 1962లో వచ్చిన ఈ సినిమాలో తాగుబోతుగా నటించేటప్పటికి ఆమెకు తాగుడు అలవాటులేదట. మొహం ఉబ్బినట్టుగా కనిపించడానికి ముక్కుకింద యూ-డి-కొలోన్లో ముంచిన దూది వుంచుకునేదట.

ఇక ఆమె హాబీలు... కవిత్వం రాయడం, పుస్తకాలు చదవడం. ఆమె 'నాజ్' అనే పేరుతో హిందీలోనూ ఉర్దూలోనూ కవితలు, గజళ్ళూ, కథలు రాసేది. ఆమె మరణించే సమయంలో కూడా మరణశయ్య పక్కన అలెస్టర్ మెక్లీన్, గుల్షన్ నందా, ఎమిలీ బ్రాంటే పుస్తకాలు వున్నాయని వినోద్ మెహతా రాశాడు. 1971లో ఖయ్యామ్ దర్శకత్వంలో తను స్వయంగా పాడి 'ఐ రైట్, ఐ రిసైట్' అనే ఎల్.పి. విడుదల

చేసింది. దానిలోవన్నీ ఆమె రాసిన కవితలే. అందులో ఆమె గొంతు ఎంత మధురంగా వుంటుందో! గుల్జార్‌తో కవిత్వం గురించి మాటాడేది అని చెప్పుకున్నాం కదా, తన తదనంతరం తన డైరీలూ, తన కవితలూ గుల్జార్‌కే అప్పజెప్పాలని వీలునామా రాసిందట. అతను ఆమె కవితలతో ఒక పుస్తకం ప్రచురించాడంటారు. వారిద్దరిదీ కవితానుబంధం మాత్రమేనట. అయితే కమాల్‌తో విడిపోయేనాటికి సినీనటుడు ధర్మేంద్రతో పీకల్లోతు ప్రేమలో మునిగి వుందనీ, అతను పైకి రావడానికి ఆమే కారణమనీ, పైకి వచ్చాక అతను ఆమెను దూరం పెట్టాడనీ అంటుంటారు. ధర్మేంద్ర తర్వాత, రాహుల్ అనే అతని పేరూ, సావన్ కుమార్ తక్ అనే దర్శకుడి పేరూ ప్రముఖంగా వినపడ్డాయి. ఈ సావన్ కుమార్ తక్ 'గోమతీ కె కినారే' అనే సినిమా తీశాడు ఆమెతో, అదే ఆమె చివరి చిత్రం.

1968లో లండన్ నుండి తిరిగి వచ్చాక మద్యం ముట్టలేదని కొందరు, మద్యం తీసుకుందని కొందరు అంటారు. సావన్ కుమార్ మాత్రం 'ఆమె తీసుకోక పోవడమే కాదు, నన్ను కూడా చుక్క ముట్టుకోనివ్వలేదు' అంటాడు. 1972 వచ్చే నాటికి ఆరోగ్యం మరింత క్షీణించసాగింది. అక్క ఖుర్షిద్ తోనూ, ఆమె పిల్లలిద్దరి తోనూ 'లాండ్ మార్క్'లో తన సొంత ఇంటిలో తనకు నచ్చినట్టుగా ప్రశాంతంగా జీవించసాగింది. మార్చ్ 28, 1972 తీవ్రమైన అనారోగ్యంతో మలబార్ హిల్‌లో వున్న సెంట్ ఎలిజబెత్ నర్సింగ్ హోమ్‌లో చేరింది. మార్చ్ 31న ఈ లోకాన్ని విడిచి పెడుతూ 'నాకింకా బతకాలనుంది' అని ఆక్రోశించింది.

ఆమె సమాధి మీద ఇలా రాయమని కోరింది. 'విరిగిన వాయులీనంతో, తెగిన పాటతో, పగిలిన గుండెతో, ఆమె శెలవు తీసుకుంది. అయినా లేదు కించిత్ పశ్చాత్తాపం'.

ఆమె గురించి ఆమె ఇలా చెప్పుకుందట 'నాలో చాలా లోపాలున్నాయి, తప్పులున్నాయి, బలహీనతలున్నాయి, కానీ ఒంటరితనంలో వేగిపోయేటప్పుడు, నా విషాద క్షణాలలో, ఈ లోకం నుండి దూరంగా పారిపోయి, నా మీద నేను జాలి పడేటప్పుడు, నన్ను నేను తిట్టుకునేటప్పుడు అనిపిస్తుంది నేనేమంత చెడ్డదాన్ని కానని... అయినా నేనొక బలహీనతల పుట్టని' - ఎవరు కాదని?

డాలీ ది సర్రియలిస్ట్

ఏప్రిల్ 2023. నేను షికాగోలో అడుగు పెట్టిన దగ్గరనుండీ ఏ ఏ మ్యూజియమ్స్ ఉన్నాయో చూడటానికి వెతుక్కుంటున్నా. షికాగో ఆర్ట్ మ్యూజియమ్ చాలా పెద్దదనీ అందులో చాలా పెయింటింగ్స్ వున్నాయనీ చెప్పారు. ఎలా వెళ్లాలీ, యెవరిని తోడు తీసుకువెళ్లాలి అని ఆలోచిస్తుంటే మా అబ్బాయి ఫ్రెండ్ కోమల ఒక ఆదివారం తను వచ్చి తీసుకు వెళతానంది.

అనుకున్నట్టుగానే ఏప్రిల్ 30వ తారీఖు ఆదివారం కోమల వచ్చి ఆర్ట్ మ్యూజియమ్‌కి తీసుకువెళ్లింది. మ్యూజియమ్‌కి ఇరుపక్కలా రెండు సింహాల శిల్పాలు ఠీవిగా నుంచుని కనిపించాయి. కారు దిగుతుండగానే వర్షపు చినుకులతో కూడిన చల్లని గాలి పలకరించింది. మేము వెళ్లి టికెట్ల కోసం క్యూలో నిలుచున్నాం. ఈలోపు మా అబ్బాయి ఫ్రెండ్ అశ్విన్ వాళ్లమ్మ రాధ గారు వచ్చి కలిశారు. ఈ ఊళ్లో ఆవిడే నాకు తోడు, మంచి కంపెనీ.

టికెట్లిచ్చే అమ్మాయి మాకు చాలా తక్కువ ధరకే టికెట్లిచ్చింది. ఇక్కడ చాలాసార్లు ఈ ఉదారత చూశాను. ముఖ్యంగా మ్యూజియమ్స్‌లో. మనం సీనియర్ సిటిజన్స్‌మి

అనో, వేరే దేశం వాళ్లమనో, యేదో ఒక వంకతో కన్సెషన్‌లు ఇస్తూ వుంటారు. భలే మంచి విషయం కదా!

అయితే మేము వెళ్లిన సమయంలో సాల్వడార్ డాలీ రిట్రాస్పెక్టివ్ జరుగుతోంది. దానికి మాత్రం టికెట్ అదనంగా తీసుకోవాలనీ, చాలా రష్ వుంటుంది కాబట్టి టికెట్ తీసుకుని వెయిట్ చేస్తూ వుంటే మన వంతు రాంగానే మన ఫోన్‌కి మెసేజ్ వస్తుందనీ అప్పుడు వెళ్లి చూడాలనీ చెప్పారు. ఓయమ్మ చాలా వుందే తతంగం అనుకున్నాం. అదృష్టవశాత్తూ రాధగారు వాళ్లబ్బాయి దగ్గర్నుండీ తీసుకువచ్చిన వి.ఐ.పి. కూపన్ల సహాయంతో టికెట్లు తీసుకోకుండానే డాలీ విభాగానికి అనుమతి దొరికింది మాకు. పావుగంట యెదురు చూసి డాలీ చిత్రాలు చూడబోయాము మేము.

అసలు ఈ డాలీ అంటే యెవరూ? అతని ప్రత్యేకత యేమిటీ? ఇంతమంది ఇంత క్రేజ్‌తో యెందుకు చూస్తున్నారు ఇతని చిత్రాలు? అని ఆలోచిస్తే అతని వివరాలు అతని చిత్రాలంత వింతగాను అనిపించాయి. 'సాల్వడార్ డాలీ' స్పెయిన్‌కి చెందిన కళాకారుడు. చిత్రకళలో 'సర్రియలిజం' అనే ప్రక్రియలో నిష్ణాతుడు. అతనిని 'మాస్టర్ ఆఫ్ సర్రియలిజం' అని కూడా అంటారు. 'సర్రియలిజం' అంటే వాస్తవానికి దూరంగా వుండి మన అంతశ్చేతనలో వుండే భావాలని ప్రతిబింబించే అస్తవ్యస్తమైన రూపాలనీ, కలలలో కనపడే ఆకారాలనీ చిత్రించడం! బహుశా తెలుగులో 'అధివాస్తవికత' అనొచ్చేమో? ఏదైనా అతివాదం అంటారు చూశారా అలాంటిదన్నమాట. ఈ 'సర్రియలిజం' అనే ధోరణి, చిత్రకళలోనూ, సినిమాలలోనూ, నాటకాలలోనూ, సాహిత్యంలోనూ కూడా వుంది.

సాల్వడార్ డాలీ – చిత్రకళలోనేకాక శిల్పకళలోనూ, జ్యూవెలరీ డిజైన్ చేయడం లోనూ, ఆర్కిటెక్చర్‌లోనూ, సినిమా సెట్టింగ్స్ రూపొందించడంలోనూ, సాహిత్యంలోనూ కూడా కృషిచేశాడు. తనకి బాగా ఇష్టమైన సబ్జెక్ట్స్ మెటాఫిజిక్స్, బయాలజీ అని చెప్పేవాడు. చిత్రకళలో సర్రియలిజంలో మాత్రమే కాక డాడాయిజం, క్యూబిజంలో కూడా ప్రయోగాలు చేశాడు. అతని మీద క్యూబిజంకి ఆద్యుడైన పాబ్లో పికాసో ప్రభావమూ, ప్రఖ్యాత మనస్తత్వ శాస్త్రవేత్త సిగ్మండ్ ఫ్రాయిడ్ ప్రభావమూ వుండేవి. వీరి స్ఫూర్తితో అతను చిత్రించిన చిత్రాలు కళా ప్రపంచాన్ని ఒక కుదుపు కుదిపి ప్రభంజనాన్ని సృష్టించాయి. మానవుని అంతశ్చేతనలో దాగి వున్న భావాలూ, కలలలో కనపడే వింత ఆకారాలూ, కామవికారాలూ అతని చిత్రాలలో ప్రముఖంగా చోటు చేసుకునేవి. కళా ప్రపంచం అతనిని ఒక జీనియస్‌గానూ, ఎక్సెంట్రిక్‌గానూ

పరిగణించింది. ప్రముఖ చిత్రదర్శకుడు ఆల్ఫ్రెడ్ హిచ్‌కాక్ తన సినిమా 'స్పెల్ బౌండ్'లో ఒక స్వప్న దృశ్యాన్ని చిత్రీకరించమని డాలీని పిలవడం, వాల్ట్ డిస్నీ కూడా ఒక యానిమేషన్ చిత్రం చేసిపెట్టమని ఆహ్వానించడం అతని ప్రతిభకు దక్కిన గౌరవాలు.

నిజ జీవితంలో కూడా అతని ప్రవర్తన వింతగానూ, మన ఊహకు కూడా అందనంత విచిత్రంగానూ వుండేది. అతని చిత్రాలెంత విడ్డూరంగా వుండేవో. అతని ప్రవర్తన అంతకంటే విడ్డూరంగా వుండేది. చిత్ర విచిత్రమైన మాస్కులు ధరించి తిరిగేవాడు. ఒకసారి లండన్లో జరిగిన ఒక పార్టీకి స్పేస్ సూట్ ధరించి హాజరయ్యాడు. చివరికి తలకి అతను ధరించిన హెల్మెట్ వలన ఊపిరి అందక ప్రాణం పోయే పరిస్థితి వస్తే గబగబా ఆ హెల్మెట్ తొలగించి అతనిని కాపాడవలసి వచ్చింది.

మీసాలను బాగా పొడుగ్గా పెంచి పైకి వంపు తిప్పి నిటారుగా నిలబెట్టేవాడు. డాలీ పేరు చెప్పగానే ప్రజలకు అతని మీసాలు గుర్తు వస్తాయి. అలాగే అతని చిత్రాలని తలుచుకుంటే పొడుగ్గా సాగి కరిగిపోతున్నట్టుగానూ, చీమలు తింటున్నట్టుగానూ చిత్రించిన పోకెట్ గడియారాలు గుర్తు వస్తాయి. వీటిని 'మెల్టింగ్ వాచెస్' అంటారు. బహుశా కాలమెప్పుడూ కరిగి ప్రవహిస్తూ వుంటుందనీ దానిని కొలవడం సాధ్యం కాదనీ ఐన్‌స్టీన్ సాపేక్షతా సిద్ధాంతం ఇక్కడ వర్తిస్తుందనీ అతని భావన అని అంటారు. గడియారాలను చీమలు తింటున్నట్టుగా చిత్రించడం మరణాన్ని సూచిస్తుందని చిత్రకళా విమర్శకులు భావిస్తారు. అతని చిత్రాలలో పదే పదే కనపడే ప్రతీకలు గుడ్లు, గడియారాలు, మెర్మెయిడ్స్, చీమలు, రైనోసారస్‌లు, సంగీత వాయిద్యాలూ వీటన్నింటికీ అతని నిజజీవితంలోని అనుభవాలూ, అనుభూతులూ అధారం అని భావిస్తారు.

డాలీ సిగ్మండ్ ఫ్రాయిడ్ రాసిన 'ఇంటర్ప్రెటేషన్ ఆఫ్ డ్రీమ్స్' అనే పుస్తకం చదివి చాలా ప్రభావితుడయ్యాడు. ఆ ప్రభావం అతని చిత్రాలు చాలా వాటిల్లో కనిపిస్తుంది. అతను ఫ్రాయిడ్‌ని కలిసి ఆయన పోర్ట్రయిట్ కూడా వేశాడు. ఫ్రాయిడ్ కూడా డాలీ ప్రతిభ గురించి మెచ్చుకోలుగా మాట్లాడాడు. అతని చిత్రాలలో ప్రముఖమైన The persistence of memory అనే చిత్రం మీద కూడా ఫ్రాయిడ్ సైకో అనాలిసిస్ ప్రభావముంది అని భావిస్తారు.

ఇంకా అతను చిత్రించిన చిత్రాలలో ప్రముఖమైనవి 'మెటమార్ఫసిస్ ఆఫ్ నార్సిసస్', 'సాఫ్ట్ కన్స్ట్రక్షన్ విత్ బాయిల్డ్ బీన్స్', 'ది గ్రేట్ మాస్టర్బేటర్', 'మే వెస్ట్ లిప్స్ సోఫా', 'స్వాన్స్ రిఫ్లెక్టింగ్ ఎలిఫెంట్స్' మొదలైనవి. అయితే చివరి వరకూ అతను

చిత్రించిన చిత్రాలలో అతని 'భార్య' గాలా చిత్రం తప్పని సరిగా వుంటూ వుండేది. ఆమె అతని చోదక శక్తి, బిజినెస్ మానేజర్. అతను మిలియనీర్ అవడానికీ, అతనికి అఖండకీర్తి రావడానికీ ముఖ్యకారణం.

అతని యెన్నో చిత్రాలకు ప్రేరణ, అతని కలలూ, కామవికారాలూ, అంతశ్చేతనలో దాగి వున్న భయాలూ, ఆందోళనలూ, నిస్సహాయతలే అని అంటారు. అతని చిత్రాలలో కనపడే సంక్లిష్టతకీ, అస్తవ్యస్త రూపాలకీ సమాధానాలు అతని జీవితాన్ని పరిశీలిస్తే కొంతవరకూ అర్థమయ్యే అవకాశముంది.

ఒకసారి అతని జీవితం గురించి తెలుసుకుందాం. సాల్వడార్ డొమింగో ఫిలిప్ జసింటో డాలీ మే 11వ తేదీ 1904లో స్పెయిన్‌కి చెందిన కాటలోనియా లోని ఫిగరెస్ (Figueres)లో జన్మించాడు. అంటే నేటికి సుమారు నూటపందొమ్మిది సంవత్సరాల క్రితం. అతని తండ్రి లూకా డాలీ మధ్యతరగతికి చెందిన వాడు, వృత్తిరీత్యా లాయర్, నోటరీ. సాల్వడార్ డాలీ మీద తల్లి ఫిలిపా ప్రభావం అధికంగా వుండేది. ఆమె డాలీని బాగా ప్రోత్సహించేది. తండ్రి కఠినమైన క్రమశిక్షణలో పెట్టేవాడు. డాలీ పుట్టడానికి తొమ్మిది నెలలముందు వారికి ఒక కొడుకు పుట్టి ఇరవై రెండు నెలలు పెరిగి చనిపోయాడు. అతని పేరే సాల్వడార్ డాలీ. అదే పేరు ఇతనికి కూడా పెట్టారు తల్లిదండ్రులు. అతనే మళ్లీ జన్మించాడని నమ్మేవారు. అతని సమాధి దగ్గరకు చిన్న సాల్వడార్ డాలీని తీసికెళ్లి చూపెట్టేవారు. ఈ జ్ఞాపకం, ఈ కన్ఫ్యూజన్ సాల్వడార్ డాలీని జీవితాంతం వెంటాడుతూనే వుండేది. అది అతని చిత్రాలలో కూడా ప్రతిబింబిస్తూ వుండేది.

సాల్వడార్ డాలీ ప్రవర్తన చిన్నతనం నుండీ కూడా విపరీతంగానూ, వింతగానూ ఉండేది. అతనొక కోపిష్టి. తోటి విద్యార్థులతో యెప్పుడూ తగాదాలు పడుతూ వుండేవాడు. ఈ విషయంలో అతని తండ్రి అతనిని కఠినమైన క్రమశిక్షణలో పెట్టడానికి ప్రయత్నించేవాడు. అయితే తల్లి అతను చేసే ప్రతిపనినీ వెనకేసుకువస్తూ అతనికి రక్షణగా వుండేది. చాలా చిన్నప్పుడే అతను చిత్రకళవేపు మొగ్గు చూపాడు. ఈ విషయంలో మాత్రం తల్లిదండ్రులిద్దరూ అతనిని ప్రోత్సహించేవారు. సుమారు పదేళ్ల వయసునుండీ చిత్రకళలో పాఠాలు నేర్వడం మొదలుపెట్టాడు. 1916లో మున్సిపల్ డ్రాయింగ్ స్కూల్‌లో చేరాడు. అక్కడ మోడ్రన్ ఆర్ట్ గురించి ప్రాథమిక పాఠాలు నేర్చుకున్నాడు. పధ్నాలుగేళ్ల వయసున్నప్పుడు 1918లో అతని తండ్రి డాలీ చిత్రించిన చార్కోలు డ్రాయింగ్స్‌తో ప్రదర్శన యేర్పాటు చేశాడు.

1921లో అతని తల్లి కాన్సర్‌తో మరణించింది. ఇది అతనిని మానసికంగా చాలా బాధించింది. ఇది తన జీవితంలో తగిలిన గట్టిదెబ్బ అనీ, తాను తల్లిని ఆరాధించేవాడిననీ, ఆవిడ మరణం తనకు కోలుకోలేనంత గాయమనీ చెప్పేవాడు.

1922లో అతను మాడ్రిడ్‌లోని రాయల్ (శాన్ ఫెర్నాండో అకాడెమీ) అకాడెమీ ఆఫ్ ఫైన్ ఆర్ట్స్ అనే కళాశాలలో చేరాడు. అక్కడున్నప్పుడే 'ఇంప్రెషనిస్ట్స్'ని బాగా స్టడీ చేశాడు. అతనిని ప్రభావితం చేసిన వారిలో వర్మీర్, గోయా, రాఫేల్ ప్రముఖులు. డాలీ చాలా శ్రద్ధగా 'పాయింటలిజం', 'ఫ్యూచరిజమ్', 'క్యూబిజమ్' లాంటి వివిధ చిత్రకళా శైలులని ఆకళింపు చేసుకున్నాడు. క్యూబిజంలో అతను చాలా ప్రయోగాలు చేశాడు. వీటికి ప్రేరణ క్యూబిజంకి ఆద్యుడైన పాబ్లో పికాసో. అతను పికాసోని 1926లో పారిస్‌లో కలుసుకున్నాడు. పికాసో కూడా ఇతని చిత్రాల పట్ల ఆసక్తి కనపరచాడు.

1926లోనే ఫైనల్ ఎక్సామ్స్ ముందు డాలీని అతని ప్రవర్తన కారణంగా కాలేజ్ నుండీ బహిష్కరించారు. తన అధ్యాపకులకు తనకి బోధించేంత పరిజ్ఞానం లేదని హేళనగా మాట్లాడటం, ప్రొఫెసర్‌ని అవమానించడం కారణాలు. ఈ సమయంలోనే అంటే 1926లోనే అతను చిత్రకళా రాజధాని అయిన పారిస్‌కి మకాం మార్చాడు. 1927 నుండీ 'సర్రియలిజం' అతనిని ఆకర్షించింది. అతను చిత్రించిన సర్రియలిస్టిక్ చిత్రాలు కళాప్రపంచాన్ని అబ్బురపరిచాయి. సిగ్మండ్ ఫ్రాయిడ్ రచనలైన సైకోఅనాలిస్, ఇంటర్ ప్రెటేషన్ ఆఫ్ డ్రీమ్స్ అతను బాగా చదివి ఆకళింపు చేసుకున్నాడు. అవి అతని చిత్రాలను ప్రభావితం చేశాయి.

పారిస్‌లో వున్న సర్రియలిస్ట్ గ్రూప్ అతనిని తమ సభ్యుడుగా చేర్చుకున్నారు. 1929లో సర్రియలిస్ట్ కవి పాల్ ఎలార్డ్‌తో పరిచయమైంది. ఇది డాలీ జీవితంలో ముఖ్యమైన మలుపుకి కారణమైంది. పాల్ ఎలార్డ్‌కి అప్పటికే పెళ్ళయింది. అతని భార్య పేరు గాలా. వారిద్దరికీ ఒక పదకొండేళ్ళ కూతురు కూడా వుంది. గాలా ఒక రష్యన్ వనిత. ఆమె అసలు పేరు ఎలీనా ఇవనోవ్నా డయాకొనోవా. ఆమె పాల్ ఎలార్డ్‌ని 1916లో స్విట్జర్లాండ్‌లో కలుసుకుంది. 1917లో అతని కోసం పారిస్ వచ్చింది. ఆ సంవత్సరమే వాళ్ళిద్దరూ పెళ్ళిచేసుకున్నారు. పారిస్ కళా ప్రపంచంలో చాలామంది ఆర్టిస్టులకి గాలా ఒక ప్రత్యేక ఆకర్షణగానూ, స్ఫూర్తిగానూ వుండేది.

1929లో సాల్వడార్ డాలీ ఆమెను కలిసిన మొదటి క్షణంలోనే ఆమెతో

ప్రేమలో పడిపోయానని చెబుతాడు. ఆమె కూడా అతనిలోని కళాప్రతిభకీ, అతని వింత ధోరణికీ ఆకర్షించబడింది. ఆమె డాలీకంటే పదేళ్లు పెద్దది. 1929 నుండి వారు కలిసి జీవించారు. గాలా పాల్ ఎలార్డ్‌నీ, తన కూతురు సిసిల్‌నీ వదిలివేసి డాలీ దగ్గరకు వచ్చేసింది. 1934లో వారు సివిల్ మారేజ్ చేసుకున్నారు. 1958లో కేథలిక్ మతాచారం ప్రకారం చర్చ్‌లో మళ్లీ పెళ్లి చేసుకున్నారు.

జీవితాంతం వరకూ డాలీ ఆమె మీద అన్నిరకాలుగానూ ఆధారపడి వుండేవాడు. ఆమె అతనికి చిత్రకారుడుగా పేరు ప్రతిష్ఠలూ, డబ్బూ రావడానికి యెంతో దోహద పడింది. అతనికి స్ఫూర్తిగా వుండడమే కాక, అతని చిత్రాలకు మోడల్‌గా వుండేది. అతని చిత్రాలను విశ్లేషించేది. అతని చిత్రాలను తీసుకుని ఆర్ట్ గేలరీలకు తిరిగి ప్రచారం చేసేది. చిత్రాల అమ్మకాల లావాదేవీలు చూస్తూ బిజినెస్ మానేజర్‌గా వుండేది. అందుకే డాలీ యేమనే వాడంటే - “గాలా లేకపోతే డాలీ లేడు” అని. అంతేకాదు చాలా చిత్రాలకు ‘గాలా సాల్వడార్ డాలీ’ అనే సంతకం చేసేవాడు. గాలా వలననే డాలీ బతికి వుండగానే బోలెడంత పేరునీ, డబ్బునీ సంపాదించి సౌకర్యవంతమైన జీవితం గడపగలిగాడు.

డాలీ తన చిత్రాలన్నింటిలో గాలాను తప్పక యేదో ఒక రూపంలో చిత్రించే వాడు. డాలీ ఆమెలో తన తల్లినీ, ప్రేయసినీ, భార్యనీ అన్ని రూపాలనీ దర్శించేవాడు. అలా అని వారిది యే పొరపొచ్చాలు లేని ఆదర్శదాంపత్యం అని కాదు. జీవితాంతం ఇద్దరి మధ్యా ఒక రకమైన ఒత్తిడి, సంఘర్షణ, సంక్లిష్టతా వుంటూనే వుండేవి. డాలీకీ, గాలాకీ ఇద్దరికీ ఇతరులతో అనుబంధాలుండేవి. అలా వారు సుమారు యాభై సంవత్సరాలపాటు కాలం గడిపారు.

ఒకసారి డాలి చిత్రకళ గురించి మాట్లాడుకుంటే, 1918 నుండీ అతను చిత్రించిన చిత్రాలలో ఇంప్రెషనిస్ట్‌ల ప్రభావముండేది. స్పెయిన్‌లో తను నివసించే ఫిగరెస్, కడక్, పోర్ట్ లిగాట్ పట్టణాలలో కనపడే దృశ్యాలూ, బీచ్‌లూ, కొండలూ, బండరాళ్లూ అతని చిత్రాలలో చివరి వరకూ కనపడుతూ వుండేవి. ఆ తర్వాత క్యూబిజమ్‌తో కూడా ప్రయోగాలు చేశాడు.

1926లో పారిస్ చేరిన డాలీ సర్రియలిస్ట్ గ్రూపులో కొన్నాళ్లు వున్నాడు. అప్పుడు చిత్రించిన చిత్రాలు ‘హనీ ఈజ్ స్వీటర్ దేన్ బ్లడ్ (క్యూబిజమ్, సర్రియలిజమ్ కలిసి వున్న చిత్రం1928) ది గ్రేట్ మాస్టర్బేటర్, లుగుబ్రియస్ గేమ్, ది పర్సిస్టెన్స్ ఆఫ్ మెమరీ’ (1931) మొదలైనవి.

అతను రెండవ ప్రపంచ యుద్ధ సమయంలో హిట్లర్‌ని సమర్ధిస్తూ మాట్లాడటంతో సర్రియలిస్టులు తమ గ్రూపునుండీ అతనిని దాదాపు బహిష్కరించినంత పని చేశారు. డాలీ పారిస్ వదిలి తన సొంత దేశమైన స్పెయిన్‌లో నివసించసాగాడు. 1934లో అమెరికా సందర్శించాడు. న్యూయార్క్‌లోనూ, కాలిఫోర్నియాలోనూ ప్రజలతనికి బ్రహ్మరథం పట్టారు. చాలా పార్టీలలోనూ, టెలివిజన్ షోలలోనూ వింత అలంకరణ తోనూ, వింతైన ప్రవర్తనతోనూ కనిపించే అతనిని యెగబడి చూడ సాగారు. 1936 'టైమ్' మాగజీన్ అతని ముఖచిత్రంతో వెలువడింది.

1938లో ప్రముఖ రచయిత స్టీఫాన్ జ్విగ్ డాలీకి అతని అభిమాన రచయిత సిగ్మండ్ ఫ్రాయిడ్‌ని పరిచయం చేశాడు. అప్పటిదాకా సర్రియలిస్ట్‌లని అనుమానంగా చూసిన ఫ్రాయిడ్ డాలీ చిత్రం 'మెటమార్ఫసిస్ ఆఫ్ నార్సిసస్'ని మెచ్చుకుంటూ జ్విగ్‌కి లేఖ రాశాడు.

అతను కొన్ని సినిమాలకు కూడా పని చేశాడు. జ్యూవెలరీ డిజైన్ చేశాడు. ఇంటీరియర్ డిజైనింగ్ చేశాడు. శిల్పాలు చెక్కాడు. యేది చేసినా అందులో సర్రియలిస్టిక్ ధోరణి అనివార్యంగా వుండేది. అతను దాదాపు 1600 పెయింటింగ్స్ చిత్రించాడు. లెక్కలేనన్ని గ్రాఫిక్స్, శిల్పాలు ఇతర డిజైన్లు రూపొందించాడు. అతని చివరి చిత్రం 'ది స్వాలోస్ టెయిల్' 1983లో చిత్రించాడు. లూయీ బునెల్‌తో కలసి 'ది గోల్డెన్ ఏజ్' అనే సినిమా రూపొందించాడు (1929). 1945లో ఆల్‌ఫ్రెడ్ హిచ్ కాక్ సినిమా 'స్పెల్ బౌండ్'లో ఒక డ్రీమ్ సీక్వెన్స్ రూపొందించాడు. 1946లో వాల్ట్ డిస్నీ 'డెస్టినో' అనే యానిమేషన్ సినిమాకి పనిచేశాడు. ఇంకా చాలా సినిమాలకు పనిచేశాడు.

అతను రూపొందించిన వాటిలో నటి మే వెస్ట్ లిప్స్ రూపంలో వున్న సోఫా బాగా పేరొందినది. 1942లో 'సీక్రెట్ లైఫ్ ఆఫ్ సాల్వడార్ డాలీ' అనే స్వీయచరిత్ర రాశాడు. 1949లో అతని చెల్లె ఆనా మేరియా 'సాల్వడార్ డాలీ సీన్ బై హిజ్ సిస్టర్' అనే పుస్తకం రాసింది.

1948లో అమెరికా నుండి తిరిగి స్పెయిన్‌కి చెందిన పోర్ట్ లిగాట్‌లోని సొంత ఇంటికి చేరి అక్కడే నివసించడం మొదలుపెట్టారు గాలా, డాలీ. అప్పటి నుండి దాదాపు ముప్ఫయి సంవత్సరాలు చలికాలం పారిస్, న్యూయార్క్‌లలోనూ మిగతా కాలమంతా పోర్ట్ లిగాట్‌లోనూ గడుపుతూ వుండేవారు. 1968లో స్పెయిన్‌కి చెందిన పుబోల్ అనే చోట గాలా కోసం ఒక కోట నిర్మించాడు డాలీ. అప్పటినుండీ

ఆమె అందులోనే నివసించసాగింది డాలీకి దూరంగా. ఆమె విందులూ విలాసాలూ, ఆమె స్నేహితులు ఆమె ప్రపంచం ఆమెకు వేరుగా వుండేది. లిఖిత పూర్వకమైన ఆహ్వానం వుంటే తప్ప డాలీ ఆ కోటలో అడుగు పెట్టకూడదని ఆజ్ఞాపించింది. డాలీ దానికి తలవంచాడు. కానీ అతనికి సర్వస్వమూ ఆమే కదా! అందుకే నెమ్మదిగా నైరాశ్యంలో కూరుకు పోయాడు. 1980లో మానసిక నైరాశ్యం, డ్రగ్ అడిక్షన్, నరాల బలహీనతలతో బాధపడ సాగాడు. కుడిచెయ్యి వణుకుతుండటంతో పెయింట్ చేయలేకపోయేవాడు.

1982 జూన్ పదవ తేదీన తన 87వయేట గాలా కన్ను మూసింది. ఆమెను ఆమె కోటలోనే సమాధి చేశారు. అప్పటినుండీ డాలీ తన మకాం పుబోల్‌కు మార్చాడు.

1984నుండీ మానసికంగా కుంగిపోయిన డాలీ ఆహారం తీసుకోవడం మానివేశాడు. 1986లో జరిగిన అగ్నిప్రమాదంలో డాలీకి ఒళ్లు కాలింది. అయినా బతికి బయటపడ్డాడు. 1989 జనవరి 29 సాల్వడార్ డాలీ ఈ లోకం నుండీ శాశ్వతంగా శెలవు తీసుకున్నాడు. అతని దేహాన్ని ఫిగరెస్ (స్పెయిన్)లోని డాలీ థియేటర్‌లో మ్యూజియమ్ స్టేజీ కింద సమాధి చేశారు. తన అభిమానుల పాదాల కింద తాను విశ్రమించాలని అతని కోరిక.

డాలీ చిత్రాలు ప్రదర్శించే మ్యూజియమ్స్ స్పెయిన్‌లో మూడూ, ఫ్లోరిడాలో ఒకటీ వున్నాయి.

ఎప్పుడూ కలల్లో ఊహల్లో చిత్తభ్రమల్లో జీవించే, వాటినే చిత్రించే సాల్వడార్ డాలీ జీవితం అలా ముగిసింది.

పర్వీన్ బాబీ విషాద నిషాదం

ఆమె జీవితం గురించి చెప్పాలంటే... వ్యథాభరిత జీవితమనీ, పగిలిన అద్దం అనీ, విరిగిన శిల్పమనీ, రంగు వెలిసిన చిత్రమనీ.. ఇలా తేలిగ్గా నాలుగు మాటల్లో చెప్పేయచ్చేమో కానీ... ఒక మనిషిగా ఆమె జీవించిన జీవితం కదా అది! ఆ జీవితంలో ఆమె మోసిన అభద్రతలనీ, తట్టుకున్న యెడబాట్లనీ, భగ్నమైన కలల్నీ, తుంచుకున్న ఆశల్నీ, యెదుర్కొన్న ఒంటరితనాన్నీ, బతికి వున్నంత కాలం ఒక్క నిమిషం నిలవనీకుండా చేసి సముద్రపు అలలవలె ముంచెత్తి, పిచ్చెక్కించిన ఆలోచనలనీ వ్యక్తీకరించడానికి అక్షరాలు సరిపోతాయా అనిపించింది ఆమె జీవిత చరిత్ర చదివాక.

పర్వీన్ బాబీ హిందీ చలన చిత్రసీమలో ఒకప్పటి గ్లామర్ క్వీన్. కొంచెం వెస్టర్న్ లుక్‌తో జీనత్ అమన్‌లాగే సినీ ప్రియులను అలరించిన బ్యూటీ. దాదాపు యాభై, అరవై హిందీ సినిమాలలో నటించింది. అందులో యెనిమిది సినిమాలు అమితాబ్‌తో నటించినవి అన్నీ హిట్లూ, సూపర్ హిట్లూ. ఆమె నటించిన సినిమాలలో కొన్ని ముఖ్యమైన వాటి పేర్లు 'దీవార్, అమర్ అక్బర్ ఆంథోనీ, కాలా పత్థర్, షాన్, ది బర్నింగ్ ట్రైన్, నమక్ హలాల్'... ఆమె వేసే పాత్రలలాగే ఆమె ప్రవర్తన కూడా

డేరింగ్‌గా డాషింగ్‌గా వుండేది. కానీ నిజం చెప్పాలంటే ఆమె ఒక ఇంట్రోవర్ట్, తెలివైనది, స్నేహితుల పట్లా, సన్నిహితుల పట్లా విశ్వాసపాత్రంగా వుండేది. వారి నుండి కూడా అలాంటి విశ్వాసాన్నే ఆశించేది. అక్కడే వచ్చేది చిక్కంతా. ఆ సన్నిహితంగా వుండే మగవాడికి అవతల భార్యా పిల్లలు వుండటమో లేదా ఇతర ఆకర్షణలు వుండటమో అనివార్యం కదా! అదీమెకు ప్రాణకంటకంగానూ, అతనికి ప్రాణసంకటంగానూ పరిణమించేది.

కలలతో వ్యాపారం చేసే సినీ మాయా ప్రపంచంతో ఆకర్షించబడి, అందులో ప్రవేశించిన కళాకారులలో చాలామంది, దీపం చుట్టూ తిరిగే పురుగుల్లాగా ఆహుతి అవడం చూస్తూ వుంటాం. పరిశ్రమలోని వత్తిడినీ, పోటీనీ తట్టుకోలేక ఆత్మహత్యల పాలవడమో, మతి పోగొట్టుకోవడమో, మద్యానికి దాసులవ్వడమో సర్వ సాధారణంగా మారిపోయిన ప్రపంచమది. అలాంటి ఒక కన్నీటి కథే పర్వీన్ బాబీది కూడా.

ఆమె సినిమాలలోకి 1973లో ప్రవేశించింది. ఆమె చివరి చిత్రం 1992లో రిలీజయింది. అయితే మధ్యలో రెండుసార్లు ఆమె యెవరికీ చెప్పకుండా నటిస్తున్న సినిమాలని వదిలేసి అదృశ్యమైంది. మొదటిసారి కొద్ది గ్యాప్‌తో తిరిగి వచ్చి చిత్రాలు పూర్తి చేసింది. కానీ, రెండవసారి (1983-1989) సుమారు ఆరు సంవత్సరాల పెద్ద గ్యాప్ తీసుకుని 1989లో తిరిగి వచ్చేసరికి సహజంగానే ఆమె చేతిలో ఒక్క చిత్రమూ లేదు. 1983 నుండీ 1992 వరకూ రిలీజయిన చిత్రాలలో ఆమె పాత్రలను కుదించి తీయడమో వేరే డూప్‌లతో మేనేజ్ చెయ్యడమో చేసి విడుదల చేశారు. కొన్ని చిత్రాలలో ఆమె స్థానంలో వేరేవారిని తీసుకున్నారు కూడా! ఎందుకంటే ఆమె 1983లో అమెరికా వెళ్లిపోయి 1989 నవంబర్‌లో బొంబాయి తిరిగి వచ్చింది. ఇలా కెరీర్ ఉచ్ఛ స్థితిలో వున్న సమయంలో ఆమె అదృశ్యమవ్వడానికి కారణం ఆమె మానసిక స్థితి సరిగా లేకపోవడమే అనీ, ఆమె 'పారనాయిడ్ స్కిజోఫ్రినియా' అనే వ్యాధితో బాధపడుతోందని అనేకమంది చెవులు కొరుక్కున్నారు. అనేక పత్రికలలో అనేక కథనాలు షికారు చేశాయి. ఆమెను సన్నిహితంగా యెరిగినవారు ఇదంతా నమ్మలేక పోయారు. అంత అందమైన, తెలివైన, చదువుకున్న, చక్కటి ప్రవర్తన కలిగిన పర్వీన్ బాబీ మతిస్థిమితం కోల్పోవడం జీర్ణించుకోవడం కష్టమైంది. ఆమె మానసిక పరిస్థితికి, ఆమెకు వారసత్వంగా వచ్చిన జీన్సూ, చిన్ననాటి పరిస్థితుల ప్రభావమూ, సినీ పరిశ్రమలోని వత్తిడీ, పదేపదే భగ్నమయిన ఆమె ప్రేమ సంబంధాలు ఇవన్నీ కారణమయ్యుంటాయేమో అని కరిష్మా ఉపాధ్యాయ్ రాసిన 'పర్వీన్ బాబీ జీవిత చరిత్ర' చదివితే అనిపించింది. అయితే ఆమె చిన్నతనం యెలా గడిచిందో, యవ్వనంలో ఆమె యెదుర్కొన్న ఒత్తిడులూ, అభద్రతలూ ఏమిటో ఒకసారి చూద్దాం.

పర్వీన్ బాబీ గుజరాత్‌లోని జునాగఢ్‌లో జునాగఢ్ రాజవంశానికి చెందిన వలీ మహ్మద్ ఖాన్ బాబీకీ, జమాల్ భక్తేకీ, పెళ్లయిన పద్నాలుగేళ్లకి లేక లేక జన్మించిన ఏకైక సంతానం. ఆమె దురదృష్టం తన తండ్రి ప్రేమకు నోచుకోలేదు. ఆయన పర్వీన్‌కి అయిదారేళ్ల వయసొచ్చేటప్పటికి నోటి కాన్సర్‌తో మరణించాడు. ఆయన హాస్పిటల్‌లో జబ్బుతో వుండటం చూసిన పర్వీన్‌కి మనసులో హాస్పిటల్ అన్నా, వైద్యులన్నా విముఖత ఏర్పడింది అంటారు. అందువలనే ఆమె జీవితాంతం వైద్యం చేయించుకోవడానికి ఇష్టపడలేదు. అదే ఆమె జబ్బును తీవ్రతరం చేసిందని చాలామంది అభిప్రాయం. అలా తండ్రి ప్రేమకు దూరమైన పర్వీన్ తల్లి జమాల్ పర్యవేక్షణలో 54 గదుల హవేలీలో, జునాగఢ్‌లో నౌకర్లూ, చాకర్లూ, బంధుజనం మధ్య ఒక రకమైన ఒంటరితనంలో పెరిగింది. ఆమె హైస్కూల్ చదువు మౌంట్ కారమెల్ హైస్కూల్ అహ్మదాబాద్‌లోనూ, కాలేజ్ చదువు సెంట్ జేవియర్స్ కాలేజ్‌లోనూ సాగింది. ఆమె కాలేజ్‌లో బి.ఏ.ఇంగ్లీష్ లిటరేచర్ చదివింది. పట్టుబట్టి ఇంగ్లీషులో పట్టు సాధించింది. కాలేజ్‌లో మౌనంగా వుండేది. ఉన్న స్నేహితులు ఇద్దరు ముగ్గురు జీవితాంతం కొనసాగారు. ఇక్కడొక సంఘటన గురించి చెప్పాలి. హాస్టల్లో చదువుకునే రోజుల్లో అహ్మదాబాద్‌లో చెలరేగిన అల్లర్లలో హాస్టల్ మేట్రన్ కొంతమంది ఆడపిల్లలను, పర్వీన్‌తో పాటు ఒక బండిలో పరుపులూ, దుప్పట్ల కింద దాచి సురక్షిత ప్రదేశానికి తరలించింది. అప్పటికి ఆ గండం గడిచినా, పర్వీన్ మనస్సులో అదొక పీడకలగా నిలిచిపోయి జీవితాంతం వెన్నాడుతూ వుండేది.

కాలేజ్‌లో చదివే రోజుల్లోనే ఆమె తల్లి జమాల్ పర్వీన్‌కి తమ దగ్గర బంధువైన, పాకిస్థాన్ ఏర్‌ఫోర్స్‌లో పనిచేసే జమీల్‌ఖాన్‌తో 1970 ప్రాంతాలలో ఎంగేజ్‌మెంట్ జరిపించింది. పర్వీన్ అతన్ని చాలా ఇష్టపడింది. అతని పేరును చేతి మీద పిన్నుతో చెక్కుకుంది కూడా. ఇద్దరిమధ్యా ఉత్తర, ప్రత్యుత్తరాలు నడిచేవి. అయితే 1971-72లో ఇండియా-పాకిస్థాన్‌ల మధ్య బంగ్లాదేశ్ కోసం జరిగిన యుద్ధం, పర్వీన్ తల్లి జమాల్‌ని ఆలోచనలో పడవేసింది. ఆమె ఈ ఎంగేజ్‌మెంట్‌ని బ్రేక్ చేసింది. అలా పర్వీన్ తొలిప్రేమ ముక్కలై ముగిసింది. నెమ్మదిగా ఆమె తేరుకుని హృదయాన్ని మళ్లీ కూడగట్టుకుంది. ఒకటి, రెండు ప్రేమ బంధాలలో ఇరుక్కుంది కానీ ఆమె దృష్టి ఇప్పుడు మోడలింగ్ రంగం మీదకీ, నటన మీదకీ మళ్లింది. ఆ రంగంలో వచ్చే డబ్బూ, కీర్తీ , గుర్తింపూ, స్వేచ్ఛా ఆమెను అమితంగా ఆకర్షించాయి. ఆమె తల్లి మాటలను లెక్కచేయకుండా కోటి ఆశలతో, కలలతో బొంబాయి సినీరంగంలో 1973లో కాలుపెట్టింది.

మొట్టమొదట ఆమెను హిందీ సినీ రంగానికి పరిచయం చేయాలనుకున్న వ్యక్తి బి.ఆర్. ఇషారా. ఆయన ఒక ప్రముఖ దర్శకుడు. అహ్మదాబాద్‌లో "ఏక్ నావ్ దో కినారా" సిన్మా షూటింగ్‌లో పర్వీన్ బాబీని చూసి, ఆమె కొంచెం విభిన్నంగా కనిపించి "సిన్మాలలో నటిస్తావా?" అని అడిగాడు. ఆమె వెంటనే "కథ నచ్చితే నటిస్తా" అంది. వెంటనే అక్కడికక్కడే అగ్రిమెంట్ రాయించుకున్నాడు, కానీ ఆ విషయం ఆయన బొంబాయి చేరుకున్నాక మరిచిపోయాడు. ఎదురుతెన్నులు చూస్తున్న పర్వీన్ బాబీని అదృష్టం ఇంకో రూపంలో తలుపుతట్టింది. "కాలికో" అడ్వర్టయిజ్‌మెంట్‌కి మోడల్‌గా పనిచేస్తున్నప్పుడు పరిచయమైన మమత అనే మోడల్, కొత్త మొహాల కోసం వెదుకుతున్న ప్రముఖ దర్శకుడైన తన తండ్రి కిశోర్ సాహుకి, పర్వీన్ బాబీ గురించి చెప్పింది. ఆయన పర్వీన్ బాబీని బొంబాయికి పిలిపించి, తన ఇంట్లోనే పేయింగ్ గెస్ట్‌గా వుంచుకోవడమే కాక, రోషన్ తనేజా దగ్గర నటనలో శిక్షణ ఇప్పించాడు. ఆయన తీస్తున్న సినిమా పేరు 'ధుయేకీ లకీర్'. అందులో నటించే హీరో కూడా కొత్తవాడే, పేరు రమేష్ అరోరా. ఆ సినిమా షూటింగ్ జరుగుతూ వుండగా, ఈ కొత్త మొహాల గురించి పత్రికలలో వచ్చిన సమాచారం చూసిన బి.ఆర్. ఇషారా ఆ నటిని తానే ముందు బుక్ చేసుకున్నానని ఆరోపించాడు. విషయం తెలుసుకున్న కిశోర్ సాహూ ఇషారాని కలిసి పర్వీన్ బాబీ ముందుగా తమ చిత్రంలో నటించేటట్లు, ఆ తర్వాత ఇషారా సినిమాలో నటించేటట్టూ ఒప్పందం కుదుర్చుకున్నాడు. అలా 'ధుయేకీ లకీర్' షూటింగ్ పూర్తయ్యాక పర్వీన్ బాబీ హీరోయిన్‌గా, బి.ఆర్. ఇషారా 'చరిత్ర' సినిమా షూటింగ్ మొదలయ్యింది. అయితే ఇషారా సినిమానే ముందుగా విడుదల అయ్యింది.

పర్వీన్ బాబీ నటించిన 'చరిత్ర', 'ధుయేకీ లకీర్' రెండు సినిమాలూ పెద్దగా ఆడలేదు కానీ, నటిగా పర్వీన్ బాబీకి మంచి గుర్తింపు వచ్చింది. గ్లామరస్‌గా వెస్ట్రన్ లుక్‌తో వుంటుందనీ, డైలాగ్స్ బాగా గుర్తు పెట్టుకుంటుందనీ, సరిగ్గా సమయానికి సెట్ మీదకు వస్తుందనీ, అందరితోనూ మర్యాదగా మెలుగుతుందనీ పేరొచ్చింది. ఒక్క విషయంలో మాత్రం అందరూ చెవులు కొరుక్కునేవారు. అది ఆమె బహిరంగంగా స్మోక్ చేయడం, ఈ అలవాటు ఆమెకు కాలేజ్ రోజుల నుండీ మొదలయి చివర వరకూ కొనసాగింది. క్రమంగా మంచి పిక్చర్స్‌లో వేషాలు రాసాగాయి. 'దీవార్'లో అమితాబ్ సరసన నటించిన పాత్ర మంచి పేరు తెచ్చి పెట్టింది. ఆ తర్వాత వెనుదిరిగి చూసుకోలేదు. వరసగా సంజయ్‌ఖాన్, శత్రుఘన్ సిన్హా , శశికపూర్, షమ్మీకపూర్, కబీర్ బేడీ, అమితాబ్ బచ్చన్ వీరందరితోనూ నటించసాగింది. కిశోర్ సాహూ దగ్గర

వుండగా పరిచయమైన వేద్ శర్మ ఆమె పర్సనల్ సెక్రటరీగా వుండి, ఆమె డేట్స్ అవీ చూస్తూ వుండేవాడు. ఇక్కడ వేద్ శర్మ గురించి కొంచెం చెప్పాలి. అతను పర్వీన్ బాబీ మొదటి సిన్మా నుండీ ఆమె చివరి సినిమా వరకూ ఆమెతోనే విశ్వాస పాత్రంగా వున్నాడు. మధ్యలో ఆమె రెండు మూడుసార్లు ఉన్నట్టుండి హఠాత్తుగా పిక్చర్లు వదిలేసి మాయమైనా, ఆ నిర్మాతలని బాగా కన్విన్స్‌చేసి, వాళ్లని వెయిట్ చేయించడం, ఆమెని తొలగించిన సినిమాలలో కూడా ఆమె తిరిగి వచ్చాక తిరిగి తీసుకునేటట్టుగా మాట్లాడటం, ఆమెకు జబ్బుగా వున్న సంగతి బయటకు తెలియకుండా కాపాడటం, డబ్బు వ్యవహారాలలో జాగ్రత్తగా వ్యవహరించడం చేసేవాడు. ఒక్కమాటలో చెప్పాలంటే అతను ఆమెకు అత్యంత నమ్మకమైన విధేయుడైన వ్యక్తి. అలాంటి అతనిని కూడా పర్వీన్ తనకున్న వ్యాధి వలన, నిందారోపణలు చేసి దూరం చేసుకోవడం దురదృష్టం.

మళ్లీ ఆమె కెరీర్ గురించి మాట్లాడుకుందాం. 1973లో మొదలైన ఆమె ప్రస్థానం 1980కి వచ్చేసరికి బాగా ఉచ్ఛస్థితికి చేరింది. అత్యధికంగా పారితోషికం తీసుకునే వాళ్లలో ఆమె రెండవ స్థానంలో వుండేది.

1976 జులైలో ప్రతిష్టాత్మకమైన 'టైమ్' మాగజీన్ ముఖచిత్రంగా ఆమె ఫోటో ప్రచురించడం పెద్ద సంచలనాన్ని సృష్టించింది. అంతర్జాతీయంగా కూడా ఆమె పేరు చాలామందికి తెలిసింది. ఆమె వ్యక్తిగత జీవితం గురించి చెప్పాలంటే, ముఖ్యంగా ముగ్గురితో ఆమె పేరు ముడిపడింది. వాళ్లు డానీ డెంజొొంగ్పా, కబీర్ బేడీ, మహేష్ భట్. బి.ఆర్.ఇషారా సినిమాలో నటించేటపుడు పరిచయమైన డానీతో ఆమె అనుబంధం సుమారు నాలుగేళ్ల పాటు కొనసాగి తర్వాత విడిపోయినా డానీ చివరవరకూ మంచి స్నేహితుడుగానే మెలిగాడు. ఆమె అంతిమయాత్రలో కూడా పాల్గొన్నాడు.

డానీ పరిచయం వలన ఆమెకు అంతర్జాతీయ సినిమా అవగాహనకు వచ్చింది. పెయింటింగ్, మ్యూజిక్‌కి సంబంధించిన విషయాలు ఇద్దరూ పంచుకునేవారు. ఇద్దరూ జుహూ ప్రాంతంలోని ఒకే బిల్డింగ్‌లో వేర్వేరు అంతస్తులలో వుండేవారు. ఇద్దరి మధ్యా విడదీయరాని చక్కని అనుబంధం వుండేది. ఇద్దరూ కలిసి పార్టీలకు వెళ్లేవారు. అక్కడే 'జుహూ గాంగ్'తో సాన్నిహిత్యం యేర్పడింది. వీళ్లందరూ 'బొహీమియన్' స్టైల్ జీవితం గడిపేవారు. ఈ గ్యాంగ్‌లో కబీర్ బేడీ, ప్రోతిమా బేడీ, కేతన్ ఆనంద్, అంజు మహేంద్రు, మహేష్ భట్, పరీక్షత్ సాహ్నీ వీళ్లందరూ యాక్టివ్‌గా వుండే వాళ్లు. ఆమెకు ఈ జీవితం చాలా నచ్చినట్టుగా కనపడినా అంతరాంతరాలలో ఆమె ఆలోచనలు వేరుగా వుండేవి. ఆమె ఒక్కరితోనే విశ్వాస పాత్రంగా మెలిగేది. డానీతో

స్నేహం చేసేటప్పుడు డానీనే గానీ ఇంకెవరినీ దగ్గరకు రానిచ్చేదికాదు. చాలా పొసెసివ్‌గా వుండేది. నాలుగు సంవత్సరాల తర్వాత వారిద్దరి అనుబంధం వీగి పోయింది. కారణాలు ఇద్దరూ చెప్పలేదు. డానీ, కిమ్ అనే గర్ల్ ఫ్రెండ్‌తో సన్నిహితంగా గడపసాగాడు.

1977 ప్రాంతంలో పర్వీన్ జీవితంలోకి కబీర్ బేడీ ప్రవేశించాడు. అంతకు ముందే 'జుహూ గ్యాంగ్'లో ప్రోతిమా, కబీర్ ఇద్దరూ పరిచయమే పర్వీన్‌కి. ప్రోతిమా అంటేనూ, వాళ్ల పిల్లలంటేనూ చాలా ఇష్టంగా వుండేది. ప్రోతిమా ఒడిస్సీ నృత్యం నేర్చుకోవడానికీ, నృత్య ప్రదర్శనలు ఇవ్వడానికీ కొన్ని నెలలు ఊళ్లెడితే పర్వీనే పిల్లలను ప్రేమగా చూసుకునేది. అయితే ఇలాంటి సందర్భాలలోనే కబీర్‌కీ, పర్వీన్‌కీ అనుబంధం ఏర్పడింది. కబీర్ ప్రోతిమానీ, పిల్లలనీ వదిలేసి పర్వీన్‌తో వుండటం మొదలు పెట్టాడు. అయినా పర్వీన్‌కి ఇంకా అభద్రతగానే వుండేది, తనని వదిలేసి పిల్లల కోసమూ భార్య కోసమూ వెళ్లిపోతాడేమోనని! అతనిని విడాకులు తీసుకోమనీ, తనని పెళ్లాడమనీ ఒత్తిడి తీసుకువచ్చింది. కానీ ప్రోతిమా అంత తొందరగా విడాకులు ఇవ్వడానికి ఒప్పుకోలేదు. ఈలోగా కబీర్ బేడీకి, ఇటలీనుండి, హాలీవుడ్ నుండి మంచి అవకాశాలు రాసాగాయి. అతనికి అంతర్జాతీయంగా మంచి ఫ్యాన్‌ఫాలోయింగ్ రావడమే కాక అతనంటే ఒక రకమైన క్రేజ్ యేర్పడింది. ఇదంతా అతను నటించిన 'సాందోకన్' అనే టీవీ సీరియల్ వలన.

దానితో అతను విదేశాలలో స్థిరపడాలని అనుకున్నాడు. తనతో పాటే పర్వీన్ బాబీని కూడా తీసుకువెళ్లాడు. ఆమె కూడా తను చేస్తున్న సినిమాలు మధ్యలో వదిలేసి, అతనితో జీవితమే ముఖ్యమని భావించి వెళ్లిపోయింది. కానీ, అతనికి అక్కడ వున్న పాప్యులారిటీ, పెద్ద పెద్ద నటీనటులూ, దర్శకులూ అతనికిచ్చే ప్రాముఖ్యతా ఆమెలోని అభద్రతని మరింత ఎక్కువ చేశాయి. ఇండియాలో తాను ఒక పెద్ద నటి అయివుండి కూడా, అతనికి నీడలాగా ఏ ప్రత్యేకతా లేకుండా వుండటమేమిటీ అనిపించి వుండవచ్చు బహుశా. అంతవరకూ ఆమెలో నిద్రాణంగా వున్న భయాలన్నీ పైకి లేచాయి. ఉన్నట్టుండి పెద్దగా అరిచి గొడవపడటం, జీనా లోలోబ్రిగెడాలాంటి పెద్ద నటి ఇచ్చే పార్టీనుండీ కబీర్‌ని అర్థాంతరంగా బయటకు లాక్కువెళ్లడం ఇవన్నీ కబీర్‌ని కలవరపాటుకు గురిచేశాయి. అతనెంత సర్దుకుపోదామన్నా ఆమె ధోరణి విపరీతంగా పరిణమించింది. ఒకరోజామె హఠాత్తుగా టికెట్ బుక్ చేసుకుని కబీర్ బేడీని లండన్‌లో వదిలేసి ఇండియాకి వచ్చేసింది. అంతటితో ఆమె జీవితంలో రెండూ రెండున్నర సంవత్సరాలుగా సాగుతున్న కబీర్ బేడీ అధ్యాయం ముగిసింది.

అలా 1979-80 ప్రాంతాలలో తిరిగి వచ్చిన పర్వీన్ బాబీని రిసీవ్ చేసుకున్నాడు పర్సనల్ సెక్రటరీ వేద్ శర్మ. మధ్యలో వదిలేసిన సినిమాలు పూర్తి చేయడం మొదలెట్టింది. ఆమె జీవితంలో మహేష్ భట్‌తో కొత్త అధ్యాయం మొదలయింది. కబీర్‌తో యూరప్ వెళ్లేటప్పుడు తను అసంపూర్తిగా వదిలి వెళ్లిన చిత్రాలలో చాలా వరకూ తిరిగి తనకు చేరాయి. ఆ సమయంలో రిలీజయిన 'అమర్-అక్బర్-ఆంథోనీ' సూపర్ హిట్టవడం ఆమె కెరీర్‌కి ఎంతో ఉపకరించింది. చిత్రాల షూటింగుల్లో తిరిగి పాల్గొనడంతోపాటు పాత స్నేహాలని పునరుద్ధరించుకునే క్రమంలో, ఇదివరకు 'జుహూ గాంగ్'లో పరిచయమున్న మహేష్ భట్‌కి చేసిన ఒక్క ఫోన్ కాల్ ఆమె జీవితాన్ని ఇంకో మలుపు తిప్పింది.

మహేష్ భట్ అంటే అప్పుడప్పుడే పైకి వస్తున్న బడ్డింగ్ ఫిల్మ్ డైరెక్టర్. అతని తండ్రి బ్రాహ్మణుడు, తల్లి ముస్లిమ్. అతను చిన్నతనం నుండి స్కూల్ శెలవుల్లో క్రికెట్ ఆడుతూ, ఖాళీ సమయాల్లో చిన్న చిన్న వస్తువులు అమ్ముతూ కాలం గడిపేవాడు. ఆ తర్వాత డాల్డా కంపెనీలకీ, లైఫ్ బోయ్ సబ్బులకీ మోడల్‌గా కూడా చేశాడు. అతను స్కూల్లో చదువుకునేటప్పుడే స్కాటిష్ ఆర్ఫనేజ్ స్టూడెంట్ అయిన లోరేన్ బ్రయిట్ అనే అమ్మాయితో ప్రేమలో పడ్డాడు. ఇరవై ఏళ్లొచ్చేసరికే ఆమెను పెళ్లిచేసుకున్నాడు. ఆమె తన పేరు కిరణ్ భట్ అని మార్చుకుంది. ఒక సంవత్సరానికల్లా వాళ్లిద్దరికీ నటి పూజా భట్ జన్మించింది.

మహేష్ భట్ సినిమాల మీద మోజుతో దర్శకుడు రాజ్ ఖోస్లా దగ్గర అసిస్టెంట్‌గా కొన్నాళ్లు పనిచేసి, సొంతంగా రెండు మూడు చిత్రాలకు దర్శకత్వం వహించాడు కానీ, క్లిక్ అవలా! మంచి బ్రేక్ కోసం ఎదురు చూస్తున్నాడు. సరిగ్గా అలాంటి సమయంలో పర్వీన్ నుండి ఫోన్ కాల్ వచ్చింది. అంతకు మునుపే జుహూ గాంగ్‌లో పరిచయముంది. కబీర్ బేడీ ప్రియురాలుగా తెలుసు. గ్లామరస్ నటి. ఈ నేపథ్యంతో అతను ఆమె ఆహ్వానాన్ని మన్నించి ఆమె అపార్ట్‌మెంట్‌కి వెళ్లాడు. రెండు మూడు సమావేశాలు మామూలుగానే జరిగాయి. ఆ తర్వాత వారిద్దరూ అనేక విషయాలు పంచుకున్నారు. మహేష్ భట్ ఆమె చుట్టూ గూడుకట్టుకున్న నైరాశ్యాన్నీ, ఒంటరితనాన్నీ గమనించాడు. అందమైన డబ్బున్న ఒంటరి ఆడదానివేపు ఆకర్షింపబడని మొగవాడుంటాడా లోకంలో? దానికి సినీ గ్లామర్ తోడైతే ఇంక చెప్పాలా?

ఆరునెలల కల్లా అతి సహజంగా మహేష్ భట్ ప్రేమించి పెళ్ళి చేసుకున్న పెళ్లాం, బిడ్డలని వదిలి పర్వీన్‌తోనే కలిసి జీవించసాగాడు. వారిద్దరూ కలిసి ఒక

సంవత్సరం పాటు అన్యోన్యంగా గడిపారు. అతని ఆర్థికావసరాలన్నీ కూడా పర్వీనే చూసేది. అయినా అప్పుడప్పుడూ అతను భార్యాబిడ్డల దగ్గరకు వెళ్లి వచ్చాడేమోనని అనుమానిస్తూ వుండేది. చివరికి అతని బట్టలు కూడా వాసన చూసేదట.

వారిద్దరూ మాట్లాడుకునే కామన్ టాపిక్స్‌లో ఆధ్యాత్మికతకి సంబంధించిన విషయాలు కూడా వుండేవి. ఇద్దరికీ యు.జి.కృష్ణమూర్తి అనే ఆధ్యాత్మిక గురువుతో పరిచయముండేది. ఇద్దరికీ ఆయనంటే చాలా అభిమానం. ఇక్కడ యు.జి. కృష్ణ మూర్తి యెవరో కొంచెం క్లుప్తంగా తెలుసుకుందాం. ఎందుకంటే పర్వీన్ బాబీ జీవితంలో ఆయన పాత్ర కూడా కొంత వుంది.

యు.జి.కృష్ణమూర్తి అంటే ఉప్పులూరి గోపాల కృష్ణమూర్తి. కృష్ణాజిల్లా బందరులో పుట్టారు. గుడివాడలో పెరిగారు. రచయిత చలం గారికి దూరపు బంధువు. చలంగారి కుటుంబంతో సన్నిహిత సంబంధాలున్నాయి. ఆయనొక నిరీశ్వరవాది, మొదట్లో థియోసాఫికల్ సొసైటీతోనూ, జిడ్డు కృష్ణమూర్తితోనూ సన్నిహితంగా మెలిగినప్పటికీ తర్వాత విభేదించి బయటకు వచ్చారు. ప్రపంచమంతా పర్యటిస్తూ, ఉపన్యాసాలిస్తూ వుంటారు ఆయన. ప్రత్యేకించి ఏదీ బోధించరు, "ఏ విషయమైనా నీ అంతట నువ్వే నిర్ణయించుకో, నీ అంతట నీవే తెలుసుకో. జీవితానికేమీ అర్థమూ, పరమార్థమూ లేదు. నీ జీవితానికీ, నీ నిర్ణయాలకూ నీవే కర్తవు. ఏ విషయానికైనా కేంద్ర బిందువు నువ్వే"... ఇలా వుంటాయి ఆయన బోధనలు. ఆయనకు ప్రపంచ వ్యాప్తంగా శిష్యులున్నారు. స్విట్జర్లాండ్‌కి చెందిన వాలెంటైన్ అన్న పెద్దావిడ ఆయనకు కేర్ టేకర్. సదా ఆయన వెన్నంటే వుంటూ ఆయనకు ఏ లోటూ రాకుండా చూసుకునేవారు. పర్వీన్ బాబీ, మహేష్ భట్ ఇద్దరూ ఆయన బొంబాయి వచ్చినప్పుడు కలిసి గడుపుతూ వుండేవారు. మళ్లీ పర్వీన్ ఫిల్మ్ కెరీర్ గురించి మాట్లాడుకుందాం. 1978-79 వచ్చేసరికి ఆమె చేతిలో ఇరవై పిక్చర్ల వరకూ వున్నాయి. దాదాపు ముప్పై అయిదు సినిమాల వరకూ సంతకాలు పెట్టింది అంటాడు వేద్ శర్మ. వాటిలో ముఖ్యమైన పేర్లు 'సుహాగ్, దేశ్ ప్రేమి, ఖుద్దార్, కాలాపత్థర్, రజియా సుల్తాన్, క్రాంతి, జ్వాలా ముఖి, లావారిస్, నమక్ హలాల్, బర్నింగ్ ట్రెయిన్'.

పని మీద కాన్‌సన్‌ట్రేషన్, ఒత్తిడి, సన్నగా కనపడాలని చేసే డైటింగ్ (కేవలం నిమ్మరసం, పళ్లు మాత్రమే తీసుకునేది). మహేష్ భట్ గురించిన అభద్రత ఆమె మానసిక ఆరోగ్యం మీద ప్రభావం చూపసాగింది.

ఉన్నట్టుండి తననెవరైనా ఏమైనా చేస్తారేమోననే భయంతో వణికిపోవడం, తినే ఆహారంలోనూ, తాగే పానీయాల్లోనూ ఏమైనా కలిపారేమోననే అనుమానమూ, చెవుల్లో ఏవో మాటలు వినపడటమూ ఇవన్నీ మొదలయినాయి. తనతో ఎక్కువ సినిమాలలో కలిసి నటించిన అమితాబ్ బచ్చన్ తనని చంపాలని ప్రయత్నిస్తున్నాడనేది. తన సెక్రటరీ వేద్ శర్మ, మహేష్ భట్ ఇద్దరూ దానికి సహకరిస్తున్నారని ఆరోపించేది. చివరికి కన్నతల్లిని కూడా అనుమానించేది. ఇదంతా చూసిన తల్లి జమాల్ ఆమెకున్న పరిజ్ఞానంతో తన కూతురికి దయ్యం పట్టిందనుకుంది. అయితే మహేష్ భట్ కొంత అవగాహనతో సైకియాట్రిస్ట్‌ని కలిసి, మాట్లాడి, ఆమెను బలవంతంగా తీసికెళ్లి చూపిస్తే 'పారనాయిడ్ స్కిజోఫ్రినియాతో' బాధపడుతోందనీ, ఆమె క్రమం తప్పకుండా మందులు తీసుకోవాలనీ, విశ్రాంతి కూడా అవసరమనీ, వ్యాధి తీవ్రమైతే ఎలక్ట్రిక్ షాక్ థెరపీ కూడా ఇవ్వాల్సి రావచ్చు అని చెప్పారు. అయితే ఆమె ఎవరెన్ని చెప్పినా మందులు తీసుకునేది కాదు. చివరికి మందులు ఆహారంలో కలిపి ఇచ్చేవారు. అది కూడా ఎవరైనా కొంచెం తింటేనే తినేది. అట్లా మహేష్ భట్ కూడా ఆ మందు కలిపిన ఆహారం తినవలసివచ్చేది. అయినా ఆమె పరిస్థితిలో ఏ మార్పూ లేదు. ఆమెను కంట్రోల్ చెయ్యడం కష్టమయింది. షూటింగ్‌లన్నీ ఆగిపోయాయి. నిర్మాతలకి అసలు పరిస్థితి తెలీకుండా జాగ్రత్త పడటంతో వారంతా గోలెత్తుతూ వుండేవారు. ఆమె సెక్రటరీ వేద్ శర్మ ఇదంతా చూసి ఆమెను కవర్ చేయడానికి ఆమెకు పచ్చ కామెర్ల జబ్బు వచ్చిందని, వాళ్లను కొంతకాలం మభ్య పెట్టాడు. ఎవరి మాటా వినేది కాదు. ఒక్కటే ఊరట యేమిటంటే యు.జి. అంటే మాత్రం అపారమైన నమ్మకం ఆయన ఏం చెప్పినా వినేది. ఆయన తప్ప ఈ లోకంలో తన శ్రేయస్సు కోరేవారెవరూ లేరని నమ్మేది.

మూడు నెలలు గడిచినా ఆమె మానసిక పరిస్థితిలో మార్పేమీ లేకపోవడంతో, ఆమెకు ఎలక్ట్రిక్ షాక్ ఇవ్వడం తప్పదేమో అనే పరిస్థితిలో 1979లో మహేష్ బెంగుళూరులో ఉన్న యూజీ సలహా తీసుకుని, ఎలాగో ఆమెని బెంగుళూరు యూజీ వద్దకు చేర్చాడు. యూజీ - మహేష్‌తో "ఆమె మంచి కోరేటట్టయితే నీవామెకు దూరంగా వుండు" అని సలహా ఇచ్చాడు. పర్వీన్ బెంగుళూర్‌లో బసవన గుడి దగ్గరున్న యూజీ స్నేహితుల ఇంట్లో సుమారు ఆరునెలలు గడిపింది. సరైన సమయానికి ఆహారం తీసుకోవడంతో, యూజీ పర్యవేక్షణలో, నిమ్ హాన్స్ ఇన్స్టిట్యూట్ డాక్టర్ల మందులతో, ఆమె ఆరోగ్యం కుదుటపడటం ప్రారంభించింది. ఈలోగా నిర్మాతల ఒత్తిడి భరించలేక వేద్ శర్మ, ఆమె తల్లి జమాల్‌ని తీసుకుని బెంగుళూరు వచ్చాడు. ఆమె తల్లి - కూతుర్ని వెంటనే బొంబాయి రమ్మంది. తన మాట వినడంలేదని

కూతురితో దెబ్బలాడి, దీనికంతా యూజీనే కారణం అని నానా దుర్భాషలాడి వెళ్లిపోయింది. ఆ తర్వాత కొద్దికాలానికే పర్వీన్ బొంబాయి తిరిగి వెళ్లి, అసంపూర్తిగా వదిలి వేసిన చిత్రాలు పూర్తి చేస్తానని యూజీ అనుమతి తీసుకుంది. అయితే యూజీ ఒక హెచ్చరిక చేశారు. ఆ సినిమా జీవితం ఆమెకు సరిపడదనీ, అలాగే కంటిన్యూ చేస్తే ఆమె జబ్బు తిరగబెట్టే ప్రమాదముందనీ!

చివరికి ఆర్నెల్ల తర్వాత 1979 డిసెంబర్‌లో బొంబాయిలో అడుగుపెట్టి, సినిమా షూటింగ్‌లలో పాల్గొనడం ప్రారంభించింది. నిర్మాతలందరూ ఆమె షూటింగ్‌లకి రావడం, క్రమశిక్షణగా వుండటం చూసి సంతోషిస్తున్నారు. అయితే మధ్యలో యూజీ బొంబాయి వచ్చినప్పుడూ, బాలీ ఐలాండ్స్‌కి వెళ్లినప్పుడూ, స్విట్జర్లాండ్ వెళ్లి కలిసినప్పుడు కూడా ఎప్పుడూ పర్వీన్‌ని "రిలాప్స్ రావచ్చనీ, జాగ్రత్తగా వుండమనీ, పిక్చర్స్‌లో నటించ వద్దనీ" హెచ్చరిస్తూనే వున్నాడు. కానీ ఇదంతా పర్వీన్‌ని ఒక రకంగా భయపడేట్టు చేసింది. తనకు వచ్చిన పని చేయకుండా ఖాళీగా కూర్చోలేకపోయింది. పని చేసుకుంటూ వుంటే ఒక పక్కనుండి మళ్లీ రిలాప్స్ వస్తుందేమోననే భయం పీడించసాగింది. మహేష్ భట్‌ని పర్వీన్‌కి దూరంగా వుండమని యూజీ చెప్పినా అప్పుడప్పుడూ రహస్యంగా కలుస్తూనే వున్నారిద్దరూ. ఒకరోజు మహేష్ యూజీ చెప్పిన మాట వినమనీ, పిక్చర్స్‌లో నటించవద్దనీ చెబుతుంటే "నేను కావాలా, యూజీ కావాలా తేల్చుకో?" అంది పర్వీన్. అంతే, ఎంత పిలుస్తున్నా వినకుండా లేచి వెళ్లిపోయాడు మహేష్. మళ్లీ పర్వీన్ మొహం చూడలేదు. అలా మహేష్ భట్ ఆమె జీవితం నుంచీ నిష్క్రమించాక, ఇంకెవరితోనూ గాఢమైన అనుబంధం ఏర్పడలేదు. రెండో, మూడో పేర్లు వినబడినా అది చాలా తాత్కాలిక అనుబంధాలూ, లోతు లేని సంబంధాలే!

ఒంటరితనమే తోడుగా తనని తను ఓదార్చుకుంటూ ముందుకు సాగుతోంది. 1980 నుండి షూటింగ్‌లలో పాల్గొనడం ఆరంభించింది. 1981 సగంలోకి వచ్చేసరికి బాగా బిజీ అయ్యింది. 'బాబీ బూమ్' ప్రారంభమైంది అనుకోసాగారు అందరూ. నిర్మాతలు, సహనటీనటులూ అందరూ ఆమె కమిట్‌మెంట్‌నీ, సహకారాన్నీ పొగడసాగారు. అయితే మహేష్ భట్ ఆమె మానసిక స్థితి గురించి కొన్ని పత్రికలలో కామెంట్ చేయడం ఆమెని బాధపెట్టింది. యూజీ కూడా పదేపదే మళ్లీ జబ్బు తిరగబెడుతుంది జాగ్రత్త పడమని చెప్పడం ఆమెలో ఒక రకమైన ఒత్తిడిని కలగ జేసినా తనను తను నిలదొక్కుకోవడానికే ప్రయత్నించింది. "యూజీ యేం చెప్పినా

నా జీవితం నేను జీవించాల్సిందే కదా, ఆయనొచ్చి నా జీవితం జీవించడు! నేనెళ్లి ఆయన జీవితం జీవించను" అనడం ఆమె ధృఢ నిర్ణయాన్నీ, పరిణతినీ కూడా సూచిస్తోంది.

1982వ సంవత్సరంలోకి అడుగుపెట్టి సగం రోజులు గడిచేసరికి, మళ్లీ పరిస్థితి మారిపోయింది. ఆమె ఎవర్నీ కలవడం లేదనీ, ఇంట్లోనే తాళం పెట్టుకుని కూచుంటోందనీ, సినిమా షూటింగ్‌లన్నీ కేన్సిలవుతున్నాయనీ వదంతులు వ్యాపించ సాగాయి. విశ్వాస పాత్రుడయిన వేద్ శర్మ వీటన్నిటినీ మాఫీ చేయాలని ప్రయత్నిస్తున్నాడు కానీ, మహేష్ భట్ బాహాటంగా ఆమె మానసిక స్థితి గురించి మాట్లాడసాగాడు. 1982లో మహేష్ భట్ తీసిన 'అర్థ్' సినిమాలో స్మితా పాటిల్ పోషించిన పాత్ర పర్వీన్‌ను దృష్టిలో పెట్టుకునే తీశాననీ, బహుశా ఆమె అది చూస్తే, ఆమె ఆరోగ్యం మీద తీవ్రంగా ప్రభావం చూపవచ్చనీ కూడా చెప్పడం గమనార్హం. 1982 డిసెంబర్‌లో రిలీజయిన 'అర్థ్' సినిమా ఆమె చూసిందనీ, బాగా కలవరపాటుకి గురి అయిందనీ కొన్ని ఇంటర్వ్యూల ద్వారా తెలుస్తోంది. 1983 జులై నాటికి ఆమె పరిస్థితి మొదటికి వచ్చింది. భయాలూ, భ్రాంతులూ ఎక్కువయ్యాయి, షూటింగ్‌లు కేన్సిల్ అవుతున్నాయి. ఇన్నాళ్లుగా మరిచిపోయిన యూజీ ఒక్కసారిగా గుర్తొచ్చాడు. ఆయనే తనని బయటపడేసే దిక్కు అని భావించింది. వెంటనే దేశం వదిలి స్విట్జర్లాండ్ బయలు దేరింది. అప్పటికామె చేతిలో పంతొమ్మిది సినిమాలు వివిధ స్థాయిలలోని చిత్రీకరణతో అసంపూర్తిగా వున్నాయి. ఇల్లు వదిలిపెట్టి వెళ్లొద్దని సెక్రటరీ వేద్ శర్మ, తల్లి జమాల్ బతిమాలారు. ఎవరి మాటా వినలేదు. అర్ధరాత్రి బయలుదేరి దేశం వదిలి స్విట్జర్లాండ్‌లో కాలు పెట్టింది. 1983 జులై నుండి ఒక సంవత్సర కాలం యూజీ, వాలెంటైన్లతోనే వుంటూ, వారితోపాటే మెక్సికో, కాలిఫోర్నియాలు తిరిగింది. ఆరోగ్యం కుదుట పడినట్టే అనిపించింది. బొంబాయి నుండి ఫోన్లు వస్తూనే ఉన్నాయి. యూజీ "నీ జీవితం గురించి నిర్ణయాలు నువ్వే తీసుకోవాలి, ఎప్పటికీ ఇక్కడే వుండటం కుదరదు" అని స్పష్టంగా చెప్పడంతో, 1984 ఏప్రిల్ నాలగవ తేదీ తన పుట్టినరోజు నాడు హఠాత్తుగా లేచి "నేను ఇండియా వెడుతున్నాను, మీకు భారంగా వుండటం ఇష్టం లేదు" అని బయలుదేరింది. టికెట్లకీ, ఖర్చులకీ కొంత డబ్బు తను ఇచ్చినట్టు యూజీ మహేష్‌కి రాసిన లేఖలో రాశారు. అయితే ఆమె ఎక్కడికి వెళ్లిందీ తెలియరాలేదు. 1984 ఏప్రిల్ 7వ తారీఖున పర్వీన్ న్యూయార్క్ ఇంటర్నేషనల్ ఏర్‌పోర్ట్‌లో దిగింది. అక్కడి అధికారులు ఈమెను పాస్‌పోర్టూ, ఇతర ధృవీకరణ పత్రాలడిగారు. ఈమె చెప్పే సమాధానాలూ, ప్రవర్తనా వాళ్లకు అనుమానం కలిగించాయి. కాళ్లకూ, చేతులకూ

సంకెళ్లు తగిలించి పబ్లిక్ హాస్పిటల్‌కి తరలించారు. ఆ హాస్పిటల్‌లో పర్వీన్ బాబీని గుర్తు పట్టిన ఒక ఇండియన్ డాక్టర్ యూజీ ఫోన్ నంబర్ ఆమె దగ్గర నుండి తీసుకుని ఫోన్ చేశాడు.

యూజీ మహేష్ భట్‌ని సంప్రదించాడు. మహేష్ యూజీని న్యూయార్క్ వెళ్లి పర్వీన్‌ని కాపాడమని అర్థించాడు. యూజీ న్యూయార్క్ చేరేటప్పటికి ముప్ఫయిమంది మానసిక రోగులమధ్య వుంది పర్వీన్. యూజీతో మామూలుగా నవ్వుతూ మాట్లాడింది. ఈలోపు ఇండియన్ కాన్సులేట్ అధికారి కూడా వచ్చి చూశాడు.

ఆమె కోలుకోవడానికి రెండు మూడు వారాలు పడుతుందన్నారు డాక్టర్లు. న్యూయార్క్‌లోనే ఒక హోటల్లో రూమ్ తీసుకుని పర్వీన్‌తో వుండసాగాడు యూజీ. కానీ, ఆమె హఠాత్తుగా ఒకరోజు యూజీ బయటకు వెళ్లి వచ్చేసరికి హోటల్ రూమ్ నుండి మాయమయ్యింది. అది1984 ఏప్రిల్ 25వ తేదీ. ఆ తర్వాత రెండు మూడు రోజులు ఆమె వస్తుందేమోనని యెదురు చూసిన యూజీ, ఆమె రాకపోయేటప్పటికి హోటల్ రూమ్ ఖాళీచేసి వెళ్లిపోయాడు. అప్పటి నుండి మరో మూడు సంవత్సరాల వరకూ ఆమె ఆచూకీ యెవరికీ తెలీదు. ఆమె తల్లి జమాల్, కూతురు పర్వీన్ 1983లో బొంబాయిని విడిచిపెట్టి వెళ్లాక, తాము వుంటున్న అపార్ట్‌మెంట్ శుభ్రం చేయించి తాళం వేసి, జునాగఢ్ వెళ్లిపోయి అక్కడ తన మేనల్లుడి సహాయంతో జీవించసాగింది. బొంబాయి సినీ పరిశ్రమలో ఆమె అసంపూర్తిగా వదిలి వేసిన పందొమ్మిది సినిమాలలో, పది సినిమాలని ఏదో విధంగా డూప్‌లను పెట్టో, కథలో మార్పులు చేసో పూర్తి చేసి రిలీజ్ చేశారు. చివరగా రిలీజ్ అయిన సినిమా 'ఇరాదా'. దాదాపు అందరూ పర్వీన్ బాబీ గురించి మరిచిపోయారు. ఆమె తల్లి తన కూతురెక్కడో మరణించి వుంటుంది అనుకుంది. ఇలాంటి పరిస్థితుల్లో సుమారు నాలుగు సంవత్సరాలు గడిచాక, 1987లో జమాల్ మేనల్లుడు జావేద్‌కి హూస్టన్ నుండి ఒక ఫోన్ కాల్ వచ్చింది. అక్కడ వుండే కల్పన అనే ఇండియన్ లాయర్ పర్వీన్ పోలీసు కస్టడీలో వుందనీ, ఆమె మానసిక పరిస్థితి సరిగాలేదనీ చెప్పింది. ఆ వార్త విన్నాక తల్లి జమాల్ అమెరికన్ కాన్సలేట్‌కి వెళ్లి వీసా తెచ్చుకుని ఒక్కతే హూస్టన్ బయలు దేరింది. చదువు సంధ్యలులేని ఆమె అష్టకష్టాలు పడి ఎలాగో హూస్టన్ చేరి, పోలీసులకి బెయిల్ చెల్లించి, లాయర్‌కి ఫీజ్ కట్టి, కూతురుని విడిపించి నెలరోజులు అక్కడే వుండి, కూతురిని ఇండియా రమ్మని బతిమలాడింది. పర్వీన్ ససేమిరా రాననడమే కాదు, తల్లిని తక్షణమే దయచేయమంది. చివరికి చేసేదిలేక వెనుదిరిగింది తల్లి జమాల్. ఆ తర్వాత ఆమె గురించిన సమాచారమేదీ తెలియరాలేదు.

పర్వీన్ బాబీ 1984 నుండి టూరిస్ట్ వీసా మీద అమెరికాలో వుంటోంది. ప్రతీ ఆర్నెల్లకు మెక్సికోనో, ఇతర కరేబియన్ ఐలాండ్స్‌కో వెళ్లి వీసా రెన్యూ చేయించుకుంటోంది. 1989 వచ్చేసరికి ఆ వీసా కాలపరిమితి అయిపోవడంతో ఆమె ఇండియాకు రాక తప్పలేదు. 1989 నవంబర్‌లో పర్వీన్ సెక్రటరీ వేద్ శర్మకీ, ఆమె కజిన్ జావేద్‌కీ ఆమె ఇండియా తిరిగి వస్తున్నట్టు ఫోన్ కాల్ వచ్చింది. చివరకు నవంబర్ పదిహేడున గుర్తుపట్టలేనంతగా మారిపోయి, బాగా లావైపోయిన పర్వీన్‌ని రిసీవ్ చేసుకున్నారు వారిద్దరూ. ఇండియా రాగానే ఆమె చేసిన మొదటి పని, తనకెంతో విశ్వాస పాత్రంగా వున్న వేద్ శర్మని సెక్రటరీ స్థానం నుండి తొలగించడం. అతను కూడా ఆమెతో విసిగి వేసారిపోయి వుండడంతో ఆనందంగా తప్పుకున్నాడు. ఏడేళ్ల వనవాసం తర్వాత బొంబాయి చేరుకున్న పర్వీన్‌ని పలకరించినవారు ఒకటీ అరా జర్నలిస్ట్‌లు, అదీ ఇంటర్వ్యూల కోసం. ఆమె వారికిచ్చిన ఇంటర్వ్యూల నిండా తనమీద హత్యాయత్నాలు జరిగాయనీ, తనమీద కెమికల్ వెపన్స్ ప్రయోగించారనీ అభియోగాలు చేసింది. ఎవరా శత్రువులంటే అమితాబ్ బచ్చన్‌నీ, అమెరికా ప్రెసిడెంట్‌నీ, ప్రిన్స్ ఛార్లెస్‌నీ, ఫ్రెంచ్ గవర్నమెంట్‌నీ, ఇండియా గవర్న్‌మెంట్‌నీ ఇలా అందరినీ దోషులుగా చెప్పేది. పేజీలకు పేజీలు కంప్లయింట్‌లు రాసి బాంద్రా కోర్టులో కేస్ ఫైల్ చేయమని వేద్ శర్మ కొడుకుని కోరింది. ఇంటికెవరొచ్చినా, వారితో మాట్లాడిన మాటలన్నీ రికార్డ్ చేసి పెట్టేది. తన చెవికి సర్జరీ చేసి చెవి వెనక ఒక చిప్‌లాంటిది పెట్టి తన మీద నిఘా పెట్టారనేది. తన ఇంట్లో ఏసీలో బాంబులున్నాయని భయపడేది. వాటర్ ట్యాంక్ పగిలి తన ఇంటి మీద పడుతుందేమోనని అనుమానించేది. ఒక రకమైన భయంకాదు, ఒక రకమైన అనుమానంకాదు. ఈ జబ్బు వున్నవాళ్లు మందులు వాడితే కొంత నయమై మామూలు జీవనం గడపొచ్చని తల్లి ఎంత చెప్పినా వినేది కాదు. విసిగిపోయిన తల్లి కొంతకాలం బొంబాయిలోనూ, కొంత కాలం జునాగఢ్‌లోనూ గడుపుతూ 2002లో శాశ్వతంగా ఈ లోకం వదిలిపెట్టి పోయింది. ఇప్పుడు పర్వీన్ మరింత ఒంటరి అయిపోయింది. ఇంటీరియర్ డిజైనింగ్ చేస్తాననీ, పెయింటింగ్ చేస్తున్నాననీ చెప్పేది. కానీ ఎవ్వరూ ఆమెతో ఇంటీరియర్ డిజైనింగ్ చేయించుకోలేదు. ఆమె చిత్రాలెక్కడా ప్రదర్శితమవ్వలేదు. ఇంట్లో పనివాళ్లను కూడా నమ్మకపోవడం చేత, ఆమె విచిత్రమైన ప్రవర్తనవల్ల పనివాళ్లు కూడా మానేశారు. ఒకప్పుడు ఎంతో పరిశుభ్రంగా దివ్య భవనంలా వున్న ఇల్లు అపరిశుభ్రంగా పాడుపడ్డట్టుగా తయారయింది.

1997లో మలబార్ హిల్ దగ్గరున్న చర్చ్‌లో బాప్టిజమ్ తీసుకోవడంతో అప్పుడప్పుడూ ఆ చర్చ్ ఫాదర్లు వచ్చేవారు. ఆమె కూడా చర్చ్‌కి వెళ్లేది. 2004 సం॥

ఏప్రిల్‌లో ఆమె యాభయ్యవ పుట్టిన రోజు మాత్రం చక్కటి పార్టీ జరుపుకుంది. వేద్ శర్మ కుటుంబాన్నీ, ఇంకొంతమంది దగ్గరవాళ్లని మాత్రమే పిలిచింది. ఆ తర్వాత 2004 డిసెంబర్లో క్రిస్మస్ పార్టీ జరుపుకుంది. ఆ పార్టీలో ఆమె పన్ను ఒకటి విరిగి వుండటాన్నీ, కాలికి గాయమై కుంటుతూ ఉండటాన్నీ గమనించిన అతిథులు డాక్టర్ని సంప్రదించమన్నారు. ఆమె నవ్వి తోసిపుచ్చింది. 2005 జనవరి 22వ తేదీ పర్వీన్ నివాసం వుండే బిల్డింగ్ మేనేజర్ పోలీసులకి ఫోన్ చేశాడు. ఆమె అపార్ట్‌మెంట్ ముందు రెండు రోజుల నుండీ న్యూస్ పేపర్లూ, పాల ప్యాకెట్లూ పడివున్నాయని. డూప్లికేట్ తాళాలతో అపార్ట్‌మెంట్ తలుపులు తెరిచారు. సగం చిత్రించిన చిత్రాల కాన్వాసులతోనూ, న్యూస్ పేపర్ల గుట్టలతోనూ, అడ్డదిడ్డంగా పడి వున్న బట్టలతోనూ నిండివున్న గదిలో బెడ్ మీద అచేతనంగా పడివుంది పర్వీన్ బాబీ. ఆమె ప్రాణాలు ఇరవై నాలుగు గంటల క్రితమే అనంత వాయువుల్లో లీనమయ్యాయని నిర్ధారించారు డాక్టర్లు. ఆమె డయాబెటిస్‌తో బాధపడుతోందని ఎడమ కాలు గాంగ్రీన్‌తో పాడయిందనీ, అందుకే ఆమె వీల్ ఛైర్ వాడుతున్నట్టు వుందనీ, ఆమె ఆహారం తీసుకుని మూడు రోజులపైన అయి వుంటుందని నిర్ధారణ చేశారు. ఆమె వ్యగ్ర జీవితం అలా ముగిసింది. ఎంతోమందిని తన గ్లామర్‌తో మురిపించిన ఆమె చివరికి మాసిన బట్టలతో, తిండిలేకుండా, ఒంటరిగా దయనీయంగా మరణించడం ఎవరినైనా కదిలిస్తుంది. జీవితమంతా ఒంటరితనంతో పోరాడి, విశ్వసనీయమైన ఒక తోడు కోసం తపించిన ఆమె మృత్యువులో కూడా ఒంటరిగానే మిగిలింది. ఆమె పార్థివ దేహాన్ని ఎవరూ క్లెయిమ్ చేయకపోవడంతో ఒక వారం రోజులు అన్ ఐడెంటిఫైడ్ బాడీగా మార్చురీలో వుండిపోయింది. వారం రోజులకి ఆమె బంధువులూ, చర్చ్ ఫాదర్లూ క్రిమేషన్ జరపడానికి ముందుకొచ్చారు. చివరికి దేహాన్ని ఆమె బంధువులకు అప్పజెప్పారు. 30 జనవరి 2005 శాంతాక్రజ్‌లో వున్న జుహూ ముస్లిమ్ సిమెట్రీలో ఆమె అంత్యక్రియలు జరిగాయి. ఆమె స్నేహితులు డానీ, కబీర్ బేడీ, మహేష్ భట్‌లు అంత్యక్రియల్లో పాల్గొన్నారు. ఆమె ఆస్తి డెబ్భై శాతం జునాగఢ్‌లో ఆమె కుటుంబానికి చెందిన దీనులైన బాలికలకీ, స్త్రీలకీ చెందేటట్టుగా వీలునామా రాసింది. మహేష్ భట్ ఆమె బతికుండగానే ఆమె కథ ఆధారంగా 'అర్థ్' తీశాడు. ఆ తర్వాత 'వోహ్ లమ్హే', 'ఫిర్ తెరీ కహానీ యాద్ ఆయీ' అనే సినిమాలు తీసి ఆమె జ్ఞాపకాలు వాడుకున్నాడు. పర్వీన్ బాబీ మాత్రం జీవితమంతా తనను వెంటాడిన అభద్రతనీ, భయాన్నీ, ఆందోళననీ, అసంతృప్తినీ, ఒంటరితనాన్నీ మరిచి జుహూ సిమెట్రీలో నిద్రపోతోంది.

రీటా హేవర్త్ – ప్రేమ దేవత

పాతాళభైరవి సినిమాలో నేపాళ మాంత్రికుడు తన మాయలూ మంత్రాలూ చూపి ప్రజలను ఆకట్టుకోవడానికి ఒక రాతిని నాతిగా చేసి "మహాజనానికి మరదలు పిల్లా గలగలలాడవే గజ్జలకోడి" అంటాడు. అప్పుడా యువతి "వగలోయ్ వగలూ ధళుకు బెళుకు వగలూ" అంటూ పాటందుకుని నాట్యం చేస్తుంది. జనాన్ని చిత్తు చేసే ఆ పాట పాడింది జిక్కి, రాసింది పింగళి, ట్యూన్ చేసింది ఘంటసాల. అయితే ఆ పాట మాతృక 1948లో వచ్చిన 'లవ్స్ ఆఫ్ కారమెన్' అనే ఇంగ్లీషు సినిమాలో రీటా హేవర్త్ నృత్యం చేస్తూ పాడిన లాటిన్ అమెరికన్ ట్యూన్.

ఇదే పాట 1951లో వచ్చిన 'జాదూ' అనే హిందీ సినిమాలో కూడా వినిపిస్తుంది. నౌషాద్ సంగీత దర్శకత్వంలో 'జబ్ నయన్ మిలే నయనోంసే లలలూ లలలూ' అంటూ సాగే ఆ పాట పాడింది షంషాద్ బేగం, రచయిత షకీల్ బదాయూని, నృత్యం చేసింది నళినీ జైవంత్. అసలు ఈ సినిమాని 'ద లవ్స్ ఆఫ్ కార్మన్'ని స్ఫూర్తిగా తీసుకుని హిందీలో తీసింది ఎ.ఆర్.కర్దార్.

1945లో వచ్చిన 'స్వర్గ సీమ' సినిమాలో భానుమతి పాడిన 'ఓహోహో పావురమా' పాట సూపర్ హిట్. ఆ పాట పుట్టుక గురించి భానుమతిని అడిగితే

రీటా హేవర్త్ 'బ్లడ్ అండ్ శాండ్' (1941)లో పాడిన లాటిన్ అమెరికన్ ట్యూన్ ఆధారంగా తానొక రాగం తీశాననీ, సంగీత దర్శకుడు నాగయ్య గారు బాగుందనీ అలాగే పాడెయ్యమన్నారనీ చెబుతారావిడ. కానీ ఆ పాట రాసిన బాలాంత్రపు రజనీకాంతరావు గారు ఆ పాట రాసిందీ, ట్యూన్ చేసిందీ తానే అని చెబుతారు. ఏది యేమైనా అది ఒక లాటిన్ అమెరికన్ ట్యూన్ ఆధారంగా తయారయిందనేది నిజం.

అయితే ఇక్కడొక సంగతి చెప్పుకోవాలి ఆనాడు రీటా హేవర్త్ స్వయంగా పాడినట్టుగా చలామణీ అవుతున్న పాటలు ఆమె పాడలేదు, యెవరెవరో ప్లేబ్యాక్ పాడారు అని తర్వాత అందిన సమాచారం ప్రకారం తెలుస్తోంది. అప్పట్లో పబ్లిసిటీ కోసం అలా చేసేవారట!

ఇంతగా మన తెలుగూ, హిందీ సినిమాలని ప్రభావితం చేసిన రీటా హేవర్త్ యెవరు? ఆమె పుట్టు పూర్వోత్తరాలేమిటీ? ఆమె జీవితం యెలా గడిచిందీ? యెలా ముగిసిందీ? అని వెదుకుతుంటే యెన్నో ఆశ్చర్యకరమైన సంగతులు, విశేషాలూ తెలిశాయి.

రీటా హేవర్త్ మహా సౌందర్యవతి, అత్యంత ప్రతిభావంతురాలైన నర్తకీ, నటీ కూడా. 1940 నుండి 1977 వరకూ గడచిన ముప్పయ్యేడు సంవత్సరాలలో అరవై ఒక్క సినిమాలలో నటించింది. ఆమెను 1940వ ప్రాంతాలలో అత్యంత ఆదరణ కలిగిన చలనచిత్ర నటిగా భావించేవారు. అప్పట్లో మీడియా ఆమెను 'ప్రేమ దేవత' అని పిలిచేది. రెండవ ప్రపంచ యుద్ధ సమయంలో ఆర్మీ వారికీ, యువతకీ ఆరాధ్యదైవమామె. ఆమె పోస్టర్లూ, కేలండర్లూ వారి గోడలపై కొలువుదీరి వుండేవి. పేరెన్నికగన్న డాన్సర్లయిన ఫ్రెడ్ అస్టయిర్‌తోనూ, జీన్ కెల్లీ తోనూ, ఫ్రాంక్ సినాత్రాతోనూ ఆమె చేసిన నృత్యాలు ప్రజల మతులు పోగొట్టేవి. ఫ్రెడ్ అస్టయిర్ నాట్యంలో తనకు నచ్చిన జోడీ రీటా హేవర్త్ మాత్రమే అని చెప్పేవాడు.

ఆమె చేసిన నృత్యాలు చూస్తుంటే ఆమెలోని అణువణువూ నాట్యం చేస్తున్నట్టు వుంటుంది. దానికి కారణం ఆమె తన మూడేళ్ల వయసు నుండీ చేసిన రాక్షస సాధనా, ఆమె తండ్రి పట్టుదలతో ఆమెకు శిక్షణనిచ్చి మంచి నర్తకిగా తీర్చిదిద్దటం. ఆమెను అద్భుత సౌందర్యవతి అనీ, అత్యంత గ్లామరస్ నటీమణి అనీ పరిగణించేవారు. అప్పటి మీడియా ఆమెకు 'ప్రేమ దేవత' అనే బిరుదునిచ్చింది అని చెప్పుకున్నాం కదా! అమెరికన్ ఫిల్మ్ ఇన్‌స్టిట్యూట్ చేసిన ఒక సర్వేలో చలనచిత్ర చరిత్రలో అగ్రస్థాయికి చెందిన పాతికమంది నటీమణులలో ఈమె ఒకతెగా తేలింది.

అయితే ఆమె వ్యక్తిగత జీవితం యేమీ తృప్తికరంగా గడవలేదు. చిన్ననాటి నుండీ అణచివేతకు గురయింది. ఆ ప్రభావం ఆమెను అభద్రతా భావానికి గురిచేసింది. ఆమె అయిదుసార్లు పెళ్లి చేసుకుంది. (ఆమె భర్తలలో సినీ మేథావిగా పరిగణించే ఆర్సన్ వెల్స్, అత్యంత ధనవంతుడైన ప్రిన్స్ ఆలీఖాన్ కూడా వున్నారు). మద్యానికి బానిస అయింది. జీవిత చరమాంకంలో ఆల్జీమర్స్ వ్యాధికి గురై మరణించడం ఒక విషాదం. ఆమె వలననే 'ఆల్జీమర్స్' వ్యాధి గురించి ప్రపంచానికి బాగా తెలిసిందీ, అవగాహన పెరిగిందీ అంటారు.

ఆమె జీవితం యెలా మలుపులు తిరిగిందీ, యెలాంటి ఆటుపోట్లకు గురయిందీ తెలుసుకుంటే ఆనాటి సినీ జీవితాలు యెలా వున్నదీ, నటీమణుల మీద యెంత ఒత్తిడి వుండేదీ తెలుస్తుంది. ఆమె జీవితంలో తారసపడిన పురుషులు ఆమె తండ్రితో సహా ఆమె మీద యెంత ఆధిపత్యం చూపించారో కూడా తెలుస్తుంది. ముఖ్యంగా ఆమె తండ్రి చిన్ననాడే ఆమె మీద అత్యాచారం చేయడం దారుణం. అదే ఆమె జీవితం మీద, ప్రవర్తన మీద అత్యంత ప్రభావం చూపించిందనిపిస్తుంది.

రీటా హేవర్త్ అసలు పేరు మార్గరీటా కార్మన్ కాన్సినో. ఆమె అక్టోబర్ 17 - 1918లో న్యూయార్క్‌కి చెందిన బ్రూక్లిన్‌లో జన్మించింది. తండ్రి ఎడ్యురాడో కాన్సినో మంచి డాన్సర్. స్పానిష్, రోమన్ మూలాలున్న వాడు. నాట్యకారుల కుటుంబం నుండి వచ్చినవాడు. అతని తండ్రి (అంటే రీటా హేవర్త్ తాత) ఆంటోనియో కాన్సినో పేరొందిన క్లాసికల్ స్పానిష్ డాన్సర్. 'బోలెరో' అనే నృత్యానికి విశేష ప్రాచుర్యం కలిగించేందుకు కృషి చేసినవాడు. అతను మాడ్రిడ్‌లో నడిపిన డాన్స్ స్కూలు ప్రపంచ ప్రఖ్యాతి గాంచింది. ఆమె తల్లి వోల్గా హేవర్త్ ఐరిష్, ఇంగ్లీషు మూలాలున్నది. మంచి నటి, నటన వారసత్వంగా కలిగిన కుటుంబం. సహజంగానే రీటా తండ్రి ఆమెను మంచి డాన్సర్‌గా తీర్చిదిద్దాలనుకుంటే తల్లి మంచి నటిగా ఆమెను చూడాలనుకునేది.

తడబడే అడుగులతో అప్పుడప్పుడే నడక నేర్చుకుంటున్న సమయంలోనే ఆమెకు నృత్య శిక్షణ ఆరంభమయింది. మొదటి పాఠాలు తాత ఆంటోనియా దగ్గర తీసుకుంది. ఆమె తండ్రి ఎడ్యురాడో కాన్సినో ఆమె చేత రోజుకు పద్దెనిమిది గంటలు సాధన చేయించేవాడు. అయిదు సంవత్సరాల వయసులోనే కుటుంబ సభ్యులతో కలిసి బ్రాడ్వేలో ఇచ్చిన నృత్య ప్రదర్శనలో పాల్గొంది. ఎనిమిదేళ్ల వయసులో ఒక షార్ట్ ఫిల్మ్‌లో నటించింది.

ఆమెకు తొమ్మిదేళ్ల వయసు వున్నప్పుడు 1927లో ఆమె తండ్రి హాలీవుడ్‌కి మకాం మార్చాడు. సినిమాలలో నృత్యావకాశాలు దొరుకుతాయనేదే ఈ మార్పుకి కారణం. అతను హాలీవుడ్‌లో ఒక డాన్స్ స్కూలు స్థాపించి శిక్షణ ఇస్తూ వుండేవాడు. అతని దగ్గర శిక్షణ పొందిన వాళ్లలో ప్రఖ్యాత నటులయిన జేమ్స్ కాగ్నీ, జీన్ హార్లో కూడా వున్నారు.

రీటాకి పన్నెండేళ్లొచ్చే సరికి ఆమె తండ్రి ఆమెను తన జోడీగా చేసుకుని 'డాన్సింగ్ కాన్సినోస్' అనే పేరుతో నృత్య ప్రదర్శనలివ్వడం ప్రారంభించాడు. ఆమెతో కలిసి అతను కాలిఫోర్నియాలోని నైట్ క్లబ్బులలో ప్రదర్శనలిస్తూ వుండేవాడు. అయితే ఆమె వయసు సరిపోదని అభ్యంతరాలు వస్తుంటే వయసులో పెద్దదిగా కనపడాలని ఆమె జుట్టుకు నల్లరంగు వేయడం, ఆమె తన భార్య అని చెప్పడం చేస్తూ వుండేవాడు. అప్పుడప్పుడూ కాలిఫోర్నియా దాటి మెక్సికోలోని నైట్ క్లబ్బులలో కూడా ప్రదర్శనలిస్తూ వుండేవాడు. అక్కడయితే ఆమె వయసు గురించి పెద్దగా అభ్యంతరం వుండదనే ఉద్దేశం ఒకటి, సినీ పరిశ్రమకి చెందిన వాళ్లు వచ్చి చూస్తారనేది ఇంకోటి.

రీటా పట్ల తండ్రి ప్రవర్తన చాలా దారుణంగా వుండేది. ఆమెను మానసికం గానూ, శారీరకంగానూ హింసించడమేకాక లైంగికంగా కూడా వేధించేవాడని ఆమె జీవిత చరిత్ర రాసిన బార్బరా లెమింగ్ రాసింది. ఆమెకు యెంతో ఇష్టమైన రెండవ భర్త ఆర్సన్ వెల్స్ కూడా తన ఇంటర్వ్యూలో ఈ విషయం చెప్పాడు. ఆమె తల్లి భర్త నుండి కూతురును కాపాడడానికి చాలా ప్రయత్నాలు చేసేదని కూడా ఆమె జీవిత చరిత్రలో రాశారు.

ఈ నృత్య ప్రదర్శనలతో రీటా చదువు అటకెక్కింది. తొమ్మిదో తరగతితోనే దానికి ఫుల్‌స్టాప్ పెట్టించాడు తండ్రి. ఎంతసేపూ డాన్స్ ప్రాక్టీసు, ప్రదర్శనలతోనే సమయం గడిచిపోయేది. తన సోదరులిద్దరూ చదువుతోనూ ఆటపాటలతోనూ కాలం గడుపుతుంటే ఆమె నిర్లిప్తంగా చూస్తూ వుండేది. అలా ఆమె తన బాల్యాన్ని కోల్పోయింది.

మెక్సికోలో నైట్ క్లబ్బులలో ఆమె చలాకీగా నృత్యం చేయడం చూసిన ఫాక్స్ ఫిల్మ్స్‌కి చెందిన హెడ్-విన్ ఫీల్డ్ షీహాన్ ఆమెను సినిమాలకి పరిచయం చేయాలను కున్నాడు. స్క్రీన్ టెస్ట్ పాసయ్యాక ఆమె కొన్ని చిత్రాలలో రీటా కాన్సినో పేరుతో చిన్న చిన్న వేషాలు వేసింది. ఆమె మొట్టమొదటి సినిమా 'డాంటేస్ ఇన్ఫెర్నో' (1935). అందులో స్పెన్సర్ ట్రేసీ కథానాయకుడు. ఆమె రూపురేఖల వలన ఆమెకు ఎక్కువగా విదేశీ మహిళ పాత్రలు లభించాయి.

ఒక సినిమాలో అర్జెంటీన్ గర్ల్‌గా, ఇంకో దాంట్లో రష్యన్ డాన్సర్‌గా, ఇంకో దాంట్లో ఈజిప్షియన్‌గా ఇలా. ఫాక్స్ ఫిల్మ్ కార్పొరేషన్‌తో ఆమె ఆర్నెల్ల కాంట్రాక్ట్ ముగిసింది. ఫాక్స్ ఫిల్మ్ కార్పొరేషన్ ట్వంటీయత్ సెంచరీ ఫాక్స్ ఫిల్మ్ కార్పొరేషన్‌లో విలీనమయ్యింది. ఆమె కాంట్రాక్ట్ పునరుద్ధరించబడలేదు. దీనితో ఆశాభంగం చెందిన ఆమె తండ్రి చలన చిత్రావకాశాలు మెరుగు పడేటందుకు ఎడ్వర్డ్ జడ్సన్ అనే ఒక కార్ల బ్రోకర్‌ని ఆమెకు మానేజర్‌గా నియమించాడు. అతనికి రీటా కంటే రెట్టింపు వయసుంటుంది. కానీ అతనీ వృత్తిలో చాలా గట్టివాడు. రీటాకి సినిమా అవకాశాలు రావడానికి చాలా ప్రయత్నాలు చేసేవాడు. ఆమె నుదురు విశాలంగా కనపడాలని, ముంగురులను బాధాకరమైన ఎలక్ట్రాలిసిస్ ప్రక్రియ ద్వారా తొలగించేట్టు చేశాడు. ఆమె పేరు రీటా కాన్సినో అని కాకుండా వాళ్లమ్మ గారింటి పేరుతో కలిపి రీటా హేవర్త్‌గా మార్చాడు. జుట్టు రంగు కూడా మార్పించి ఎర్రగా చేశాడు. వీటన్నిటి వల్లా ఆమె ఒక అమెరికన్‌లా కనపడసాగింది.

అతి కొద్దికాలంలోనే రీటా హేవర్త్ తన తండ్రి వయసున్న ఎడ్వర్డ్ జడ్సన్‌ని పుట్టింటి నుండి పారిపోయి పెళ్లిచేసుకుంది (1937). అతను ఆమె అభ్యున్నతికి యెంతో కృషిచేశాడు. కొలంబియా పిక్చర్స్‌తో కాంట్రాక్ట్ కుదిర్చాడు. కొలంబియా పిక్చర్స్ హెడ్ అయిన హారీ కాన్ యేకంగా యేడు సంవత్సరాలకి ఆమెతో కాంట్రాక్ట్ రాయించుకున్నాడు.

మొదట్లో ఆమెకు చిన్నా చితకా పాత్రలే లభించేవి. క్రమంగా ఆమె ప్రతిభ గమనించి ఆమెకు ముఖ్యమైన పాత్రలు ఇవ్వడం మొదలెట్టింది కొలంబియా కంపెనీ. 1941లో ప్రముఖ డాన్సర్ ఫ్రెడ్ అస్టయిర్‌తో ఆమె నటించిన 'యూ విల్ నెవర్ గెట్ రిచ్' పెద్ద బడ్జెట్ సినిమా. దానితో ఆమె దశ తిరిగింది. ఆ సినిమా పెద్దహిట్. కొలంబియా కంపెనీకి బాగా లాభాలు తెచ్చిపెట్టింది. వెంటనే మరుసటి సంవత్సరమే ఇదే జంటతో 'యూ వర్ నెవర్ లవ్లియర్' అనే సినిమా తీసింది కొలంబియా సంస్థ. 1941లో 'లైఫ్' మాగజీన్ కవర్‌గా వచ్చిన ఆమె ఫోటో చాలామంది ఇళ్ల గోడలని అలంకరించింది. రెండో ప్రపంచ యుద్ధ సమయంలో ఆమె కాలెండర్లూ, పోస్టర్లూ హాట్ కేక్స్‌లాగా అమ్ముడుపోయాయి. మీడియా ఆమెను 'ప్రేమ దేవత' అని పిలవ సాగింది.

ఆ ఫోటో సమయంలో ఆమె ధరించిన డ్రెస్ 2002లో ఇరవై ఆరువేల డాలర్ల పైచిలుకు ధరకు అమ్ముడుపోవడం విశేషం. 1941లో ఆమె నటించిన 'బ్లడ్ అండ్

శాండ్' చిత్రం కూడా పెద్ద హిట్ అయింది. 1942 సంవత్సరంలో ఆమె వ్యక్తిగత జీవితం పెద్ద కుదుపుకు లోనయింది. ఎన్నో ఆశలతో పెళ్లాడిన జడ్సన్ ఆమెను శారీరకంగా మానసికంగా వేధించసాగాడు. అతి కొద్దికాలంలోనే అతని నిజస్వరూపం తెలుసుకుంది రీటా. అతను ఆమెను అనేక రకాలుగా హింసించేవాడు. వేషాలకోసం ఆమెను ఇతరులతో సంబంధాలు పెట్టుకోమనికూడా ఒత్తిడి చేసేవాడు. ఇవన్నీ భరించలేని రీటా విడాకులు కోరితే ఆమె అందాన్ని నాశనం చేస్తానని బెదిరించేవాడు. ఎట్టకేలకు ఆమె అతనితో విడాకులు పొందింది (1942). దీనికోసం సుమారు పన్నెండు వేల డాలర్ల మూల్యం చెల్లించవలసి వచ్చింది. దానితో ఆమె సంపాదించిన దంతా పోగొట్టుకుంది.

1942 సం॥లోనే సినీ ప్రపంచమంతా మేధావిగా పరిగణించే దర్శకుడూ, నటుడూ ఆర్సన్ వెల్స్ ఆమె జీవితంలో ప్రవేశించాడు. అదంతా చాలా చిత్రంగా జరిగింది. 'లైఫ్' మాగజీన్ కవర్ మీద ఆమె ఫోటో చూసిన వెల్స్ అమాంతం ఆమెను ప్రేమించేశాడు. ఆమెకు తన ప్రేమను వ్యక్తపరుస్తూ ఉత్తరాలు కూడా రాశాడు.

1943 సెప్టెంబర్‌లో ఆర్సన్ వెల్స్‌ని పెళ్లాడింది రీటా హేవర్త్ . ఆ సమయంలో ప్రఖ్యాత డాన్సర్ జీన్ కెల్లీతో 'కవర్ గర్ల్' అనే సినిమాలో నటిస్తోందామె. ఆర్సన్ వెల్స్, రీటాల జంటని చూడముచ్చటైన ఆదర్శమైన జంటగా సినీ ప్రపంచమంతా భావించేది. కొన్నాళ్లు ఇద్దరూ చాలా అన్యోన్యంగా గడిపారు. తాను కోల్పోయిన తండ్రి ప్రేమనీ, భద్రతనీ వెల్స్ ద్వారా పొందాలనీ, చక్కని గృహిణిగా కాలం గడపాలనీ భావించేది రీటా.

1944లో పెళ్లయిన సంవత్సరానికి రెబకా అనే పండంటి కూతురికి జన్మనిచ్చింది. అయితే మేధావి ఆర్సన్ వెల్స్ మొదట్లో ఆమెతో బాగానే వున్నా క్రమంగా అతనిలో మార్పు వచ్చింది. ఈ పెళ్లి పెద్ద ప్రతిబంధకంగా వుందనీ, తన స్వేచ్ఛకి భంగం వాటిల్లుతోందనీ వాపోయేవాడు. అంతేకాకుండా అతను అనేకమంది ఇతర స్త్రీలతో అనుబంధం కలిగి వుండడం, ముఖ్యంగా నటి జూడీ గార్లండ్‌తో సన్నిహితంగా మెలగడం సహించలేకపోయింది రీటా. ఇది ఆమెను తీవ్రంగా బాధించింది, ఆమె ఆల్కహాలును ఆశ్రయించింది.

ఇదే సమయంలో ఆమె వృత్తి జీవితం ఉచ్ఛస్థితిలో వుంది. 1946లో ఆమె గ్లెన్ ఫోర్డ్‌తో కలిసి నటించిన 'గిల్డా' సూపర్ హిట్టవ్వడమే కాదు, నేటికీ అది ఆమె నటించిన చిత్రాలలో మేటి అని పరిగణిస్తారు. ఇందులో ఆమె మగవారిని కవ్విస్తూ

వలలో వేసుకునే యువతిగా చేసిన నటన చూసి, నిజజీవితంలో కూడా ఆమె అలాగే వుంటుందని భావించి దగ్గరయ్యేవారట. నిజజీవితంలో ఆమె 'తాను చాలా సిగ్గరిననీ, ఆత్మన్యూనతా భావంతో బాధపడేదాననని' చాలా చోట్ల చెప్పుకుంది.

'గిల్డా'లో ఆమె చేసిన పాత్ర యెంత హిట్ అయ్యిందంటే ఆమెనొక సెక్స్ బాంబ్‌గా పరిగణించేవారు. అంతేకాదు అమెరికా ప్రభుత్వం తయారుచేసిన ఒకానొక అణుబాంబు మీద ఈ సెక్స్‌బాంబ్ రీటా హేవర్త్ ఫోటో ముద్రించారనే సమాచారం కూడా ప్రచారంలో వుండేది. ఇంకో నటీమణి యెవరైనా ఈ విషయమై గొప్పగా ఫీలయ్యేవారేమో కానీ రీటా మాత్రం చాలా చిరాకు పడిందని ఆర్సన్ వెల్స్ ఒక ఇంటర్వ్యూలో చెప్పడం గమనార్హం.

1947లో రెండో పెళ్లయిన నాలుగేళ్లకి ఆర్సన్ వెల్స్ నుండి విడాకులు తీసుకుంది. అదే సంవత్సరం ఆర్సన్ వెల్స్ తీసిన 'ది లేడీ ఫ్రమ్ షాంఘై'లో నటించింది. 1948 లో 'గిల్డా' టీమ్‌తో కలిసి (గ్లెన్ ఫోర్డ్ హీరోగా) మళ్లీ 'ద లవ్స్ ఆఫ్ కార్మన్'లో నటిస్తే అది సూపర్ హిట్ అయింది. 1948 తర్వాత ఆమె నాలుగు సంవత్సరాలు చిత్రపరిశ్రమకు దూరమైంది, కారణం ప్రిన్స్ ఆలీఖాన్‌తో ప్రణయమూ, పెళ్లీ. 1948 మే నెలలో కాన్స్ ఫిలిం ఫెస్టివల్‌లో రీటా హేవర్త్‌ని చూసిన ప్రిన్స్ ఆలీఖాన్ ఆమెను వదిలిపెట్టలేదు.

ఈ ప్రిన్స్ ఆలీఖాన్ యెవరంటే షియా ముస్లిమ్ కమ్యూనిటీకి చెందిన సుల్తాన్ మొహమ్మద్ షా ఆగాఖాన్ కి కొడుకు. అతనికి అనేక వ్యాపారాలు వుండేవి. రేసుగుర్రాల పెంపకం, రేసుల్లో పాల్గొనడం, పార్టీలూ, హై సొసైటీకి చెందిన ఆడవాళ్లతో పరిచయాలూ ఇవన్నీ అతనికి సర్వసాధారణం. అతను పాకిస్థాన్‌కి అంబాసిడర్‌గా యునైటెడ్ నేషన్స్‌లో వుండేవాడు. అతని నివాసం ఫ్రాన్స్. ఆమె కూడా హాలీవుడ్ వదిలేసి ఫ్రాన్స్ చేరుకుంది.

రీటా హేవర్త్ అతనిని 1949 మేలో పెళ్లాడింది. డిసెంబర్ 1949లో యాస్మిన్ ఆగాఖాన్‌కి తల్లయింది. ఇప్పుడామెకు రెబకా, యాస్మిన్ ఇద్దరు కూతుళ్లు. ఇప్పుడయినా తాను కలలుగన్నట్టుగా ఇద్దరు కూతుళ్లతో, భర్తతో నటనకు దూరంగా విశ్రాంతిగా గృహజీవితం గడపాలని అనుకుందామె. కానీ భర్త గడిపే విలాసవంతమైన ఆడంబరమైన జీవితంలో ఇమడలేకపోయింది. అంతేకాదు భర్త తన పట్ల విశ్వాసంగా లేడనీ, అనేకమందితో సంబంధాలు నెరపుతూ వున్నాడని తెలిసి ఆమె హతాశురాలయ్యింది.

1953లో మూడవ భర్తతో విడాకులు. కూతురు యాస్మిన్‌ను స్వేచ్ఛగా అమెరికన్ పౌరురాలిగా, క్రిస్టియన్‌గా పెంచాలనుకుంది. ఆలీఖాన్ తన కూతురు ఇస్లాం మత విశ్వాసాల ప్రకారం పెరగాలనీ, తన అధీనంలో వుండాలనీ కోరుకున్నాడు. చాలా డబ్బు ఆశ చూపాడు కూడా. అయినా ఆమె లొంగలేదు. కూతురు కస్టడీ కోసం ఆమె ఆలీఖాన్‌తో కోర్టులో పోరాడింది. చివరికామే గెలిచింది.

1953లో ఆలీఖాన్‌తో విడాకులు తీసుకున్న వెంటనే డిక్ హేమ్స్ అనే ప్రొఫెషనల్ సింగర్ని పెళ్లిచేసుకుంది. అతను అప్పటికే ఇద్దరు భార్యలకి భరణం బాకీ పడి కోర్టు తగాదాలలో తలమునకలుగా వున్నాడు. అతని అప్పులన్నీ ఈమె తీర్చవలసి వచ్చింది. పైగా అప్పటికి తాను కూడా ఆలీఖాన్‌తో కూతురి కోసం కోర్టు చుట్టూ తిరుగుతూ డబ్బుఖర్చులో వుంది. ఆ విధంగా ఆర్థికంగా చాలా నష్టపోయింది ఈ పెళ్లితో.

పైగా ఈ డిక్ హేమ్స్ ప్రవర్తన ఆమెను బాధించింది. పదిమందిలో పార్టీలో వుండగా అతనామెను చెంపదెబ్బ కొట్టాడు. దానితో బయటకు వచ్చిన ఆమె మళ్లీ అతని మొహం చూడలేదు. ఆ నాలుగో వివాహం అలా మూడేళ్లకే (1955) ముక్క చెక్కలయింది.

అయినా ఇంకా ఆమెకు గృహజీవితం మీద ఆశ చావలేదేమో 1958లో జేమ్స్ హిల్ అనే చిత్ర నిర్మాతని వివాహమాడింది. మళ్లీ అదే కథ. అతనామెను పెట్టే శారీరక మానసిక హింసను తట్టుకోలేక 1961లో విడాకులు తీసుకుంది.

ఆమె నటప్రస్థానం విషయానికి వస్తే 1960 నుండీ ఆమె చిత్రాల సంఖ్య తగ్గి పోసాగింది. ఆమె సెట్లో డైలాగ్స్ సరిగా గుర్తు పెట్టుకోలేకపోతోందనీ, అందరితో అనవసరంగా గొడవలు పడుతోందనీ, ఆమె ప్రవర్తనలో మార్పు వచ్చిందనీ దానికి ఆమె తీసుకునే ఆల్కహాల్ ప్రభావం కారణమనీ అనుకోసాగారు. అసలు కారణం 1980లో కానీ తెలియరాలేదు.

1970 ప్రాంతాలలో ఆమె సినిమారంగం నుండి నిష్క్రమించాలనుకుంది కానీ ఆర్థిక పరిస్థితి దృష్ట్యా ఒకటి రెండు సినిమాలలో నటించింది. 1972లో వచ్చిన 'ది రాత్ ఆఫ్ గాడ్' ఆమె ఆఖరి సినిమా. అందులో చిన్న చిన్న డైలాగ్స్ కూడా గుర్తు పెట్టుకోలేక పోతుంటే ఆమె సంభాషణలను చిన్న చిన్న వాక్యాలుగా విడగొట్టి ఒక్కొక్క వాక్యమే నేర్పి చిలకపలుకుల్లాగా పలికించి సినిమా పూర్తి చేశారు.

1974లో ఆమె సోదరులిద్దరూ వేర్వేరు కారణాలతో మరణించారు. ఇది ఆమెకు తట్టుకోలేని దెబ్బ. మరింతగా ఆల్కహాల్‌కి దాసురాలయింది. 1980లో ఆమె ఆల్జీమర్స్ వ్యాధితో బాధపడుతోందని నిర్ధారించారు. 1981లో ఆమె వ్యాధి గురించి ప్రపంచమంతా తెలిసింది. కోర్టు కూడా ఆమె బాధ్యత ఆమె కూతురు యాస్మిన్ ఆగాఖాన్‌కి అప్పగించింది. యాస్మిన్ ఆగాఖాన్ తల్లిని న్యూయార్క్‌లో తనకు దగ్గరగా పెట్టుకుని జాగ్రత్తగా చూసుకుంది.

1987 సం॥ మే 14వ తేదీన రీటా హేవర్త్ ఈ లోకం నుండి శాశ్వతంగా శెలవు తీసుకుంది. అద్భుత సౌందర్యవతి, నర్తకి, ప్రపంచ సినీ ప్రియుల 'ప్రేమ దేవత' అయిన రీటా హేవర్త్ జీవితం అలా ముగిసింది.

ఆమె సమాధి మీద ఆమె కూతురు యాస్మిన్ ఇలా రాయించింది 'నిన్నటి సహజీవనం కోసం-రేపటి కలయిక కోసం'.

www.ingramcontent.com/pod-product-compliance
Lightning Source LLC
LaVergne TN
LVHW091958210825
819277LV00035B/371

* 9 7 8 9 3 9 2 9 6 8 7 4 7 *